ഡൗൺ ഡൽഹി എക്സ്പ്രസ്

down delhi express

•

first chintha edition
january 2011

•

typesetting
megha

•

published
chintha publishers, thiruvananthapuram

•

printed
akshara offset, thiruvananthapuram

•

cover
abdul azeez

വിതരണം

ദേശാഭിമാനി ബുക്ക് ഹൗസ്

H O തിരുവനന്തപുരം-695 001

ബ്രാഞ്ചുകൾ

ഓവർബ്രിഡ്ജ് തിരുവനന്തപുരം • കെ എസ് ആർ ടി സി ബസ് സ്റ്റേഷൻ ആലപ്പുഴ • കെ എസ് ആർ ടി സി ബസ് സ്റ്റേഷൻ എറണാകുളം • കലൂർ കൊച്ചി • ഐ ജി റോഡ് കോഴിക്കോട് • മാവൂർ റോഡ് കോഴിക്കോട് • എൻ ജി ഒ യൂണിയൻ ബിൽഡിങ് കണ്ണൂർ • സെൻട്രൽ ബസ് ടെർമിനൽ കോംപ്ലക്സ് താവക്കര കണ്ണൂർ • മച്ചിങ്ങൽ ലെയ്ൻ തൃശൂർ

CO - 1537 / 2622

ഡൗൺ ഡൽഹി എക്സ്പ്രസ്

അഞ്ചു ബംഗാളി കഥകൾ

മനോജ് ബോസ്, പ്രബോധ് കുമാർ സന്യാൽ
പരശുരാം, ദേവേശ് ദാസ്
അചിന്ത്യ കുമാർ സെൻഗുപ്ത

ചിന്ത പബ്ലിഷേഴ്സ്
തിരുവനന്തപുരം-695 001
വില: ₹ 70

കഥാകൃത്തുക്കൾ

മനോജ് ബോസ്: ജനനം 1901. ചെറുകഥ, നോവൽ, നാടകം, യാത്രാ വിവരണം തുടങ്ങിയ പല സാഹിത്യശാഖകളിലുമായി 28ലധികം കൃതികൾ എഴുതിയിട്ടുണ്ട്. *ബനമർമൻ* (കഥ), *ഭൂലിനയി* (നോവൽ), *പ്രഭാത്* (നാടകം) ഇവ പ്രാധാന്യമർഹിക്കുന്നു.

പ്രബോധ്കുമാർ സന്യാൽ : ജനനം 1905. *പത്രപ്രവർത്തകൻ, യാത്രിക്ക്* തുടങ്ങിയ നോവലുകളും *ശ്രേഷ്ഠഗൽപ്പ* തുടങ്ങിയ ചെറുകഥാ സമാഹാരങ്ങളും ഇദ്ദേഹത്തെ പ്രസിദ്ധനാക്കിത്തീർത്തു. *ദേവതാത്മാ ഹിമാലയ* (2 ഭാഗങ്ങൾ) *പുഷ്പധനു*, *പ്രിയബാന്ധവി* ഇവയാണ് മറ്റു പ്രധാനകൃതികൾ. *യാത്രിക്ക്* മലയാളത്തിൽ പ്രസിദ്ധപ്പെടുത്തിയിട്ടുണ്ട്.

പരശുരാം : രാജശേഖരബോസ് എന്നാണ് യഥാർഥനാമധേയം. ജനനം 1880; മരണം 1960. *കഞ്ജലി*, *ഹനുമാൻ സ്വപ്ന*, *ആനന്ദിബായ്* ഇവയാണ് പ്രസിദ്ധകൃതികൾ; *വാത്മീകിരാമായണ*വും *വ്യാസമഹാഭാരത*വും ബംഗാളിയിലേക്ക് പരിഭാഷപ്പെടുത്തി. ഇദ്ദേഹത്തിന്റെ *ചലന്തിക* എന്ന നിഘണ്ടു ബംഗാളിഭാഷയ്ക്കു വിലമതിക്കാനാവാത്ത ഒരു സംഭാവനയാണ്. 1958 ൽ *ആനന്ദിബായ്* എന്ന ചെറുകഥാസമാഹാരത്തിനു സാഹിത്യ അക്കാദമി അവാർഡ് ലഭിച്ചു.

ദേവേശ് ദാസ് : ജനനം 1911. കൊൽക്കത്തയിലും ലണ്ടനിലും വിദ്യാഭ്യാസം ചെയ്തു. ഐ സി എസിൽ ചേർന്നു. ഇപ്പോൾ ഇന്ത്യാ ഗവൺമെന്റിന്റെ കീഴിൽ ഒരുയർന്ന ഉദ്യോഗസ്ഥനാണ്; നിഖിത ഭാരത വംഗ സാഹിത്യ സമ്മേളനത്തിന്റെ സ്ഥിരാധ്യക്ഷകൻ. ബംഗാളിയിലും ഇംഗ്ലീഷിലും പുസ്തകങ്ങളെഴുതിയിട്ടുണ്ട്. *രക്തരാഗം* എന്ന നോവൽ മലയാളത്തിലേക്കു മൊഴിമാറ്റം ചെയ്യപ്പെട്ടിട്ടുണ്ട്.

അചിന്ത്യകുമാർ സെൻഗുപ്ത : ജനനം 1903. ജഡ്ജിയായിരുന്നു. നോവൽ, ചെറുകഥ, ജീവചരിത്രം, തത്വചിന്ത എന്നീ വിഭാഗങ്ങളിലായി എഴുപതിലധികം കൃതികൾ എഴുതിയിട്ടുണ്ട്. രാമകൃഷ്ണ പരമഹംസൻ, ശാരദാമണിദേവി, സ്വാമി വിവേകാനന്ദൻ എന്നിവരുടെ ജീവചരിത്രഗ്രന്ഥങ്ങൾ പ്രസിദ്ധി നേടിയവയാണ്.

കഥകൾ

ഡെറ്റിന്യൂ

മനോജ് ബോസ്

കുമുദനാഥനെ ജയിലിലാക്കി. ജയിലർ വിനോദ് സമാദ്ദാർ നല്ല മര്യാദക്കാരൻ—തുടുത്ത മുഖം, നെറ്റിക്കു മുകളിൽ കഷണ്ടി. അതു മറയ്ക്കാനാവും സദാ തൊപ്പി തലയിൽ വെച്ചുകൊണ്ടു നടക്കും. വല്ല വരും കണ്ടാൽ 'നാണക്കേട'ല്ലേ? ആഫീസിൽ കസാലയിൽ ഇരുന്നു ജോലിചെയ്യുന്ന സമയത്തും കാണാം തലയിൽ തൊപ്പി. കുമുദനാഥ നെക്കൊണ്ടാണ് അയാൾക്കുള്ള സൈ്വരക്കേടെല്ലാം.

സന്ദർശന ദിവസമാണ് എല്ലാത്തിലും വിഷമം. കുമുദന്റെ പത്നി ഇന്ദുറാണിയും അനുജൻ നിഖിലനും കാണാൻ വരും. രണ്ടുപേരെയും അകത്തേക്കു വിടും. എന്നാൽ പുറത്ത് ആളുകൾ തിങ്ങിക്കൂടി നിൽക്കും. കുമുദനു കൊടുക്കാൻ പലജാതി സാധനങ്ങൾ ഗേറ്റിൽ കൊണ്ടുവന്നു കൂട്ടിയിരിക്കും—പലതരം മധുരപലഹാരങ്ങൾ, വീട്ടിൽ തന്നെയുണ്ടാക്കിയ 'ചന്ദ്രപുലി' (നാളികേരം കൊണ്ടുണ്ടാക്കിയ മധുര പലഹാരം), പുസ്തകങ്ങൾ, പൂക്കൾ, വസ്ത്രങ്ങൾ അതതു ഋതുക്കളിൽ ഉണ്ടാകുന്ന പഴങ്ങൾ മുതലായവ സമ്മാനമായി കൊണ്ടുവന്നിരിക്കുന്ന വസ്തുക്കൾ കണ്ടാൽ അറിയാം, മാർക്കറ്റിൽ ഏതെല്ലാം വിലപിടിച്ച നല്ല സാധനങ്ങൾ അപ്പോൾ കിട്ടുമെന്ന്. അതുമുഴുവൻ കുമുദന്റെ അടുക്കൽ ത്തന്നെ എത്തുമെന്നു പറഞ്ഞുകൂടാ. എങ്കിലും എത്തുന്നിടത്തോളം സാധനങ്ങൾ മതി ആ ജയിലിലെ എല്ലാ ക്ലാസിലുമുള്ള തടവുകാർക്കും ഉത്സവം ഘോഷിക്കാൻ, തിരിച്ചു ചെല്ലുമ്പോൾ പുറത്തുനിൽക്കുന്നവർ ഉൽകണ്ഠയോടെ ഇന്ദുറാണിയോട് കുമുദന്റെ വിവരം തിരക്കും. കുമുദനു സുഖം തന്നെയല്ലേ? മുഖം കണ്ടാൽ ക്ഷീണം തോന്നുന്നുണ്ടോ? എന്തൊക്കെ പറഞ്ഞു? എത്രതവണ ഇതിനൊക്കെ മറുപടി പറഞ്ഞാലും ചോദ്യക്കാർക്കു തൃപ്തിവരില്ല.

വിനോദന്റെ ഔദ്യോഗികവസതി ജയിൽഗേറ്റിന്റെ തൊട്ടടുത്തുള്ള മാളികയാണ്. വരാന്തയിൽനിന്ന് അയാൾ ഇതെല്ലാം കാണും. കണ്ടിട്ട് സ്തംഭിച്ചുനിന്നുപോകും. മൂന്നോനാലോ മതിലുകൾക്കപ്പുറം കുമുദൻ വന്നു നിൽക്കുന്നുണ്ട് എന്ന ബോധം തന്നെ മതി ആൾക്കൂട്ടത്തെ ഇളക്കി മറിക്കാൻ. നൂറുനൂറായിരം കണ്ഠങ്ങളിൽനിന്നു ജയജയാരവം മുഴങ്ങും. കുമുദൻ ഇത്ര അടുത്തുവന്നു നിൽക്കുന്ന സ്ഥിതിക്ക്, അയാളെ നേരിട്ടു കാണാൻ കഴിഞ്ഞില്ലെങ്കിൽ വേണ്ട, നമ്മുടെ സ്നേഹം കണ്ഠധ്വനിയിൽക്കൂടെ അറിയിക്കുകയെങ്കിലും വേണ്ടേ എന്നാണു ഗേറ്റിൽ തിങ്ങിക്കൂടി നിൽക്കാറുള്ള പൊതുജനങ്ങൾക്കു തോന്നാറ്. ഈ എണ്ണമറ്റ ആളുകൾ അയാളുടെ അനുയായികളാണ്. അയാളെ പറ്റിയാണ് അവരുടെ ചിന്ത മുഴുവൻ, അയാളെ ഒന്നുകാണാൻ അവർ കൊതിക്കുകയാണ്. അവർ വിളിക്കുന്ന മുദ്രാവാക്യങ്ങൾതന്നെ ഇതെല്ലാം വ്യക്തമാക്കുന്നു.

വിനോദന്റെ വൃദ്ധമാതാവു പേടിയോടെ പുറത്തേക്കു വന്നു.

''എന്താണു സംഗതി മോനേ? എന്തിനാണു ഇവർ കിടന്നു തൊള്ളതുറക്കുന്നത്?

വിനോദൻ പറഞ്ഞു: "ഒരു രാജബന്ദി* (ഡെറ്റിന്യൂ) ആഫീസ് റൂമിലേക്കു വന്നിട്ടുണ്ട്."

''എന്റമ്മോ! ഏതു രാജാവിനെയാണ് തടവുകാരനാക്കിയത്? എത്ര പ്രജകൾ ഉണ്ട് അയാൾക്ക് എന്നു നോക്കൂ. ഇവറ്റ എല്ലാം ചുട്ടു പൊട്ടിക്കുംന്നു തോന്നുന്നു. എവിടെപ്പോയി നിന്റെ ആ കൂട്ടർ? തോക്കും തടിയും എല്ലാം എടുത്ത് ഇവിടെ വന്നു നിക്കട്ടെ."

വിനോദൻ പറഞ്ഞു: "അമ്മ അകത്തേക്കു പൊയ്ക്കോളൂ. ഇവിടെ നിൽക്കണ്ട. ഇവറ്റ ഒരു വസ്തു ചെയ്യില്ല. തൊള്ള തുറന്നു തളർന്നു തുടങ്ങുമ്പോൾ മിണ്ടാതെ പൊയ്ക്കോളും."

ചിറകെട്ടി ഒഴുക്കിനെ തടഞ്ഞുവെക്കുക—ഈ ഉപമ പലപ്പോഴും വിനോദനു തോന്നാറുണ്ട്. ഉത്തുംഗമായ കന്മതിലിന്നുള്ളിൽ മനുഷ്യ സാന്നിധ്യത്തിൽ നിന്നകറ്റി തടഞ്ഞുവെച്ചിരിക്കുകയാണ് കുമുദനെ. പ്രബലമായ ജനക്ഷോഭത്തിന്റെ മുമ്പിൽ മതിൽക്കെട്ടാകെ കിടുകിടെ വിറയ്ക്കുന്നപോലെ.

ഒന്നൊന്നര മാസം കഴിഞ്ഞപ്പോൾ പൊതുജനം പുതിയ ഒരു സൂത്രം കണ്ടുപിടിച്ചിരിക്കുന്നതായി കാണപ്പെട്ടു. ജയിലിന്റെ കിഴക്കു ഭാഗത്തായി ഒരു തോടുണ്ട്. അത്ര വലുതൊന്നുമല്ല. എങ്കിലും നല്ല ഒഴുക്കുണ്ട്. അക്കരെ നിരത്തിപ്പണിത വീടുകൾ. വീടുകളുടെ മുൻവശത്തുകൂടിയാണു പ്രധാനനിരത്തു പോകുന്നത്. പിന്നിലാണു മുൻപറഞ്ഞ തോട്. പല വീട്ടുകാരും തോട്ടിലേക്കു കൽപ്പടവു കെട്ടിയിറക്കിയിട്ടുണ്ട്. തോട്ടിലാണു കുളിയും പാത്രങ്ങൾ കഴുകലും.

---

* രാജബന്ദിയെന്നാണ് ബംഗാളിയിൽ ഡെറ്റിന്യൂവിനെ പറയുക. ഇതിനു തടവുകാരനായ രാജാവ് എന്നും അർഥം.

വിനോദൻ വിവരമറിഞ്ഞു. സ്വയം നേരിട്ടു ചെന്നുനോക്കി സംശയം തീർക്കുകയും ചെയ്തു. തോട്ടിനപ്പുറത്തുള്ള ആ വീടുകളുടെ മുറ്റങ്ങളിൽ ആളുകൾ രാവിലെ തടിച്ചുകൂടും. ഇരുന്നൂറു മുന്നൂറുപേരിൽ കുറയില്ല. മാളികയുടെ രണ്ടാംനിലയിലെ വരാന്തയിൽ കുമുദനാഥനും വന്നു നിൽക്കും—വെളുത്ത ഖദർവസ്ത്രങ്ങളാൽ ആവൃതമായ ദേഹം. പ്രഭാത സൂര്യന്റെ രശ്മികൾ അയാളുടെ മുഖത്തിനു ചുറ്റും പരിവേഷം നിർമിക്കും. കുമുദനെ സ്വന്തം കണ്ണാലെ കണ്ട് നമസ്കരിച്ച് ആളുകൾ തിരിച്ചു പോകും.

അത്രത്തോളം സഹിക്കാം. എന്നാൽ ആളുകളുടെ സാഹസപ്രിയം ക്രമേണ വർധിച്ചുകൊണ്ടുവന്നു. ചിലർ ഉറക്കെ കുമുദനോടു കുശലപ്രശ്നങ്ങൾ ആരംഭിച്ചു.

കുമുദനാഥൻ ഇപ്പുറത്തുനിന്നുകൊണ്ട് അതിനൊക്കെ മറുപടി പറയാനും. അവസാനം അപ്പുറത്തും ഇപ്പുറത്തും നിൽക്കുന്നവർ തമ്മിൽ കൂടിയാലോചനകൾ നടത്തുകയെന്നതുവരെയെത്തി സംഗതി.

"നിങ്ങളൊക്കെ ജയിലിൽ പോന്നശേഷം ഗവൺമെന്റ് വളരെ സൂക്ഷിച്ചാണിരിക്കുന്നത്. കേശവപുരം സ്റ്റേഷനിൽ എന്നിട്ടും ഇപ്പോഴും ദേശീയപതാക പറന്നുകൊണ്ടിരിക്കയാണ്. ഒരു ദിവസം വെടിവെയ്പ്പിക്കയും ചെയ്തു. പക്ഷേ, ഒന്നിനും സൗകര്യം കിട്ടിയില്ല."

കുമുദനാഥൻ പറഞ്ഞു : "ഇത് അവസാനത്തെ യുദ്ധമാണ്. നേതാക്കന്മാരുടെ മുഖത്തേക്കു നോക്കി കൽപ്പനകിട്ടാൻ കാത്തിരിക്കരുത്. കരേംഗേ യാ മരേംഗേ.!"

തോടിന്റെ അപ്പുറത്ത് നൂറുനൂറു കണ്ഠങ്ങളിൽനിന്ന് മുദ്രാവാക്യം മുഴങ്ങി: "കരേംഗേ യാ മരേംഗേ."

വിനോദന്റെ ഹൃദയത്തിൽ ഒരു കിടുകിടുപ്പ്. കഴിയുന്നതും അവരോടു പിണങ്ങാതെ കഴിക്കാൻ അയാൾ ശ്രമിച്ചു. അതിനാൽ കണ്ടിട്ടും കണ്ണടച്ചു കഴിച്ചുകൂട്ടുകയായിരുന്നു ഇതുവരെ. ചെറുനാരങ്ങ ഏറെ പിഴിഞ്ഞാൽ കയ്ക്കും. ഈ ഗുണപാഠം ഇന്നേ വരെ ജോലി ചെയ്തു കിട്ടിയ അനുഭവങ്ങളിൽനിന്നു ഹൃദിസ്ഥമാക്കിയിട്ടുണ്ട്. അതിനാൽ മേലധികാരികളെ ഇതൊന്നും അറിയിച്ചിരുന്നില്ല. 'രാജബന്ദികൾ' മഹാവിഷമക്കാരാണ്. രാജാക്കന്മാരുടേയും മറ്റും പോലെതന്നെ ഇവറ്റയുടേയും സ്വഭാവഗതി മനസിലാക്കാൻ ഞെരുക്കം. നല്ല വാക്കുകൾ പറഞ്ഞു കാര്യം ഗ്രഹിപ്പിക്കാൻ ചെന്നാലും പലപ്പോഴും ഫലം മറിച്ചാണു കാണുക പതിവ്. വല്ലതും പറയാൻ ചെന്നാൽ ഇടയും. കിഴക്കുവശത്തുള്ള വരാന്തയിൽനിന്നു നീങ്ങാൻതന്നെ വിസമ്മതിച്ചുവെന്നുവരും. അവിടെത്തന്നെ 'കുത്തിയിരിപ്പു' നടത്തും. നിരാഹാരസത്യഗ്രഹം തുടങ്ങിയെന്നും വരും. പത്രക്കാർക്ക് ആ വിവരം കിട്ടേണ്ട താമസം, പ്രക്ഷോഭണം തുടങ്ങുകയായി. പിന്നെ കാര്യം പിടിയിൽനിന്നു വഴുതിപ്പോകും. അതിനാൽ അയാൾ കുമുദനാഥനോട് ഒരക്ഷരംപോലും പറഞ്ഞില്ല. വരാന്തയിൽ വന്നു നിൽക്കുന്ന ആരോടും ഒന്നും പറയാൻ പോയില്ല. പൊലീസുകാരെ അയച്ചു തോട്ടിനപ്പുറം വന്നുകൂടാറുള്ള

ആളുകളെ ആട്ടിപ്പായിക്കാനുംപുറപ്പെട്ടില്ല. അതിനുപകരം കിഴക്കുവശത്തുള്ള മതിൽ ഒന്നു കൂടി ഉയർത്തിക്കെട്ടണമെന്നയാൾ ജയിൽ വകുപ്പിന് എഴുതിയയച്ചു. ഡെറ്റിന്യൂകൾ താമസിക്കുന്നത് ആ വശത്താണ്. അവർക്കു മതിൽ എടുത്തു ചാടിപ്പോകാൻ ഒരു വിഷമവുമില്ല. ഹസാരിബാഗ് ജയിലിൽ അങ്ങനെ ഒരു സംഭവം ഉണ്ടായതായി അറിവുണ്ട്.

വണ്ടികൾ നിറയെ ഇഷ്ടികകളും ചരലും സിമന്റും എത്തി. രണ്ടു മൂന്നു ഡസൻ മേസ്ത്രിമാർ ഒന്നിച്ചാണു പണി. കഴിയുന്നതും വേഗം പണിതീർക്കണം.

വിനോദൻ പണി നോക്കാൻ ചെന്നപ്പോൾ അപ്പുറത്തുള്ള കുട്ടികൾ ചോദിച്ചു: "സർ ഇനി എത്രത്തോളം കെട്ടിപ്പൊക്കും മതിൽ?

വിനോദൻ പറഞ്ഞു: "എന്താ ചെയ്യുക. പറയൂ. മേലധികാരികൾ വിചാരിച്ചപോലെയല്ലേ കാര്യങ്ങൾ നടക്കുക. ആകാശത്തേക്കു നോക്കാനും എന്തു രസം! ചന്ദ്രൻ, സൂര്യൻ, കാർമേഘങ്ങൾ, വെൺമുകിലുകൾ! ആഹാ! പുറത്തേക്കു നോക്കി എന്തിനു വിഷമിക്കുന്നു വെറുതെ? ചുവരിനുമുണ്ട് ചെവി, ആര് എവിടെനിന്നാണ് റിപ്പോർട്ടു ചെയ്യുക എന്നറിയാൻ പണിതന്നെ."

മതിൽ ആകാശത്തോളം പൊങ്ങി തോട്ടിനക്കരെ നിൽക്കുന്നവരെ മറച്ചു. എന്നാലും പ്രഭാതമായാൽ പൊതുജനമെന്ന സമുദ്രത്തിന്റെ ഗർജനം ഇക്കരെവരെ എത്താതെ പോകാറില്ല. വിനോദനു പേടിയാകും. ഒന്നേയുള്ളു രക്ഷ. ഇതും വെറും മുഖത്തുനിന്നു പുറപ്പെടുന്ന ഗർജനമാണ്, തോക്കിൽ നിന്നുള്ളതല്ല. ഈ ഗർജനം മനസിന്റെ സ്വൈര്യം കെടുത്തും. എന്നാലും മതിൽപൊളിക്കാനാവില്ല. മനസിനെ ഒന്നുകൂടെ ശക്തിയായി നിയന്ത്രിക്കണം, എന്നാലേ അവിടേക്കൊന്നും ഏശാതിരിക്കയുള്ളൂ.

പകിട മറിഞ്ഞുവീണു. രാഷ്ട്രം സ്വതന്ത്രമായി, കുമുദനാഥൻ ഇന്ന് ഒരു മന്ത്രിയാണ്. ഇന്ദുറാണി ചിരിച്ചുകൊണ്ടു പറഞ്ഞു: "രാജബന്ദിയുടെ ബന്ധനാവസ്ഥ കഴിഞ്ഞിരിക്കുന്നു. ഇപ്പോൾ രാജാവായിരിക്കുകയാണ്."

കുമുദനാഥൻ അതിനു തക്ക മറുപടി പറഞ്ഞു: "നീയും ഇന്ദുറാണിയല്ലാതായിക്കഴിഞ്ഞിരിക്കുന്നു. ഇന്ദുവെന്നു ചേർക്കാതെയാണ് ഇനി നിന്നെ ഞാൻ വിളിക്കാൻ ഭാവം."

ഇംഗ്ലീഷുകാർ ഇത്ര വലിയ ഒരു രാജ്യം ഇട്ടെറിഞ്ഞിട്ടു പോകുമെന്നു സ്വപ്നത്തിൽപ്പോലും വിചാരിച്ചില്ല.

കുമുദനാഥൻ പറഞ്ഞു: "സ്വന്തം മനസാലെ പോയതാണോ? ഈ നാട്ടിൽ പൊറുക്കുക സാധ്യമല്ല എന്നു കണ്ടിട്ട് കെട്ടുകെട്ടിയതല്ലേ?"

പുരികം ചുളിച്ചുകൊണ്ടു ഇന്ദുറാണി പറഞ്ഞു : "നിങ്ങളുടെ കഴിവും വകവെച്ചുതരികതന്നെ വേണം. തോക്കുകളുടെ നടുവിൽ നിന്നുകൊണ്ട് വായകൊണ്ടു പ്രസംഗിക്കുക, പ്രവർത്തനത്തിൽക്കൂടെ ജയിലിൽച്ചെന്ന് കണ്ടതെല്ലാംതിന്ന്, കളിച്ചുചിരിച്ചും മദിച്ചു തിമിർത്തും......"

കുമുദനാഥൻ അതു സമ്മതിച്ചുകൊടുത്തില്ല. "നമ്മളൊക്കെ ആരാ? ഇംഗ്ലീഷുകാരെ ആട്ടിപ്പായിച്ചതു ജയിലിനുപുറത്തുള്ള ലക്ഷോപലക്ഷം പേർ ചേർന്നിട്ടാണ്. രാജാവെന്നു പറയേണ്ടത് അവരെയൊക്കെയാണ്. നമ്മളെ സ്നേഹിക്കുന്നു. നമ്മളെ അങ്ങേയറ്റം വിശ്വസിക്കുന്നു. അവരെ സേവിക്കുന്നതിനാണു ഞാൻ ഈ സ്ഥാനം സ്വീകരിച്ചിരിക്കുന്നത്."

ഒരു കൊല്ലം കഴിഞ്ഞു. ഔദ്യോഗികവസതിയിലാണ് ഇപ്പോൾ അവരുടെ താമസം. വലിയ വലിയ ഹാളുകൾ, വിശാലമായ കോമ്പൗണ്ട്. കാർപ്പറ്റ് വിരിച്ച മോടിയുള്ള കോണി. ഇന്ദുറാണി കഴിഞ്ഞ പതിനാറു സംവത്സരങ്ങൾ വാടകവീടിന്റെ ഒരു ചെറിയ മുറിയിലാണ് പാർത്തിരുന്നത്. രാവിലെയും വൈകുന്നേരവും അടുപ്പിൽ തീ പിടിപ്പിക്കാൻ ഇരുന്നാൽ കണ്ണിലെയും മൂക്കിലെയും വെള്ളം ഒന്നാവും. അതെല്ലാം ഇപ്പോൾ വെറും ദുഃസ്വപ്നംപോലെ തോന്നുന്നു.

തിങ്കളും വ്യാഴവും ആണ് പൊതുജനങ്ങൾക്കു കുമുദനാഥനെ കാണാൻ നിശ്ചയിച്ചിട്ടുള്ള ദിവസം—രാവിലെ എട്ടുമണിമുതൽ ഒൻപതരവരെ.

ആളുകൾ 'ക്യൂ'വിൽ നിൽക്കും. നിഖിലനാണ് പേഴ്സണൽ സെക്രട്ടറി. വേണ്ട കൂടിയാലോചനകൾക്കുശേഷം ഓരോരുത്തരെയായി വിളിച്ചു രണ്ടാം നിലയിൽ ഇരിക്കുന്ന കുമുദനാഥന്റെ മുറിയിലേക്കു കൂട്ടിക്കൊണ്ടുപോകും. 'ടൺ' എന്നു മണിയിൽ ഒമ്പതര അടിക്കുന്നതു കേൾക്കേണ്ട താമസം, നിഖിലൻ പുറത്തേക്കു വന്നു പൊതുജനങ്ങളെ അറിയിക്കും. "ഇന്നത്തെ ഇന്റർവ്യൂവിനുള്ള സമയം കഴിഞ്ഞിരിക്കുന്നു. ഇനി നിങ്ങൾ പോയിട്ടുവരിൻ ജയ്ഹിന്ദ്!"

ഇന്ദുറാണിക്ക് ഈ ശീലമില്ലാത്ത ആചാരങ്ങളുമായി ഇണങ്ങിപ്പോകാൻ കഴിഞ്ഞില്ല. ഈ വലിയ കൊട്ടാരം രോഗിണിയായ തന്നെ വിഴുങ്ങികളഞ്ഞപോലെ, ഇപ്പോൾ ജയിലിൽ അല്ലെങ്കിലും കുമുദനാഥനെ അരമിനിട്ടുപോലും ഒന്നു കാണാൻ ഇടകിട്ടാതായിരിക്കുന്നു. വല്ല അത്യാവശ്യമായ കടലാസും എടുക്കാനുണ്ടെങ്കിൽ മാത്രമേ അയാൾ സന്ധ്യയ്ക്കുമുൻപേ വീട്ടിൽ വരാറുള്ളൂ. വന്നാൽത്തന്നെ ഫയലുകളുടെ നടുവിൽ ചെന്നിരിക്കും. ഒരു ദിവസം ഇന്ദുറാണി തട്ടത്തിൽ പഴങ്ങളും പലഹാരങ്ങളും എടുത്തുകൊണ്ടു വാതിൽക്കൽ വന്നുനിന്നു. നടക്കുന്ന ശബ്ദംകേട്ടു കുമുദൻ തല പൊക്കി നോക്കി ചോദിച്ചു: "എന്താ?"

"നമ്മുടെ നിഖിലബാബുവിനെ മുഖസ്തുതി പറഞ്ഞു സന്തോഷിപ്പിച്ചിട്ട് ഇന്റർവ്യൂവിനു വന്നതാണ്. അന്ന് ചെയ്യാറുള്ളപോലെ. ഓർമയില്ലേ?"

"ഇരിക്കൂ."

ഇന്ദുറാണി ഇരുന്നു. അന്നു രാവിലെ നടന്ന ഒരു സംഭവം ഓർത്തുകൊണ്ടു ഇന്ദുറാണി ചോദിച്ചു: "ഒരു മനുഷ്യന് മറ്റൊരു മനുഷ്യന്റെ അടുക്കലേക്ക് കടന്നുവരണമെന്നുണ്ടെങ്കിൽ അതിന് ഇത്രയെല്ലാം കഠിനമായ നിയമങ്ങൾ എന്തിനാണ് ഉണ്ടാക്കിവെച്ചിരിക്കുന്നത്?"

"തോന്നിയതുപോലെ കടന്നുവരാൻ സമ്മതിച്ചാൽ ജോലിക്കു തടസമാവും. പോരെങ്കിൽ കാണാൻ വരുന്നവരിൽ പലർക്കും പലതാവും ഉദ്ദേശ്യം. എല്ലാവരേയും സന്തോഷിപ്പിക്കാൻ സാധ്യമല്ല. ആവുകയുമില്ല."

ഇന്ദുറാണി പറഞ്ഞു: "പലരും അപ്രസന്നരായിട്ടാണ് ഇന്നു തിരിച്ചു പോയത്. ഗേറ്റിൽ വന്നുനിന്ന് എന്തെല്ലാം മുദ്രാവാക്യങ്ങൾ മുഴക്കിയിട്ടാണ് അവർ തിരിച്ചുപോയത്! അവർക്കു നമ്മളെ പേടിയുണ്ടോ?"

കുമുദൻ പറഞ്ഞു: "പേടിക്കേണ്ട വിധത്തിൽ തന്നെയാണു സംഗതികൾ നടന്നത്—ഉണ്ണാനില്ല, ഉടുക്കാനില്ല. മനുഷ്യർ ചാവാതെ ചാവുന്നു. നിഖിലൻ ഫോൺ ചെയ്തതനുസരിച്ച് രണ്ടു ലോറി നിറയെ ട്രിമ്ഡ് പൊലീസ് വന്നെത്തി, അപ്പോഴാണ് തിരക്കൊഴിഞ്ഞത്."

ഇന്ദു പറഞ്ഞു: "നമ്മൾ ഇങ്ങനെ എന്നും പൊലീസ് കാവലിൽ കഴിഞ്ഞു കൂടണമെന്നോ?"

"മനുഷ്യരിൽ ചെകുത്താന്മാരും ഉണ്ട്. സൂക്ഷിച്ചിരിക്കയാണു ഭേദം."

ഇന്ദുറാണിക്ക് ഒരിക്കൽതോന്നി—ഈ ജോലി രാജിവെക്കാൻ പറഞ്ഞാലെന്താ? പണ്ടിരുന്നതുപോലെ വാടകവീട്ടിൽ ചെന്നു താമസിക്കാം നമുക്ക്..... പക്ഷേ, അന്നത്തെ ജീവിതം ഓർക്കുമ്പോൾ ഞെട്ടിപ്പോകുന്നു. ഈ പ്രസാദങ്ങൾ, ഈ രാജസുഖങ്ങൾ, ഈ സ്ഥാനവും മാനവും — ഇതൊക്കെ എല്ലായിടത്തും കിട്ടുമോ?

അവൾ പറഞ്ഞു: "അവർ വലതുകൈ ചുരുട്ടിപൊക്കി ഇതിന്നൊരു പ്രതിവിധി ചെയ്യണം എന്നു വിളിച്ചു പറയുന്നത് കേട്ടല്ലോ."

കുമുദനാഥൻ ഗൗരവത്തോടെ പറഞ്ഞു: "പ്രതിവിധി ചെയ്യുക തന്നെ വേണം."

വണ്ടികൾ നിറയെ ഇഷ്ടികകളും ചരലും കുമ്മായവും വന്നു ചേർന്നു. ഇന്ദുറാണിചിരിച്ചു കളിയാക്കിക്കൊണ്ടു പറഞ്ഞു: "മതിൽ കെട്ടിപ്പൊക്കി രാജാവിനെ ബന്ദി(തടവുകാരൻ) യാക്കാനാണു ഭാവം എന്നു തോന്നുന്നു."

കുമുദൻ പറഞ്ഞു: "എന്തൊരു വൃത്തികെട്ട കൂട്ടർ! മതിൽ എടുത്തു ചാടി കോമ്പൗണ്ടിൽ പ്രവേശിക്കാനും മടിക്കില്ല ഇവറ്റ. ഇവറ്റയ്ക്കരുതാത്തതായി ഒന്നുമില്ല."

ഇതിനിടയ്ക്ക് നിഖിലൻ വന്നു പറഞ്ഞു: "കൺട്രാക്ടർ ഒന്നു നേരിട്ട് കാണണമെന്നു പറയുന്നു. മതിലിന്മേൽ മുള്ളുവേലി വയ്ക്കേണ്ടത് എങ്ങനെയാണെന്ന് ഒന്നു പറഞ്ഞു ധരിപ്പിക്കണം."

ഇന്ദുറാണി അവിടന്നു പതുക്കെ നീങ്ങിനിന്നു. ഗാന്ധിതൊപ്പി വെച്ച കൺട്രാക്ടർ കടന്നു വന്നു — തുടുത്ത മുഖം, കുമുദനാഥൻ അയാളുടെ മുഖത്തേക്കു നോക്കി.

തലകുനിച്ച് സബഹുമാനം നമസ്കരിച്ചിട്ടു കൺട്രാക്ടർ പറഞ്ഞു: "സർ, എന്നെ അറിയില്ലേ? റിട്ടയർ ആയശേഷം കൺട്രാക്ട് പണി തുടങ്ങിയിരിക്കുകയാണ്."

അയാൾ ഗാന്ധിത്തൊപ്പി തലയിൽനിന്ന് എടുത്തു--കഷണ്ടിത്തല കിടന്നു മിന്നുന്നു. അത് വിനോദ് സമാദ്ദാർ ആയിരുന്നു.

ആചാര്യന്റെ പൗത്രവധു

പ്രബോധ്കുമാർ സന്യാൽ

ഒരു മുഖവുരയോടുകൂടെ ആചാര്യനവർകളുടെ കുടുംബത്തെ പരിചയപ്പെടുത്തേണ്ട ആവശ്യമില്ല. എന്നാൽ നാസ്തികവാദം, ഭക്തിയില്ലായ്മ, സംശയം മുതലായവ സർവത്ര നടമാടുന്ന ഈ യുഗത്തിൽ ഇത്തരത്തിലുള്ള ഒരു കുടുംബം പുത്തരിയായിരിക്കും, എന്നു പറഞ്ഞാൽ പലർക്കും ആശ്ചര്യമാവും. മനുഷ്യർ ഇന്ന് താൻതന്നെ നിർമിച്ച ശാസ്ത്രപരിഷ്കാരത്തിൽ കുടുങ്ങി സ്വയം വിവശനായിരിക്കുകയാണ്. സംഘർഷസങ്കുലമായ ജീവിതത്തിൽ ഒരേ ഒരു ആശ്വാസം അദൃശ്യനായ ഈശ്വരൻ മാത്രമായിരുന്നു. എന്നാൽ അനേകം യന്ത്രശകുനങ്ങൾ (വിമാനങ്ങൾ) ആ ഈശ്വരൻ ഇരിക്കുന്ന ഇടവും മറയ്ക്കുമാറ് ചിറകുവിരിച്ചു പറന്ന് താണ്ഡവദാഹത്താൽ മനുഷ്യന്റെ സ്വൈരം കെടുത്തുകയാണ് ഇന്ന്. ലോകത്തെ നേരെ നടത്തേണ്ടവർതന്നെ ആത്മാപമാനത്താലും മരണോന്മുഖരായിരിക്കുന്നു. ഈ സമാധാനവും സ്വൈരവും നശിച്ച ജീവിതക്രമത്തിന് എവിടെയെങ്കിലും ഒരു വ്യതിക്രമം കാണപ്പെടുകയാണെങ്കിൽ ആശ്ചര്യപ്പെടാതെ എന്തു ചെയ്യും?

എനിക്കറിയാം—ആചാര്യനവർകളെപ്പറ്റി പറയുമ്പോൾ ഇതിനൊന്നും അത്ര പ്രസക്തിയില്ല. എന്നാലും ഈ ഇരുപതാംനൂറ്റാണ്ടിന്റെ വിഷമേറ്റ് ജർജര പ്രായമായ കൊൽക്കത്താമഹാനഗരത്തിന്റെ ഒത്ത നടുക്ക് ഇങ്ങനെ ഒന്നും കൂസാതെ കഴിഞ്ഞുകൂടുന്ന ഭേദപ്പെട്ട ഒരു തറവാട് വിസ്മയജനകമാവാതിരിക്കുമോ? ബംഗാളിലെ ഒരു അതിപുരാതനമായ പുരോഹിതവംശത്തിന്റെ പാരമ്പര്യം സംരക്ഷിച്ചുകൊണ്ട് കഴിഞ്ഞുപോരുകയാണ് ആ തറവാട്ടുകാർ. ലോകം മുമ്പോട്ടു നീങ്ങുകയാണെന്ന വർത്തമാനം അവർ അറിഞ്ഞിട്ടില്ല. സംസ്കൃതമല്ലാതെ വേറെയുമുണ്ട് ഐശ്വര്യശാലികളായ ഭാഷകൾ എന്ന് അവർക്ക്

നിശ്ചയമില്ല. ആശ്ചര്യമല്ലേ? രാവിലെയും വൈകിട്ടും പൂജാപാരായണാദികൾ, ഗംഗാസ്നാനം, വേദമന്ത്രോച്ചാരണം, ദീപാരാധന, നാരായണസേവ, പൗരാണികകഥാകഥനം—ഈ കുടുംബത്തിൽ ഇതൊക്കെയാണ് കുലക്രമാഗതമായിട്ടുള്ള നിത്യകർമം. ഇതിന് ഇടയ്ക്ക് ഒരു വിഘ്നവും വരുത്താറില്ല; ഒരു വ്യതിയാനവും സംഭവിക്കാറില്ല. ഒരു തരത്തിലുള്ള ആലസ്യത്തിനും ഇവിടെ കടന്നുകൂടാൻ ഇടംകിട്ടാറില്ല. അതികഠിനവും അപ്രതിരോധ്യവുമായ ഒരു ചുവർ ഈ കുടുംബത്തെ ലോകത്തിലെ എല്ലാ ഒച്ചപ്പാടുകളിൽനിന്നും വളരെക്കാലമായി ഒറ്റപ്പെടുത്തി നിർത്തിയിരിക്കുകയാണ്. ഈ കുടുംബത്തിലെ നവജാതകനായ ശിശുവിനെപ്പോലും ഇതിനുതക്ക വിദ്യാഭ്യാസവും പരിശീലനവും നൽകി നവവല്ലരിയെപ്പോലെ വളർത്തിക്കൊണ്ടു വരാനാണ് ശ്രദ്ധിക്കാറുള്ളത്. എന്നാലോ? എല്ലാം എത്രയും സ്വാഭാവികവും സരളവും സൗമനസ്യപൂർണവുമായ മട്ടിൽ ഒരിടത്തും നിർബന്ധം വേണ്ടിവന്നിട്ടില്ല. ഒരാൾക്കും ഒരു താക്കീത് ആവശ്യമായി വന്നിട്ടില്ല. കൊൽക്കത്തയിലെ പൊരിയുന്ന മരുഭൂമിയിൽ ഛായശീതളമായ വനഭൂമിയിലെ ഒരു സരോവരം പോലെ.

ഈ വിധത്തിലെല്ലാമുള്ള ഒരു കുടുംബത്തിൽ അന്ന് നടന്ന വിവാഹം കുറെ പുതുമയുള്ള ഒന്നുതന്നെയായിരുന്നു. വിവാഹചരിത്രത്തെപ്പറ്റി വിശേഷിച്ചൊന്നും പറയാനില്ല. ആചാര്യനവർകളുടെ ഒരു ശിഷ്യനും ദേവഗ്രാമവാസിയുമായ കേശവചന്ദ്രന്റെ പുത്രി മല്ലികയെ തന്റെ പൗത്രനെക്കൊണ്ടു വിവാഹം ചെയ്യിച്ചുകൊള്ളാമെന്ന് ആചാര്യൻ പ്രതിശ്രുതി ചെയ്തിട്ടുണ്ടായിരുന്നു. എന്താണ് ഈ പ്രതിശ്രുതിക്കു കാരണം എന്ന ചോദ്യം ഇവിടെ തൽക്കാലം ചർച്ചാവിഷയമാക്കാതിരിക്കുക. വാക്കുകൊടുത്തിട്ടുണ്ടായിരുന്നു എന്നു പറഞ്ഞാൽത്തന്നെ പ്രകൃതത്തിലേക്കു ധാരാളമായി. എന്നാൽ ഈ സത്യം പാലിക്കുന്നതിനു വളരെ വലിയ ഒരു വിലയാണ് ആചാര്യനവർകൾക്ക് കൊടുക്കേണ്ടിവന്നത്. കാരണം ആചാര്യകുടുംബത്തിൽ ബാല്യവിവാഹമാണ് പണ്ടുമുതലേ പതിവ്. വധു അക്ഷരാഭ്യാസമുള്ളവളായിരിക്കുക എന്നത് അവരുടെ വംശത്തിന്റെ സംസ്കാരത്തിനു പാടേ നിരക്കാത്തതായിരുന്നു. എന്നാൽ സത്യഗ്രഹിയായ ബ്രാഹ്മണൻ വാക്കുമാറ്റാതെ നല്ല പഠിപ്പുള്ള മല്ലികയെ പൗത്രൻ ഹരിമോഹനനെക്കൊണ്ടു വിവാഹം ചെയ്യിച്ചു. മല്ലികയ്ക്ക് ഇതുപത്തിരണ്ടു വയസുകഴിഞ്ഞിരുന്നു. ഹരിമോഹനന് ഇരുപത്തഞ്ച്. കുടുംബമാകെ അത്യുൽക്കടമായ ഉൽക്കണ്ഠയാൽ സ്തംഭിച്ചുപോയി.

കൂട്ടുകുടുംബമാണെങ്കിലും ആചാര്യന്റെ സാമ്പത്തികസ്ഥിതി ഒട്ടും മോശമായിരുന്നില്ല. വേലക്കാരടക്കം രണ്ടുനേരവും നൂറ്റമ്പതുപേർക്ക് ആഹാരം വേണം. പഴയകാലത്തെ പ്രതാപത്തെസൂചിപ്പിക്കുന്ന ഗൃഹസജ്ജീകരണങ്ങൾകൊണ്ട് വീടാകെ നിറഞ്ഞിരിക്കുന്നു. പഴയ ഓട്ടു പാത്രങ്ങളും പിച്ചളപ്പാത്രങ്ങളും ബംഗാളികളുടെ പൂർവകാല ചരിത്രത്തെ ഓർമിപ്പിക്കുന്നവയാണ്. വീട്ടിൽ ആകെ എത്ര അംഗങ്ങൾ

ഉണ്ട്, ആർക്ക്? ആരോട്? എന്തൊക്കെയാണ് ബന്ധം എന്ന് മല്ലികയ്ക്ക് ഇതുവരെ അറിയാൻ കഴിഞ്ഞിട്ടില്ല. അവൾ ഓരോ മുറിയായി കയറിയിറങ്ങി നോക്കാൻ തുടങ്ങി. അവളെക്കണ്ടിട്ട് വീട്ടിലെ അമ്മമാരും കൊച്ചമ്മമാരും അടുക്കളവേലക്കാരികളും അവരവരുടെ ഊർന്നു കിടക്കുന്ന സാരിത്തല തലയിലേക്കു വലിച്ചിട്ടു. കുട്ടികൾ ഓടിയൊളിച്ച് അവളെ പതുങ്ങിനോക്കി. അവിവാഹിതകളായ പെൺകിടാങ്ങൾ പകച്ചുനിന്നു. ആദ്യം തന്നോട് ആരും വർത്തമാനം പറയാൻ വരാത്തതെന്തെന്ന് അറിയാൻ അവൾക്കു കൗതുകം തോന്നി. പിന്നീട് വളരെനേരം കഴിഞ്ഞു. തന്റെ മുറിയിൽ തിരിച്ചു വന്നപ്പോഴാണ് തന്റെ കാലിൽ ചെരിപ്പുണ്ടെന്നും അതാണ് വീട്ടുകാരെ സംഭ്രമിച്ചതെന്നും മല്ലികയ്ക്ക് മനസിലായത്. അവൾക്കു ശ്വാസംമുട്ടുന്നപോലെ തോന്നി.

പുതിയ ഭാര്യാഭർത്താക്കന്മാർ എങ്ങനെയാണ് ആദ്യമായി സംഭാഷണം തുടങ്ങേണ്ടതെന്ന് ആരും പഠിപ്പിക്കേണ്ട ആവശ്യമില്ല. ആരും പഠിപ്പിക്കാതെ തന്നെ ആ ഒരു ഘട്ടത്തെ അവർ തരണംചെയ്യും. സ്വല്പഭാഷിയും അതിവിനമ്രനുമായ ഹരിമോഹനൻ അന്നു മുറിയിലേക്കു കടന്നു ചെന്നപ്പോൾ മല്ലിക പറഞ്ഞു: "കുളികഴിഞ്ഞു വരികയാണെന്നു തോന്നുന്നു. മുടി ചീവിയൊതുക്കിയില്ലല്ലോ?"

ഹരിമോഹനനന്റെ മുഖം തുടുത്തതും സുന്ദരവുമാണ്. ഈ കുടുംബത്തിൽ അയാൾ 'പ്രിയദർശനൻ' എന്ന പേരു സമ്പാദിച്ചു കഴിഞ്ഞിരിക്കുന്നു. അയാൾ ചിരിച്ചുകൊണ്ട് മുഖത്തേക്കു വീണുകിടന്നിരുന്നമുടി രണ്ടുകൈകൊണ്ടും പിന്നിലേക്ക് ഒതുക്കി വയ്ക്കുവാൻ തുടങ്ങി.

മല്ലിക പറഞ്ഞു: "എന്താണിത്? കൈകൊണ്ടാണോ മുടിയൊതുക്കുക? അവൾ അലമാര തുറന്ന് അതിൽനിന്ന് ഒരു ചീർപ്പും ബ്രഷും എടുത്ത് അയാൾക്കു കൊടുത്തു.

ഹരിമോഹനൻ ചിരിച്ചുകൊണ്ടു പറഞ്ഞു: "വേണ്ടവേണ്ട, ഇതു പൂജയ്ക്കുള്ള സമയമാണ്, ചീർപ്പു തൊടാൻ പാടില്ല. നമ്മുടെ തറവാട്ടിലുള്ള കുട്ടികൾ ആരും ചീർപ്പു തൊടാറില്ല. നിനക്ക് ഇതറിഞ്ഞുകൂടായിരിക്കും, അല്ലേ?"

മല്ലിക പറഞ്ഞു: "അതുകൊണ്ടുതന്നെയായിരിക്കും എല്ലാവരുടേയും തലമുടി വെട്ടിനിറുത്തിയിരിക്കുന്നത്. കണ്ടാൽ കദംബപുഷ്പംപോലെ."

"അതെ, അതുതന്നെ." തർക്കത്തിനു നിൽക്കാതെ അയാൾ മല്ലിക പറഞ്ഞതു വേഗം സമ്മതിച്ചു. എന്നിട്ട് 'സോമൻ' എടുത്തുടുത്ത് ഉച്ചിക്കുടുമ പിടിച്ചുകെട്ടി. ഉറക്കെ ചിരിക്കുകയോ പൊട്ടിക്കരയുകയോ വേണ്ടതെന്നു മല്ലികയ്ക്കു പെട്ടെന്ന് തീരുമാനിക്കുവാൻ കഴിഞ്ഞില്ല.

തന്റെ മുറിയിൽ പത്മിനിയുടെ അടുത്ത് അധികനേരം നിൽക്കുവാൻ ഹരിമോഹനനു ധൈര്യം വന്നില്ല. രാത്രി—അതും എല്ലാവരും കിടന്നുകഴിഞ്ഞശേഷം—മാത്രമേ ഈ തറവാട്ടിൽ ഭര്യാഭർത്താക്കന്മാർ തമ്മിൽ കാണുകയും സംസാരിക്കുകയും പതിവുള്ളൂ, അതാണു നിയമം. ഒരുവിധം പറഞ്ഞൊഴിഞ്ഞ് ഹരിമോഹൻ പതുക്കെ പുറത്തേക്കു

കടക്കാൻ തുടങ്ങിയപ്പോൾ മല്ലിക വീണ്ടും വിളിച്ചു: "രാവിലെ എന്തോ പറയാനുണ്ടെന്നു പറഞ്ഞിരുന്നല്ലോ."

ഹരിമോഹനൻ തിരിഞ്ഞുനിന്നു: "ഉവ്വ്, പറഞ്ഞിട്ടുണ്ടായിരുന്നു. എന്നെ തെറ്റിദ്ധരിക്കരുത്. അവരൊക്കെയാണ് ഓരോന്നു പറയുന്നത് നീ പുസ്തകം വായിക്കുന്നത് അവർ കണ്ടിരിക്കുന്നു."

"പുസ്തകം വായിച്ചുകൂടേ?"

ഹരിമോഹൻ ചിരിച്ചുകൊണ്ട് പുറത്തേക്ക് ഓടിപ്പോയി. ഇനി അന്നു രാത്രിയാകെ അയാളെ കാണാൻ കഴിയുകയില്ലെന്നു മല്ലികയ്ക്കറിയാം.

മാംസാഹാരം ഒരു മരുന്നിനുപോലും ഈ തറവാട്ടിൽ അന്വേഷിച്ചാൽ കിട്ടുകയില്ല. കറികളാണെങ്കിൽ മധുരരസപ്രധാനം. എങ്ങനെയാണ് അതു കഴിക്കുക? സാരിയോടൊപ്പം ജാക്കറ്റ് എപ്പോഴും ഇട്ടുകൊണ്ടു നടക്കുന്നത് ഇവിടെ സ്ത്രീകളുടെ ആക്ഷേപത്തിനു കാരണമാണ്. പുലർച്ചയ്ക്ക് എഴുന്നേറ്റു കുളിച്ചില്ലെങ്കിൽ മഹാപരാധമായി കരുതപ്പെടുന്നു. ഈ വിധത്തിലുള്ള അന്തരീക്ഷത്തിലല്ല മല്ലിക വളർന്നത്. ഇതിൽ അവളെ കുറ്റപ്പെടുത്തിയിട്ട് കാര്യമില്ല. ദിവസം ചെല്ലുംന്തോറും തന്നോട് അക്ഷന്തവ്യമായ അപരാധമാണു ചെയ്തിരിക്കുന്നതെന്ന വിശ്വാസം അവളിൽ അടിയുറച്ചുവന്നു. തന്നെ പ്രകാശത്തിൽനിന്നും വായുവിൽനിന്നും അകറ്റി ഒരു പടുകുഴിയിൽ തള്ളിയിരിക്കയാണ്—ഈ അത്ഭുതകരമായ ലോകത്തിലാണു തനിക്കിനി ജീവിക്കേണ്ടി വരിക—ഇതെല്ലാം ഓർത്തപ്പോൾ മല്ലിക നടുങ്ങിപ്പോയി.

ഹരിമോഹനൻ ഒരുദിവസം പതുങ്ങിപ്പതുങ്ങിവന്നു പുറകിൽനിന്നു രണ്ടു കൈകൊണ്ടും പത്നിയുടെ രണ്ടു കണ്ണുംപൊത്തി. ഹരിമോഹനന്റെ ബലിഷ്ഠവും സുന്ദരവുമായ കൈകൾക്ക് പുഷ്പങ്ങളുടെയും കൂവളത്തിലകളുടെയും ചന്ദനത്തിന്റെയും മൃദുമധുരഗന്ധവുമുണ്ട്. മല്ലിക ഗൗരവത്തോടെ രണ്ടു കൈകളും പിടിച്ചുമാറ്റിയിട്ടു പറഞ്ഞു: "മനസിലായി വിടൂ എന്നെ."

ഹരിമോഹനന്റെ ചിരിയെല്ലാം പോയി, മുമ്പിലുള്ള കണ്ണാടിയിൽ കണ്ണുകൾ പതിഞ്ഞപ്പോൾ, പതിയും പത്നിയും അടുത്തടുത്തു നിൽക്കുന്നതായി കാണപ്പെട്ടു. ഒരാൾക്കു മറ്റൊരാളുമായി എന്തൊരന്തരം! മല്ലികയുടെ മുഖത്തു പൗഡറിന്റെ തിളക്കം, കണ്ണിൽ സുറുമ, കവിളിൽ ചുറ്റിച്ചുരുണ്ട അളകങ്ങൾ ലതപോലെ വീണുകിടക്കുന്നു. അവളുടെ അരികിൽ ആചാര്യന്റെ പൗത്രൻ, തലയിൽ കേശശിഖ, ചെറുതായി കത്രിച്ച മുടി, കഴുത്തിൽ പൂണൂൽ, കണ്ണുകളിലും മുഖത്തും വിദ്യയെയും ബുദ്ധിയെയും അപേക്ഷിച്ചു സാരള്യസാത്വിക ഭാവങ്ങൾ. രസികത്വമല്ല കൗതുകബോധമാണ് അവയിൽ അധികം പ്രകടമായിരുന്നത്. സുന്ദരനായ ഒരു യുവാവുതന്നെ, സംശയമില്ല. ഇയാളെ സ്നേഹിക്കുക എന്നതും എളുപ്പമത്രെ. പക്ഷേ, വിദ്യാഭ്യാസത്തിന്റെ മിനുക്കിപ്പണിയും ബുദ്ധിയുടെ തീക്ഷ്ണതയും ഇല്ലെങ്കിൽ മല്ലിക എന്തു കാട്ടും? ഇയാളോടൊപ്പം കുടുംബജീവിതം അസാധ്യമാണ്. കാരണം കൂട്ടുകുടുംബ

ത്തിന്റെ ആവരണത്തിൽനിന്നു സ്വതന്ത്രമായ ഒരു സ്വകീയത ഇനിയും ഉണ്ടായിക്കഴിഞ്ഞിട്ടില്ല. ഇയാളുടെകൂടെ സാമുദായികജീവിതവും അസംഭവ്യം. കാരണം വീട്ടിനു പുറത്തെ ജീവിതയാത്രയുടെ ഗതിയെക്കുറിച്ച് ഇയാൾ തികച്ചും അജ്ഞനാണ്.

ഹരിമോഹനൻ പതുക്കെ ചോദിച്ചു: "ബൗ (വധു), നീയെന്നോടു കോപിച്ചുവോ?"

മല്ലിക പറഞ്ഞു: "എന്നെ ബൗ എന്നു വിളിക്കണതെന്തിന്? എനിക്കു പേരില്ലേ?"

"പേരു പറഞ്ഞുകൂടാ."

"എന്തുകൊണ്ടു പറഞ്ഞുകൂടാ? അപ്പോൾ ഞാനും നിങ്ങളുടെ പേർ പറഞ്ഞുകൂടെന്നു പറയൂ."

ഹരിമോഹൻ സ്തംഭിച്ചുപോയി. പത്നിക്കു ഭർത്താവിനെ പേർ പറഞ്ഞു വിളിക്കണംപോലും. ഇത് അയാൾക്ക് ഓർക്കുകപോലും വയ്യാത്ത കാര്യമാണ്. ഒരുപക്ഷേ, നേരമ്പോക്കു പറയുകയാവും എന്നു വിചാരിച്ച് അയാൾ ചിരിച്ചുകൊണ്ടു പറഞ്ഞു: "അതു പറയാനുണ്ടോ?"

"പറയാനുണ്ടോ ഇല്ലയോ എന്നൊക്കെ എനിക്കറിയാം. ഇവിടെ അതും പതിവില്ലെന്നു പറഞ്ഞേക്കൂ. നിങ്ങൾ മുറിക്കയ്യൻ കുപ്പായവും മേൽമുണ്ടും ധരിച്ചു പുറത്തൊക്കെ നടക്കുന്നതെന്തിനാണെന്നു കേൾക്കട്ടെ."

അവളുടെ സ്വരംകേട്ടിട്ടു ശാസിക്കുകയാണ് എന്നുതോന്നി. ഹരിമോഹനൻ പരിഭ്രമത്തോടെ അവളുടെ മുഖത്തേക്കുനോക്കി. എന്നിട്ടു പറഞ്ഞു: "ഞാൻ അങ്ങനെയാണു ശീലിച്ചിട്ടുള്ളത്. മഴക്കാലമായാൽ ഒരു കമ്പിളികൂടി മേലിടും."

മല്ലിക കഠിനസ്വരത്തിൽ പറഞ്ഞു:"കക്ഷത്തിൽ നിറം മങ്ങിത്തുടങ്ങിയകുട, മുറിയൻ കുപ്പായം, തോളിൽ ഒരു ഉത്തരീയം, എന്തുണ്ടു നിങ്ങൾക്കും ഒരു ക്ഷുരകനും തമ്മിൽ വ്യത്യാസം?"

ഹരിമോഹനൻ ഫലിതം പറഞ്ഞു: "വ്യത്യാസം എന്റെ നെറ്റിയിലെ ഗോപി."

"ഇല്ല, ഈവകശീലം നിങ്ങൾ മാറ്റണം. ഉത്തരീയം ഇട്ടോളൂ, ഒരു നഷ്ടവും വരാനില്ല. എന്നാൽ ദോത്തിയും ഫുൾഷർട്ടും ഇടാതെ പറ്റില്ല. കാലിൽ വിദ്യാസാഗർമാർക്കു ചെരിപ്പിനു പകരം ഷൂസ്."

"പക്ഷേ, മുത്തച്ഛൻ ദേഷ്യപ്പെടും."

മല്ലിക പറഞ്ഞു: "ഇതു ചെയ്താൽ കോപിക്കുമെന്നുണ്ടെങ്കിൽ ഒരുദിവസം ഉറങ്ങിക്കിടക്കുമ്പോൾ കത്രികയെടുത്ത് നിങ്ങളുടെ ഉച്ചിക്കുടുമ ഞാൻ മുറിച്ചുകളയും. ഛെ: ഛെ: എന്റെ ബന്ധുക്കളാരെങ്കിലും നിങ്ങളെ കണ്ടുപോയാൽ കഴുത്തിൽ കയറിട്ടു ചാവുകയാണു ഭേദം."

ഹരിമോഹനന്റെ മുഖത്തു ചിരി തീരെ കാണാതായി. അയാൾ ഭയാർത്തനായി ഒന്നും മിണ്ടാതെയിരുന്നു. വൃദ്ധനായ ആചാര്യനെ ഉന്നംവെച്ച് അവൾ തൊടുത്ത മുള്ളുവാക്ക് അയാളുടെ മർമത്തിൽത്തന്നെ തറച്ചു.

എന്നാൽ മല്ലിക അതുകൊണ്ടും മതിയാക്കിയില്ല. മുഖവും താഴ്

ത്തിയിരിക്കുന്ന ഹരിയോട് അവൾ പറഞ്ഞു: ''നിങ്ങൾ കൊൽക്കത്തയിൽത്തന്നെ വളർന്ന പുരുഷനല്ലേ? ഇന്നത്തെ പുതിയ പരിഷ്കാരങ്ങളൊന്നും തന്നെ നിങ്ങളുടെ കണ്ണിൽപ്പെടുകയുണ്ടാക്കിയിട്ടില്ലേ? ഇംഗ്ലീഷ് പഠിക്കാത്ത ഒരു കുട്ടിയെയെങ്കിലും കണ്ടിട്ടുണ്ടോ നിങ്ങൾ? മാനേഴ്സും പഠിച്ചിട്ടില്ല! എറ്റിക്കെറ്റുമില്ല!! കയ്യിൽ എന്തിനാണ് ഈ രുദ്രാക്കച്ചരടു കെട്ടിയിരിക്കണത്? എന്തു കിട്ടാനുണ്ട് ഇതുകൊണ്ട്?"

അപരാധം ചെയ്തവനെപ്പോലെയുള്ള മുഖഭാവത്തോടെ ഹരി പറഞ്ഞു: "നമ്മൾ ശൈവന്മാരല്ലേ, അതാണ്."

"തേങ്ങാക്കുലയാണ്! മതത്തോടു ഭക്തി ആവശ്യമാണ്, എന്നു വച്ചു വേഷം കെട്ടണമെന്നുണ്ടോ? നിങ്ങൾ ആശിക്കുന്നത് ഞാൻ നിങ്ങളെപ്പോലെയാകണമെന്നാണ്. അതുപോലെതന്നെ നിങ്ങൾ എന്നെപ്പോലെയാകണമെന്ന് എനിക്ക് എന്തുകൊണ്ട് ആശിച്ചുകൂടാ? മണിയടിയും പുഷ്പാഞ്ജലിയും ജപവും തപവും. ആളുകളുടെ മുമ്പിൽ തലപൊക്കിനിൽക്കാൻ വയ്യാതായി എനിക്ക്."

ഹരിമോഹനൻ സവിനയം പറഞ്ഞു: "ഞാൻ നിനക്ക് ചേർന്നവനല്ലേ ബൗ."

"അതെപ്പറ്റി ഞാൻ ഒന്നും പറഞ്ഞില്ലല്ലോ" മല്ലിക ചൊടിച്ചുകൊണ്ടു പറഞ്ഞു: "നിങ്ങളുടെ വിദ്യാഭ്യാസം, വാസന മുതലായതിനെ പറ്റിയാണു ഞാൻ പറഞ്ഞത്, മനുഷ്യനും കാടനും തമ്മിലുള്ള വ്യത്യാസത്തെപ്പറ്റിയാണ്."

ഹരിമോഹനൻ മല്ലികയെ മിഴിച്ചുനോക്കിക്കൊണ്ടു നിന്നു. പിന്നെ പതുക്കെ, വീട്ടിലുള്ളവരാരും കേൾക്കാതിരിക്കാൻ പ്രത്യേകം ശ്രദ്ധിച്ചുകൊണ്ട് ചോദിച്ചു: "ഞാൻ എന്തുവേണമെന്നാണ് നീ പറയുന്നത്?"

"ആരോടാണ് അതു ഞാൻ പറയേണ്ടത്? ഞാൻ പറയുന്നതു മനസിലാവുമെങ്കിലല്ലേ പറയാൻ പറ്റൂ? നിങ്ങൾ എന്നെങ്കിലും എന്നെ മനസിലാക്കാൻ ശ്രമിച്ചിട്ടുണ്ടോ?"

"ഇല്ല."

"ഒന്നു ശ്രമിച്ചിരുന്നെങ്കിൽ അറിയാമായിരുന്നുവല്ലോ; ഇവിടത്തെ മട്ട് ഇക്കാലത്ത് ആർക്കെങ്കിലും കണ്ടുസഹിച്ചിരിക്കാൻ കഴിയുമോ? ചുറ്റും ഉയർന്നമതിൽ, നാലുകെട്ടിലേക്കുള്ള വാതിൽ എപ്പോഴും അടച്ചിരിക്കും. പുറത്തുനിന്നു കാറ്റു കടക്കില്ല, ഒരു വർത്തമാനവും വരില്ല, ഒരു വിവരവും അറിയില്ല. ഇവിടെ ആർക്കെങ്കിലും ജീവിക്കാൻ കഴിയുമോ?"

ഹരിമോഹനൻ ചോദിച്ചു: "നിനക്ക് എന്താണു വേണ്ടത്?"

മല്ലിക പറഞ്ഞു: "നിങ്ങൾ തന്നത്താൻ ആലോചിച്ചു ചേയ്യേണ്ടതാണ് അത്. ഞാൻ ഡിബേറ്റിങ് ക്ലബ്ബിൽ നല്ലൊരു പ്രസംഗക ആയിരുന്നു."

''അതു മനസിലാകുന്നുണ്ട്.'' ഹരിമോഹൻ ചിരിച്ചുകൊണ്ടു പറഞ്ഞു.

"എത്ര ചിരിച്ചാലും നേര് നുണയാവില്ല. ആൾ ഇന്ത്യാലേഡീസ് കോൺഫറൻസിന്റെ ബ്രാഞ്ചുസെക്രട്ടറിയാണ് ഞാൻ. ഘോഷാനിവാരണ സമിതിയിലെ മെമ്പറാണ്. ഇതെല്ലാം വിട്ട് ഭട്ടാചാര്യന്റെ പൂജയും

പുഷ്പാഞ്ജലിയുമായിട്ടു കഴിഞ്ഞുകൂടണമെന്നാണോ നിങ്ങൾ പറയുന്നത്? ഭവാനീപുരം മഹിളാസമാജം സ്ഥാപിച്ചതു ഞാനാണെന്നു നിങ്ങൾക്കറിയാമോ? എനിക്ക് ഒരു പൊളിറ്റിക്കൽ കരിയർ ഉണ്ടെന്ന കഥ നിങ്ങൾ അറിഞ്ഞിട്ടില്ലേ? എല്ലാം ഒറ്റശ്വാസത്തിൽ പറഞ്ഞുതീർത്ത മല്ലിക കിതയ്ക്കുവാൻ തുടങ്ങി.

അപ്പുറത്ത് പൂജാഗ്രഹത്തിൽ നാരായണന്റെ ദീപാരാധനയ്ക്കു സമയമായിക്കഴിഞ്ഞിരുന്നു. "ഇപ്പോൾ വരാം" എന്നു പറഞ്ഞ് ഹരിമോഹനൻ പുറത്തു കടന്നു. അയാൾ വിചാരിച്ചു—എന്തൊരപകടം! ആരെയാണ് ഞാൻ ചെന്ന് കല്യാണം കഴിച്ചത്? ഇവളോടൊപ്പം വേണ്ടേ ഞാൻ ജീവിക്കാൻ!

മല്ലിക ജനാലയുടെ അരികിൽത്തന്നെ അനങ്ങാതെ ഇരുന്നു. തന്റെ ജീവിതം അപകടത്തിലാണെന്ന് അവൾ കണ്ടു. ഈ വിവാഹം കൊണ്ടും ലേശംപോലും അവൾ തൃപ്തിപ്പെട്ടിട്ടില്ല. ഹരിമോഹനന്റെ മുഖവും സ്വഭാവവും സ്നേഹിക്കത്തക്കതുതന്നെ എന്നതിൽ സംശയമില്ല. പക്ഷേ, അയാൾ ഒരു അന്ധഗുഹാവാസിയായിത്തീർന്നിരിക്കുകയാണല്ലോ. മല്ലിക കൊച്ചുകുട്ടിയൊന്നുമല്ല. അവൾക്കറിയാം-അഗ്നിശ്രാവിയായ യൗവനത്തിന്റെ മാദകരസം ഒരുദിവസം വരണ്ടുപോകും. അതിനുശേഷം തന്റെ ജീവിതം എല്ലാ വിധത്തിലും പരിഹാസ്യമായിത്തീരും. ഈ ചുറ്റുപ്പാടുകളെ സഹിച്ചുകൊണ്ടെങ്ങനെ ജീവിക്കും? അതായിരുന്നു അവളുടെ മുമ്പിൽ വന്നുനിന്ന വലിയ ചോദ്യം. കുറച്ചു സമയം മുമ്പു തന്റെ ആത്മാഭിമാനം ഹരിമോഹനന്റെ മുമ്പിൽ പ്രകടിപ്പിക്കുകയുണ്ടായി അവൾ. ഇതു തീരെ ഉചിതമായില്ലെന്ന് അവൾക്കറിയാം. എന്നാലും ഗത്യന്തരമില്ലാതെ അങ്ങനെ ചെയ്യേണ്ടിവന്നു. അവളുടെ മറ്റാവശ്യങ്ങൾ എന്തുമാകട്ടെ, പ്രാഥമിക ആവശ്യങ്ങൾ പോലും നടക്കാതെപോവുകയാണെങ്കിൽ ജീവിതം പാഴാവുകയില്ലേ? അവളുടെ അഭിരുചിക്കും വിദ്യാഭ്യാസത്തിനും അനുരൂപമായ എല്ലാം അവൾക്കു കിട്ടിയില്ലെങ്കിൽ അതിനായി ഉറച്ചുനിൽക്കുന്നത് ഒരു അപരാധമാണോ? അനുകൂലമായ പരിസ്ഥിതിയിൽ മാത്രമല്ലേ സ്നേഹവും പ്രേമവും എല്ലാം ഉണ്ടാവുകയുള്ളൂ?

മൂന്നുനാലു മാസങ്ങൾ അങ്ങനെ കഴിഞ്ഞു.

കുറെ ദിവസങ്ങളായിട്ട് മല്ലികയ്ക്കു മനസിന് ഒരു സുഖവുമില്ല. തനിക്കെതിരായി ആ കുടുംബത്തിൽ ഒരു ഗൂഢാലോചന നടക്കുന്നുണ്ടെന്നും തന്നെ അവിടെ ആർക്കും ഇഷ്ടമില്ലെന്നും അവൾക്കു മനസിലായി. അതിനാൽ നിറഞ്ഞ ആ തറവാട്ടിൽ താൻ എകാകിനിയാണെന്ന ഒരു ബോധം അവളെ പിടികൂടി. അവളുടെ കുളി, ഭക്ഷണം, വേഷം, അലങ്കാരം എല്ലാംതന്നെ ആ കുടുംബത്തിലെ ഒരേ അച്ചിലിട്ടു വാർത്ത ജീവിതചര്യയിൽനിന്ന് എത്രയും ഭിന്നമാണ്. അവിടത്തെ കാറ്റിനുപോലും വൈജാത്യമുണ്ടെന്ന് അവൾക്കു തോന്നി.

ഈ എകാന്തജീവിതം കൊണ്ടുണ്ടായ നിശ്ചലാവസ്ഥ അന്നൊരു

ദിവസത്തെ സംഭവംകൊണ്ടു പെട്ടെന്നു തകർന്നുവശായി.

നേരം ഉച്ചയായിരുന്നു. സാധാരണയായി ആ സമയത്ത് ഹരിമോഹനൻ പുരാണം വായിച്ചുകൊണ്ടും ശിഷ്യന്മാർക്കും ഭക്തന്മാർക്കും വേണ്ട ഉപദേശങ്ങളും മറ്റും ചെയ്തുകൊണ്ടും വീട്ടിൽത്തന്നെ ഇരിക്കുകയാണ് പതിവ്. എന്നാൽ അന്ന് ആചാര്യനോടൊപ്പം പുറത്തെവിടെയോ പോയിരിക്കയായിരുന്നു. ആ സമയത്ത് ഏതാനും സ്ത്രീകളും പുരുഷന്മാരും വീട്ടിൽ വന്നുകയറി. അവർ മല്ലികയെ കാണാൻ വന്നവരായിരുന്നു. സ്ത്രീകൾ താഴത്തെ നിലയിലെ ഇരിപ്പുമുറിയിൽ ഒരിക്കലും ചെന്നുകൂടെന്നാണ് ഇവിടത്തെ നിയമം. എന്നാൽ മല്ലിക ആ നിയമം ലംഘിച്ച് അതിസന്തോഷത്തോടെ ഇരിപ്പുമുറിയിലേക്ക് ഓടിച്ചെന്നു.

മൂന്നുപുരുഷന്മാരും അഞ്ചുസ്ത്രീകളും ഉള്ള ആ അതിഥി സംഘം മല്ലികയെക്കണ്ടപ്പോൾ ഒന്നിച്ച് ഉല്ലാസപൂർവം ഉറക്കെ സംസാരിച്ചുകൊണ്ട് ആ വീടാകെയിട്ടു കുലുക്കി. അവരുടെ ഓരോ വാക്കും പഴയ യാഥാസ്ഥിതികമായ ആ കുടുംബത്തിന്റെ ഭിത്തികളിലെ ഓരോ സന്ധികളേയും കൂടംകൊണ്ടെന്നപോലെ തകർക്കാൻ തുടങ്ങി. അടുത്ത് ആരും വന്നുനിന്നിരുന്നില്ലെങ്കിലും ഭയം, ഉൽക്കണ്ഠ, ഉദ്വേഗം മുതലായവകൊണ്ടു വീട്ടിലുള്ളവരാകെ സ്തംഭിച്ചുവശായിട്ടുണ്ടെന്ന് അറിയാൻ വിഷമമുണ്ടായില്ല.

ഒരു നിമിഷത്തേക്കുമാത്രം--അതിനുശേഷം ചിരിച്ചുകൊണ്ടു മുമ്പോട്ടു ചെന്ന് മല്ലിക മിസിസ് രേവാറായിക്കും അളകാമിത്രയ്ക്കും കൈകൊടുത്ത് അവരെ സ്വാഗതം ചെയ്തു. "വരൂ വരൂ, അരവിന്ദബാബു, വരൂ! വരൂ വിപിൻബാബു! പിന്നെ? എന്താണിത്ര പെട്ടെന്ന്? എന്തുദ്ദേശ്യത്തോടെയാണ് വരവ്? വരൂ നമുക്കു മുകളിലത്തെ മുറിയിലേക്കു പോകാം. രതീൻബാബു, നിങ്ങൾ ഷില്ലോങ്ങിലേക്കു പോയിട്ടു പിന്നെ യാതൊരു വർത്തമാനവും കേൾക്കുകയുണ്ടായില്ല—എന്താണു സംഗതി?

അരവിന്ദ്ബാബു ചിരിയടക്കിക്കൊണ്ടു പറഞ്ഞു: "അയാൾക്കു നമ്മളെപ്പോലെ പാവങ്ങളെപ്പറ്റി വല്ല വിചാരവുമുണ്ടോ? ഹീ വാസ് എൻഗേജ്ഡ് എൽസ് വെയർ."

കോണി കയറിക്കൊണ്ടിരുന്ന രേവയും അളകയും വിജനനും ഇതുകേട്ട് ഉറക്കെ ചിരിച്ചു. അവരുടെ ചിരി വീടിന്റെ ഓരോ മൂലയിലും പ്രതിധ്വനിച്ചു.

സംഭാഷണങ്ങൾക്കും സൽക്കാരങ്ങൾക്കും ഒരു കുറവും വരുത്തിയില്ല. മല്ലിക തന്റെ ശ്വശുരഗൃഹത്തിലെ യഥാർഥസ്ഥിതി അവരിൽനിന്നും മറച്ചു വെയ്ക്കുവാൻ എല്ലാവിധത്തിലും ശ്രമിച്ചു. ഹരിമോഹനന്റെ കാര്യം എടുത്തിടാതിരിക്കാൻ അവൾ പ്രത്യേകം നിഷ്കർഷിച്ചു. അവർ മല്ലികയോട് പറഞ്ഞു: "മല്ലികേ, ഒരു പാട്ടു പാടൂ, നിന്റെ പാട്ടു കേട്ടിട്ട് എത്രദിവസമായി!" മല്ലിക ഉടൻ പാടാൻ തയാറായി. അച്ഛൻ വിവാഹത്തിനു സമ്മാനിച്ച ഹാർമോണിയം എടുത്തുവെച്ച്

അവൾ ടാഗോറിന്റെ 'ഗീതവിതാന'ത്തിലെ ഒരു പാട്ടുപാടി. അവളുടെ ദീർഘവും മസൃണവും മധുരവുമായ കണ്ഠസ്വരത്തിൽ ശരൽക്കാലാവസാനത്തെ മധ്യാഹ്നത്തിലെ ഉജ്ജ്വലവും നീലവുമായ ആകാശം അനുക്ഷണം കോൾമയിർകൊണ്ടു. അവളുടെ ഭാവഹാവകടാക്ഷാദികളിൽ പഴയ ആ മല്ലികയെക്കണ്ട വിജനനും അരവിന്ദനും രതീന്ദ്രനും നിശ്ചലരായി ഇരുന്നുപോയി.

രേവയും അളകയും മല്ലികയോടു പറഞ്ഞു: "ഇന്നു മാറ്റിനി സിനിമയ്ക്കു പോകണം നമുക്കെല്ലാവർക്കുംകൂടി, വളരെനാളായല്ലോ ഒന്നിച്ചു ഫിലിമിനു പോയിട്ട്."

പ്രമേയം അവതരിപ്പിക്കേണ്ട താമസം—മല്ലിക സന്തോഷംകൊണ്ടു തുള്ളിച്ചാടി, കാറുകണ്ട മയിലിനെപ്പോലെ, അവൾ അഞ്ചു മിനിട്ടുകൊണ്ട് കുമാരിയായിരുന്ന കാലത്തെന്നപോലെ ചമഞ്ഞൊരുങ്ങി വന്നു നിന്നു.

അവൾ പറഞ്ഞു: "ഞാൻ ഒരു കാര്യം നേരത്തേ പറഞ്ഞേക്കാം. നിങ്ങൾ എല്ലാവരും എന്റെ അതിഥിയാണ്. ഇന്നത്തെ ചെലവു മുഴുവൻ എന്റെ വക."

എല്ലാവരും ഒന്നിച്ചു പറഞ്ഞു: "ബലേ ഭേഷ്! അങ്ങനെതന്നെ." അവർ കോണിപ്പടിയിൽ ഉറക്കെ ചവിട്ടി വീടാകെ വിറപ്പിച്ചുകൊണ്ടു താഴെയിറങ്ങിവന്നു. മല്ലികയും പിന്നാലെ ഉണ്ടായിരുന്നു. ആ സമയം വീട്ടിലെ ജ്യേഷ്ഠശ്വശ്രൂ അവളുടെ അടുക്കൽ വന്നു ചോദിച്ചു: "അവരൊക്കെ ആരാണ്?

"അവരോ?" മല്ലിക പെട്ടെന്നു നിന്നുപോയി. പിന്നെ പറഞ്ഞു: "അവരൊക്കെ എന്റെയൊപ്പം കോളേജിൽ പഠിച്ചവർ."

"നീ എവിടേക്കു പോണൂ?"

"ഒന്നു നടക്കാൻ...... സിനിമയ്ക്ക്."

"അവരുടെ കൂടെയോ?"

"അതെ."

"ഗൃഹനാഥനോട് അനുവാദം വാങ്ങിയോ?"

"അദ്ദേഹം വീട്ടിലില്ലല്ലോ. നിങ്ങളോടു പറഞ്ഞിട്ടു പൊയ്ക്കളയാം. അദ്ദേഹം വന്നാൽ സന്ധ്യക്കുമുമ്പു തിരിച്ചുവരുമെന്നു പറഞ്ഞേക്കൂ."

ചട് പട് എന്നു കോണിപ്പടികൾ ചവിട്ടിയിറങ്ങി മല്ലിക ഓടിച്ചെന്നു കൂട്ടുകാരുടെ കൂടെ ചേർന്നു. അവളുടെ ഓരോ കാലടിവയ്പ്പിലും ആ തറവാട്ടിലെ ആചാര്യമര്യാദകളാണ് തകർന്നുകൊണ്ടിരുന്നത്. എല്ലാം കണ്ടു സ്തംഭിച്ചു കർത്തവ്യവിമൂഢമായ ജ്യേഷ്ഠശ്വശ്രു അവിടെത്തന്നെ നിന്നുപോയി. പെണ്ണിന്റെ അഹമ്മതി കണ്ടോ!

സിനിമ കണ്ടിട്ടു മല്ലികയും കൂട്ടരും ഇമ്പീരിയൽ ഹോട്ടലിൽ കയറി. അവിടുന്ന് ഹഗ്മാർക്കറ്റ് ചുറ്റി മൈതാനത്തിൽ ചെന്നു കുറെനേരം കാറ്റുകൊണ്ട് ഓരോരുത്തരായി വീട്ടിലേക്കു തിരിച്ചപ്പോൾ മല്ലിക വിജനനോടൊപ്പം ട്രാമിൽ ചെന്നിരുന്നു. അതിനുശേഷം വീട്ടുപടിക്കൽ ഇറങ്ങി വിജനനു കൈ പൊക്കി. 'ചിയറോ!' പറഞ്ഞു അകത്തേക്കുകയറിയപ്പോൾ ആചാര്യനവർകൾ ഗീതയിൽനിന്നു കണ്ണെടു

ത്ത് അവളെ നോക്കി. സമയം അപ്പോൾ ഏഴരമണിയായിരിക്കുന്നു.

മല്ലിക ആ നോട്ടം കണ്ടില്ലെന്നു നടിച്ചു മുകളിലേക്കു കയറാൻ തുടങ്ങിയപ്പോൾ ആചാര്യൻ ഗംഭീരഗൽഗദസ്വരത്തിൽ അവളെ വിളിച്ചു: "പൗത്രവധു! അകത്തേക്കു കടക്കാൻ വരട്ടെ. ആ ഇരിപ്പുമുറിയിൽ ഞാൻ വരുന്നതുവരെ ഇരിക്കൂ."

ഇരിപ്പുമുറിയിൽ! നിർദേശം വിസ്മയിപ്പിക്കുന്നതുതന്നെ. മല്ലിക സ്തംഭിച്ചു നിന്നയിടത്തുതന്നെ നിന്നുപോയി. ആചാര്യൻ എഴുന്നേറ്റ് അവളുടെ അരികിലേക്കു ചെന്നു. പ്രതീക്ഷിച്ചിരിക്കാത്തക്കവിധം പുറകെ ഹരിമോഹനും.

ഉറച്ച സ്വരത്തിൽ ആചാര്യൻ പറഞ്ഞു: "നിങ്ങൾ ഇനി അകത്തേക്കോ മുകളിലേക്കോ പോകേണ്ട ആവശ്യമില്ല. ഞാൻ ഇതിനിടയ്ക്കു വേണ്ട എല്ലാ ഏർപ്പാടും ചെയ്തുകഴിഞ്ഞിരിക്കുന്നു. നിങ്ങളുടെ പെട്ടിയും സാമാനങ്ങളും ധർമതലയിലുള്ള ഭവനത്തിൽ കൊണ്ടുപോയി വെച്ചിട്ടുണ്ട്. അവിടെ നിങ്ങൾക്കും ഭർത്താവിനും ഒരു അസൗകര്യവും കൂടാതെ സമാധാനമായി ജീവിക്കാം. ചെലവിനുവേണ്ട പണം ശരിക്കും കിട്ടിക്കൊണ്ടിരിക്കും. മാസംതോറും ഇരുന്നൂറുറുപ്പിക. ഞാൻ എന്റെ കർത്തവ്യത്തിൽനിന്ന് ഒരിക്കലും പിന്തിരിയുകയില്ല. പിന്നെ വേണ്ടതെല്ലാം ഹരിമോഹനനോടു പറഞ്ഞിട്ടുണ്ട്. ഒരു 'അസ്വാധീന'വും ഉണ്ടാവില്ല. വല്ലതും പറയാനുണ്ടോ നിങ്ങൾക്ക്?"

മല്ലികയുടെ രണ്ടു കാലും വിറയ്ക്കുന്നുണ്ടായിരുന്നു. ഒരു വലിയ ഭൂകമ്പം ഉണ്ടായാലെന്നപോലെ അവൾ ഒന്നു നടുങ്ങി. ഒടുവിൽ അവൾ തന്നെത്തന്നെ നിയന്ത്രിച്ചുകൊണ്ടു പറഞ്ഞു: "ഇല്ല."

പടിവാതിൽക്കൽ ഒരു മോട്ടോർ വണ്ടി വന്നുനിന്നു. ആചാര്യൻ പറഞ്ഞു: "സമയമായി നിനക്കു വല്ലതും പറയാനുണ്ടോ ഹരീ?"

ഹരിമോഹനന്റെ കണ്ണിൽവെള്ളം നിറഞ്ഞു. അയാൾ ഇടറുന്ന സ്വരത്തിൽ പറഞ്ഞു: ഒന്നും പറയാനില്ല."

"പത്നിയോടുള്ള നിന്റെ കടമ ശരിക്കും നിറവേറ്റണം, എന്റെ ആശീർവാദം എന്നും നിങ്ങൾ രണ്ടുപേർക്കും കിട്ടിക്കൊണ്ടിരിക്കും. ഇനി പുറപ്പെടുവിൻ! ദുർഗയുടെ നാമം ചൊല്ലിക്കൊണ്ട്. അവിടെ ചെന്നിട്ടു വേണമല്ലോ ഭക്ഷണം പാകംചെയ്യാൻ."

മല്ലിക കുനിഞ്ഞ് ആചാര്യന്റെ കാൽതൊട്ടു വന്ദിക്കാൻ ഭാവിച്ചപ്പോൾ ആചാര്യൻ പറഞ്ഞു: "എന്നെ തൊടണ്ട പൗത്രവധൂ! ഞാൻ നിങ്ങളെ ആശീർവദിക്കുന്നു."

രണ്ടുപേരും പുറപ്പെട്ടു. ഹരിമോഹനൻ മുഖഭാവം മറയ്ക്കാനാണെന്നു തോന്നുന്നു. മുൻപേ നടന്ന് കാറിൽ കയറിയിരുന്നു. മല്ലിക പെട്ടെന്നു തിരിഞ്ഞുനിന്ന് തലയുയർത്തിപ്പിടിച്ചുകൊണ്ട് സങ്കോചം തീരെ ഉപേക്ഷിച്ച് ഉറക്കെ പറഞ്ഞു: "മുത്തച്ഛാ! എന്നെ കാൽതൊടുവാൻപോലും സമ്മതിച്ചില്ലല്ലോ നിങ്ങൾ? ഇത് എന്നെ ആട്ടിയോടിക്കുകയല്ലാതെ മറ്റെന്താണ്? ഞാൻ ഈ തറവാട്ടിലെ വധുവാണ്......"

ആചാര്യൻ പറഞ്ഞു: "അല്ല, നിങ്ങൾ ഈ തറവാട്ടിലെ വധുവല്ല. ഹരിമോഹനന്റെ പത്നി മാത്രമാണു നിങ്ങൾ. അത്രമാത്രം."

അപമാനബോധത്തോടെ മല്ലിക പറഞ്ഞു: അദ്ദേഹത്തിന്റെ പത്നിയല്ല ഞാൻ എന്നു പറഞ്ഞാലും എനിക്കു ദുഃഖമുണ്ടാകുമായിരുന്നില്ല. ഈ കുടുംബത്തിലെ വധുവല്ല എന്നു നിങ്ങൾ തുറന്നുപറഞ്ഞതിലും എനിക്കു സന്തോഷമേയുള്ളൂ. അതിരിക്കട്ടെ, എനിക്ക് ഒരു കാര്യം പറയാനുണ്ട്. ചെലവിനു തരാമെന്നു പറഞ്ഞ തുകകൊണ്ട് കൊൽക്കത്തയിൽ കഴിഞ്ഞുകൂടാൻ വയ്യ."

"കഴിഞ്ഞുകൂടും." ആചാര്യൻ പറഞ്ഞു: "ധർമതലയിലുള്ള ഭവനം എന്റെ സ്വന്തമാണ്. വാടകകൊടുക്കേണ്ട. നിങ്ങൾ രണ്ടുപേരല്ലേയുള്ളൂ? ഇരുനൂറുറുപ്പിക മതിയാവും. ഇനി നിങ്ങളുടെ അവസാനത്തെ ആവശ്യത്തിന് യുക്തിയില്ലെങ്കിലും ഞാൻ അതും വകവച്ചുതരാം. ഇരുനൂറ്റിയൻപതുറുപ്പിക മാസംതോറും ചെലവിനു കിട്ടിക്കൊണ്ടിരിക്കും."

മല്ലിക ഒന്നും പറയാതെ വണ്ടിയിൽ ചെന്നിരുന്നു. വണ്ടി വിട്ടു. ആചാര്യൻ മുകളിലേക്കു നോക്കി തന്നെത്താൻ പറഞ്ഞു: "എല്ലാം നിന്റെ നിർദേശം മഹാപ്രഭോ!"

വണ്ടി അതിവേഗം പൊയ്ക്കൊണ്ടിരുന്നു. പുതിയ പരിതഃസ്ഥിതിയുമായി സന്ധിയാകുവാൻ മല്ലികയ്ക്കു വേഗം കഴിഞ്ഞു. ശ്വശുരഗൃഹത്തോട് എന്തെങ്കിലും ഒരു മമത തോന്നിയിരുന്നെങ്കിൽ കുറച്ചു വിഷമം തോന്നുമായിരുന്നു. എന്നാലും തടവിൽനിന്ന് മോചനം കിട്ടി. സൂര്യപ്രകാശത്തിൽ വന്നു നിൽക്കുമ്പോഴും വിട്ടുപോന്ന ജയിലിനെ ഓർത്ത് ചെറിയ ഒരു നിശ്വാസം ഉയർന്നുവെന്നു വരാം. അത്രമാത്രം, അതിലധികമൊന്നുമില്ല. മല്ലികയുടെ സ്ഥിതിയും അതുതന്നെ. അവളുടെ അരികിൽ ഹരിമോഹനൻ വിഷണ്ണനായ ഒരു ബാലകനെപ്പോലെ പുറത്തേക്ക് നോക്കിക്കൊണ്ടിരുന്നു. പിറന്ന ഗ്രാമത്തിലെ സ്നേഹനിബദ്ധമായ ജീവിതം ഉപേക്ഷിച്ച് ശ്വശുരഗൃഹത്തിലേക്കു പോകുമ്പോൾ പ്രായമാകാത്ത പെൺകുട്ടിക്ക് തോന്നാറുള്ള ദുഃഖവും പരിഭ്രമവുമാണ് അയാളുടെ മുഖത്തു കണ്ടത്. വഴിയിൽക്കണ്ട നാഗരികജീവിതത്തിന്റെ മഹാമുഖുരതയ്ക്ക് അയാളുടെ ദൃഷ്ടിയിൽ ഒരർഥവുമുണ്ടായിരുന്നില്ല. അയാളുടെ മനസ്സ് ആചാര്യന്റെ അരികിലേക്കു പായുകയായിരുന്നു. ഏറ്റവും പ്രിയപ്പെട്ട പൗത്രനാണ് അയാൾ, മാതാപിതാക്കളുടെ ഏകപുത്രൻ. ആ കുടുംബത്തിന്റെ സംസ്കാരത്തെ പ്രതിനിധീകരിക്കാൻ അയാൾ തികച്ചും പറ്റിയവനാണ്. അയാളിലാണ് പല പ്രതീക്ഷകളും പല ആകാംക്ഷകളും കേന്ദ്രീകരിക്കപ്പെട്ടിട്ടുള്ളത്.

അയാളുടെ കൈയിൽ ഒരു തട്ടുകൊടുത്തിട്ട് മല്ലിക പറഞ്ഞു: "നേരെയിരിക്കൂ. എങ്ങനെയാണു കാറിലിരിക്കേണ്ടതെന്നുകൂടി അറിഞ്ഞുകൂടാ."

ഹരിമോഹനൻ നിവർന്നിരുന്നു. അയാളുടെ കണ്ണുകൾ കലങ്ങിയിരുന്നു. അയാൾ പറഞ്ഞു: "മുമ്പു ഞാൻ കാറിൽ കയറിയിട്ടില്ല."

മല്ലിക പൊട്ടിച്ചിരിച്ചുകൊണ്ടു പറഞ്ഞു: "ഞാൻ നിങ്ങളെക്കൊണ്ട്

എന്തുചെയ്യും? എതായാലും ഇനി നിങ്ങൾക്കു കാറിൽ ധാരാളം സഞ്ചരിക്കാം. ഞാൻ പറഞ്ഞാൽ കേൾക്കാമോ?"

പറഞ്ഞാൽ കേൾക്കായ്ക എന്താണെന്ന് ഹരിമോഹനന് അറിഞ്ഞുകൂടാ. അയാൾതലയാട്ടി എത്രയും വിശ്വാസപൂർവം സമ്മതം അറിയിച്ചു. മല്ലികയ്ക്ക് സന്തോഷമായി. അവൾ ഹരിമോഹനനെ ആലിംഗനം ചെയ്തു. തലതടവിക്കൊണ്ട് ഭർത്താവിനു കിട്ടേണ്ട സമ്മാനം കൊടുത്തു.

"ഞാൻ രക്ഷപ്പെട്ടു," മല്ലിക സന്തോഷത്തോടെ പറഞ്ഞു: "മറ്റൊന്നുമില്ലെങ്കിലും മാംസം തിന്നാമെന്നായല്ലോ. തിന്നാൻ കൊള്ളാത്ത സാധനങ്ങൾ ചെലുത്തേണ്ടല്ലോ. ഇരുനൂറ്റിയൻപതുറുപ്പികകൊണ്ട് ഒരു വിധം സുഖമായി കഴിഞ്ഞു കൂടാം."

ഹരിമോഹനൻ മല്ലികയുടെ കൈ വിടുവിച്ച് അവളെ മിഴിച്ചുനോക്കിക്കൊണ്ടു ചോദിച്ചു: "നീ മത്സ്യമാംസാദികളുടെ കാര്യമാണോ പറയുന്നത്? അതൊന്നും ഞാൻ തിന്നാറില്ല ബൗ."

വികൃതിയായ ബാലനെ പ്രൗഢയായ മാതാവു സസ്നേഹം നോക്കുന്നതുപോലെ മല്ലിക കുറച്ചുനേരം ഹരിമോഹനനെ സുസ്മിതം നോക്കിക്കൊണ്ടിരുന്നു. എന്നിട്ടു പറഞ്ഞു: "എന്തൊരു കൂട്ടർ! ഓരോരുത്തരും ഓരോ പരമഹംസന്മാരാണ്. ജീവദയ, അഹിംസ ഒക്കെയാണ് ഉള്ളതെങ്കിൽ കാട്ടിലേക്കു പോകാമായിരുന്നില്ലേ? എന്തിനാണു വേളി കഴിക്കാൻ പുറപ്പെട്ടത്? ഷഡ്രിപൂക്കളിൽ ഒന്നാമത്തേതിൽ (കാമക്രോധലോ മോഹമദമാത്സര്യം ഇവയാണ് ഷഡ്രിപൂക്കൾ) നിന്നാണു മറ്റെല്ലാം ഉണ്ടാകുന്നതെന്നുമാത്രം പഠിക്കാതിരുന്നതെന്തുകൊണ്ട്?"

എന്നാൽ തന്നോടു ശാസ്ത്രചർച്ച നടത്താൻ ഹരിമോഹനൻ ഒരുക്കമില്ലെന്നു കണ്ടിട്ടു മല്ലിക വീണ്ടും പറഞ്ഞു: "അതിരിക്കട്ടെ, അതെപ്പറ്റി നമുക്ക് പിന്നീടു സംസാരിക്കാം. ആദ്യം തന്നെ നമുക്കു നമ്മുടെ ഇച്ഛയ്ക്കൊത്ത വിധത്തിലുള്ള ഗൃഹജീവിതം തുടങ്ങാം."

ധർമതലയിലുള്ള ഭവനത്തിന്റെ മുകളിലത്തെ രണ്ടു മുറിയിൽ അവരുടെ എല്ലാസാമാനങ്ങളും വേണ്ടപോലെ ഒരുക്കിവച്ചിരിക്കുന്നതു മല്ലിക കണ്ടു. ഒരു അരിവെപ്പുകാരനും വേലക്കാരിയും ഒരു വേലക്കാരനും അവരുടെ വരവ് കാത്ത് അവിടെ നിന്നിരുന്നു. ആചാര്യൻ നാലഞ്ചു മണിക്കൂർക്കൊണ്ട് ഒരു പുതിയ സാമ്രാജ്യംതന്നെ സൃഷ്ടിച്ചു അവിടെ, എന്നു പറയാം. മല്ലിക വീടെല്ലാം നടന്നു നോക്കി. അടുക്കള, കലവറ, മുറി, ബാത്റൂം—എല്ലാം പുതിയ പരിഷ്കാരത്തിലുള്ളതാണ്. ആചാര്യൻ കാര്യം അറിയാവുന്നവൻതന്നെ, സംശയമില്ല.

അരിവെപ്പുകാരൻ വന്നു ചോദിച്ചു: "എന്താണു വയ്ക്കേണ്ടത്."

മല്ലിക ഹരിമോഹനനെ അയാൾ കാണാതെ ഒന്നുനോക്കിയിട്ടു പറഞ്ഞു: നിങ്ങൾ അവിടെ ഇരുന്നോളൂ, ഞാൻ ഒന്ന് അടുക്കളയിൽ കടന്നുനോക്കട്ടെ.

അന്നു രാത്രി എന്തുജാതി ആഹാരമാണ് അവർ കഴിച്ചതെന്ന്

അറിഞ്ഞില്ല. എന്നാൽ മല്ലിക അന്നത്തെ പ്രക്ഷോഭജനകങ്ങളായ സംഭവങ്ങൾക്കുശേഷം കിടന്ന ഉടനെ ഉറങ്ങിപ്പോയി. ഹരിമോഹനൻ വഴിതെറ്റിയ ഒരു ശിശുവിനെപ്പോലെ രാത്രി മുഴുവൻ കരഞ്ഞുകൊണ്ടു കഴിച്ചുകൂട്ടി.

പിറ്റേദിവസം മല്ലിക ഉറക്കമുണർന്ന് പുറത്തേക്കു ചെന്നപ്പോൾ വേലക്കാരൻ പറഞ്ഞു: "അരിവെപ്പുകാരൻ ബ്രാഹ്മണൻ പണിവേണ്ടെന്നു പറഞ്ഞു പുലരുന്നതിനു മുമ്പേതന്നെ സ്ഥലം വിട്ടു."

"ഒരു വിരോധവുമില്ല. എന്നു പറഞ്ഞുകൊണ്ടു മല്ലിക സാരിവലിച്ചുകുത്തി അടുക്കളയിലേക്കു ചെന്നു. ഹരിമോഹനൻ കുളിച്ചു സന്ധ്യാവന്ദനാദികൾകഴിച്ചു പുരാണപാരായണത്തിനിരുന്നു."

തുടക്കത്തിൽ തന്നെ വിപ്ലവത്തിനു പുറപ്പെടാൻ പറ്റില്ലെന്നു മല്ലിക വിചാരിച്ചു. അതിനാൽ തനിക്ക് ആവശ്യമുള്ള ഭക്ഷണം വേലക്കാരനെക്കൊണ്ട് ഹോട്ടലിൽനിന്നു വരുത്താമെന്നും ക്രമത്തിൽ ഹരിമോഹനൻ തന്റെ ഭക്ഷണക്രമത്തിനോട് ഇണങ്ങുമോ എന്നു നോക്കി പിന്നീടു വേണ്ടത് ചെയ്യാമെന്നും അവൾ ഉറപ്പിച്ചു.

ഹാഥീബാഗാനിലുള്ള ഏതോ ഒരു തെരുവിൽ ഹരിമോഹനൻ കുറെ കുട്ടികളെ പഠിപ്പിക്കാൻ പോകാറുണ്ട്. വേറെയും പല സ്ഥലത്തും പോകാനുണ്ട് അയാൾക്ക്. അതിനാൽ മല്ലികയ്ക്കു എന്തിനും ധാരാളം സ്വാതന്ത്ര്യവും സൗകര്യവും ഉണ്ടായിരുന്നു. ഇനി ഭർത്താവ് ഒരു മനുഷ്യനെപ്പോലെ നടക്കാൻകൂടി തുടങ്ങിയാൽ സുഖത്തോടൊപ്പം സമാധാനവുമാവും. മല്ലികയ്ക്കു കിട്ടിയ വിദ്യാഭ്യാസവും അവൾ വളർന്ന പരിസരവും പുരുഷന്മാരെ സംശയത്തോടെ നോക്കുവാനാണ് അവളെ പഠിപ്പിച്ചിട്ടുണ്ടാവുക. എന്നാൽ ധർമിഷ്ഠനായ ഹരിമോഹനനിൽ അവൾക്ക് ഒരു സംശയവുമില്ല. തന്റെ ഭർത്താവ് ഈ ഗോപിയും മെതിയടിയും മുറിയൻ കുപ്പായവും ഉപേക്ഷിച്ച് മര്യാദയ്ക്കു വസ്ത്രധാരണം ചെയ്താൽ പരിഷ്കൃതസമുദായത്തിലേക്കു പ്രവേശിക്കാൻ പറ്റിയവനാവും എന്നതിൽ അവൾക്കു സംശയമില്ല. ലേശം ഇംഗ്ലീഷുകൂടി അറിയാമായിരുന്നെങ്കിൽ നന്നായിരുന്നു. സംസ്കൃതംകൊണ്ടു പോരായ്കയൊന്നുമില്ല. *മേഘദൂതവും ശാകുന്തളവും കുമാരസംഭവവും* മറ്റും അയാൾ വായിക്കാനിരുന്നാൽ അയാളുടെ ഉദാത്തസ്വരം കേട്ടു രേവയും അളകയും മറ്റും അത്ഭുതത്തോടെ നോക്കിയിരുന്നു പോകും. ഇനി ഇംഗ്ലീഷ് അല്ലേ? അത് അവൾതന്നെ പഠിപ്പിക്കും. മുമ്പു കുറേക്കാലം അവൾ സ്വന്തം ചെലവിനു പണമുണ്ടാക്കാൻ ഒന്നുരണ്ടു ട്യൂഷൻ എടുക്കുകയുണ്ടായിട്ടുണ്ട്. ഒരു ദിവസം അവൾ കുറെ ഇംഗ്ലീഷ് റീഡറുകൾ വാങ്ങിക്കൊണ്ടുവരികയും ചെയ്തു. ഇതേ ഉദ്ദേശ്യത്തോടെ. എന്റെ അജ്ഞാനാചാര്യരേ! നിങ്ങൾ പൗത്രനെ പണ്ഡിതനാക്കുന്നതിനുള്ള തിരക്കിൽ അയാളെ മനുഷ്യനാക്കാൻ മറന്നു.

സൗകര്യം ധാരാളമുള്ള സ്ഥിതിക്ക് കുമാരിയായിരുന്ന കാലത്തെ ദിനചര്യയെ പുനഃരുജ്ജീവിപ്പിക്കുന്നതിന് എന്താണു വിരോധം? ഭർത്താവു തനിക്ക് ആയത്തമാണെങ്കിൽ അയാളെക്കുറിച്ച് ശങ്കിക്കാ

നൊന്നുമില്ലെങ്കിൽ സ്വന്തം മനസിനെ പലവഴിക്കും തിരിച്ചു വിടുന്നതിനു അസൗകര്യമൊന്നുമുണ്ടാവുകയില്ലല്ലോ. മല്ലിക ആൾ ഇൻഡ്യാ ലേഡീസ് കോൺഫറൻസ് പ്രവർത്തനങ്ങളിൽ വീണ്ടും ഏർപ്പെട്ടു. *പർദാനി വാരിണീ* പത്രത്തിനു ലേഖനങ്ങൾ എഴുതിത്തുടങ്ങി. പൂട്ടിക്കിടന്നിരുന്ന ഭവാനിപുരം സമാജമാപ്പീസ് വീണ്ടും തുറന്നു പ്രവർത്തനം ഉർജിതപ്പെടുത്തി. വിവാഹത്തിനുശേഷം പുസ്തകങ്ങൾ അലമാരയിലിട്ട് അടച്ച്, ഗർഭിണീപരിചര്യ കാണാതെ പഠിക്കുന്ന സ്ത്രീകളുടെ കൂട്ടത്തിൽ മല്ലികയെ കണക്കാക്കിക്കൂടാ, ഭർത്താവു തന്റെ ജീവിതത്തിൽ ഉയരാനുള്ള ഒരു സോപാനംമാത്രം, ആ ഭിത്തിയിൽ കയറിനിന്ന് അവൾ പുതുതായ എന്തെങ്കിലും ഒന്നു ചെയ്യും. പുരുഷന്മാരെ സന്തോഷിപ്പിക്കാൻ പിറന്നവരാണു സ്ത്രീകളെന്ന് ആരു പറഞ്ഞു? ഭർത്താവിന്റെ മതവും ആദർശവും അംഗീകരിച്ചുനടക്കുന്നവളാണ് സ്ത്രീയെന്ന് ആരു പറഞ്ഞു? യഥാർഥ പ്രതിഭയെ തിരിച്ചറിയാൻ സമയം കുറെ പിടിക്കും. അതുകൊണ്ടുതന്നെയാണ് ശക്തിശാലിയായ ഒരു അവതാരപുരുഷൻ ജനിക്കുമ്പോൾ അയാളുടെ സമകാലീനൻ അയാളെ കളിയാക്കുകയും അപമാനിക്കുകയും ചെയ്യുന്നത്. പ്രതിഭയുടെ മാർഗം എന്നും മുള്ളുകൾ നിറഞ്ഞതായിട്ടേ ഇരുന്നിട്ടുള്ളൂ.

മല്ലികയ്ക്കു പലതും ചെയ്യാനുണ്ട്. വിവാഹത്തിനുശേഷം അവളെ വെറുതെ തടഞ്ഞുവയ്ക്കുകയാണ് ഉണ്ടായത്. തെറ്റൊന്നും ചെയ്തില്ല. എന്നിട്ടും ശിക്ഷ അനുഭവിക്കേണ്ടിവന്നു. അവളുടെ ശ്വശുരഗൃഹത്തിന് അവൾക്കു കിട്ടിയ വിദ്യാഭ്യാസം, അവളുടെ പുരോഗമനാശയങ്ങൾ നിറഞ്ഞ ഹൃദയം, കഷ്ടാർജിതമായ വിദ്യ—ഇവയെയൊക്കെ അപമാനിക്കാനേ സമയമുണ്ടായിരുന്നുള്ളൂ. സ്ത്രീകളെ അവർ മനുഷ്യരായി കണക്കാക്കുന്നില്ല. അവർ ദേവികളാണെന്നാണ് പറയുക. അങ്ങനെ പറയുകയാണു സൗകര്യം. രണ്ടു ചവിട്ടുകൊടുത്താലും മാപ്പുകൊടുത്തോളുമല്ലോ. ദേവിയുടെ സിംഹാസനത്തിൽ പ്രതിഷ്ഠിച്ച് ഇളകാതെയാക്കിയാലെ അവർക്കു തൃപ്തിയാവുകയുള്ളൂ. അവളെ അജ്ഞത പഠിപ്പിച്ചാൽ മാത്രമേ പുരുഷന് അവളുടെ ധാത്രീവിദ്യയെ ചൂഷണം ചെയ്യാൻ കഴിയുകയുള്ളൂ. സ്ത്രീസംരക്ഷകരേ! നിങ്ങൾക്ക് വിദൂരമായ നമസ്കാരം!

ഒരു ദിവസം പുറത്തുനിന്നു വന്നു കിതച്ചുകൊണ്ടു മല്ലിക പറഞ്ഞു: "അല്ലാ, നിങ്ങൾ എപ്പോൾ വന്നു? സന്ധ്യാവന്ദനം കഴിഞ്ഞോ?"

ഹരിമോഹനൻ പറഞ്ഞു: "ഉവ്വ്, പുറത്ത് നടക്കാൻ പോയിരുന്നുവെന്നു തോന്നുന്നു നീ."

"അതൊന്നുമില്ല. നടക്കാൻ സമയം കിട്ടിയിട്ടുവേണ്ടേ? ധാരാളം ജോലി കിടക്കുന്നു ചെയ്തുതീർക്കാൻ. ഒരു കാര്യം പറയാനുണ്ട്. വരുന്ന പതിനാറാം തീയതി ഒരു മഹിളാ സമ്മേളനം ഉണ്ട്. രാത്രിയാണു സമ്മേളനം. ഡിന്നറും ഏർപ്പാടുചെയ്തിട്ടുണ്ട്. പക്ഷേ നിങ്ങളുടെ കാര്യം ഓർത്തിട്ടാണ് എനിക്കു പരിഭ്രമം."

ഹരിമോഹനൻ പതുക്കെ ചോദിച്ചു. "എന്തിനാണ് പരിഭ്രമം?"

"നിങ്ങളുടെ യാഥാസ്ഥിതികത്വം — ആളുകൾ കളിയാക്കുമല്ലോ."

"ഞാൻ എന്തു ചെയ്യണമെന്നാണു പറയുന്നത്?"

"ഒന്നും ചെയ്യേണ്ട. ഞാൻ പറയുന്നതു കേട്ടാൽ മതി. കേൾക്കാമോ?"

"ഞാൻ നീ പറയുന്നത് കേൾക്കാതിരുന്നിട്ടുണ്ടോ ബൗ?"

"പിന്നെയും ബൗ!" ലേശമെങ്കിലും സ്മരണശക്തി ഉണ്ടായിരുന്നെങ്കിൽ നിങ്ങൾക്ക്! ബൗറാണിയെന്നു വിളിക്കൂ. ചിരിച്ചുകൊണ്ടു പരിഭവം പറഞ്ഞതും ചഞ്ചലമായ കടാക്ഷംകൊണ്ടും മല്ലിക ഭർത്താവിന്റെ പുരുഷസഹജമായ ആസക്തിയെ തൃപ്തിപ്പെടുത്താൻ ആഗ്രഹിച്ചു.

ഹരിമോഹനൻ പറഞ്ഞു: എന്താണ് ബൗറാണി കൽപ്പിക്കുന്നത്, പറയൂ.

മല്ലിക അയാളുടെ അടുക്കൽ ചെന്നിരുന്നു. ഇപ്പോൾ ഹരിമോഹനന്റെ മുഖത്ത് വിഷാദത്തിന്റെ നിഴൽ ഒട്ടും തന്നെയില്ല. കലർപ്പില്ലാത്ത തെളിമയാണ് അവിടെ കാണപ്പെടുന്നത്. അയാൾ ഒരിക്കലും ദേഹം അലങ്കരിക്കാറില്ല. കണ്ണാടിയിൽ ഒരിക്കലും മുഖം നോക്കാറില്ല. സ്വല്പാഹാരിയാണ്. ധർമിഷ്ഠനാണ്. എന്നാൽ മല്ലിക അയാളെ ഒന്നു സൂക്ഷിച്ചു നോക്കിയപ്പോൾ അയാൾ അകൃത്രിമമായ സൗന്ദര്യത്താൽ സമ്പന്നനാണെന്ന് അവൾക്കു കാണാൻ കഴിഞ്ഞു. ഉറച്ച ദേഹം, മുഖത്ത് ആരോഗ്യത്തിന്റേതായ അരുണിമ, വിശാലമായ നെറ്റി, നീണ്ട് ശാന്തമായ കണ്ണുകൾ.

മല്ലിക ഭർത്താവിന്റെ കഴുത്തിൽ കൈ ഇട്ടുകൊണ്ടു പറഞ്ഞു: നിങ്ങൾ സ്വധർമരക്ഷണത്തിൽ സദാ മുഴുകിയിരിക്കയാണ്. നിങ്ങളുടെ ആശ്രിതർക്കുമുണ്ട് ചില ആശകളും ആഗ്രഹങ്ങളുമെന്ന കഥ മറന്നു.

നേരുതന്നെ, ഭാര്യയോടു യാതൊരു അനീതിയും ചെയ്തു പോകരുതെന്നാണ് ആചാര്യൻ പറഞ്ഞിരുന്നത്. ഭാര്യ സഹധർമിണിയാണ്, ജീവിതസഖി. മല്ലിക ഈ വീട്ടിൽ വന്ന ദിവസം മുതൽ തുടങ്ങിയിരിക്കുന്നു ഹരിമോഹനന് അവളോട് രസക്കേട്. താൻ ഒരു പെണ്ണിന്റെ മർക്കടമുഷ്ടിക്കു വിധേയനായി കുടുംബത്തിലുള്ളവരെ വിട്ടു വന്നിരിക്കുകയാണ്. ഈ ആശ്ചര്യകരമായ അന്ധതയ്ക്ക്, നേരുപറഞ്ഞാൽ അയാൾ മല്ലികയെ അതികലശലായി വെറുക്കാൻ തന്നെ തുടങ്ങിയിരുന്നു. എന്നാൽ വെറുപ്പുതോന്നാനെന്തുള്ളൂ ഇതിൽ? സ്വതന്ത്രമായ ഒരു നല്ല ജീവിതം സാധ്യമാക്കുന്നതിനുവേണ്ടിയാണ് മല്ലിക എല്ലാം വിട്ടുപോന്നത്. ഹരിമോഹനന് ഇന്ന് പത്നിയുടെ ആലിംഗനത്തിൽ പുതിയ ഒരു രസംതോന്നി. അതിന്റെ ലഹരി കണ്ണുകളിൽ തെളിഞ്ഞുകണ്ടു.

അയാൾ മൃദുസ്വരത്തിൽ പറഞ്ഞു: "ഞാൻ പല തെറ്റുകളും ചെയ്തിട്ടുണ്ട്. ഇതിൽ ഞാൻ വല്ലാതെ ലജ്ജിക്കുന്നു. ഇനി നീ എന്തു പറയുന്നുവോ അതു കേൾക്കാം.

"സത്യം."

"സത്യം."

"നിങ്ങളുടെ ദിനചര്യ, ഭക്ഷണക്രമം മുതലായവയെല്ലാം പാടേ മാറ്റണമെന്നു ഞാൻ പറഞ്ഞാലോ?"

ഹരിമോഹനൻ നെടുവീർപ്പിട്ടുകൊണ്ടു ചോദിച്ചു: "മാംസം ഭക്ഷിക്കാനോ?"

ഭർത്താവിനെ ഒന്നുകൂടി അമർത്തി പുണർന്നുകൊണ്ട് മല്ലിക പറഞ്ഞു: "അതിനുതന്നെ പറഞ്ഞുവെന്നു വിചാരിക്കുക, എന്നാലോ?"

"നിനക്ക് അതുകൊണ്ടു സന്തോഷമാവുമോ?"

"എന്റെ സന്തോഷമല്ല കാര്യം, നിങ്ങൾ ഇന്നത്തെ ലോകത്തിൽ ജീവിക്കാൻ പറ്റിയവനാവുക എന്നതാണ്. അതിലാണ് എനിക്ക് സന്തോഷം. ഞാൻ നിങ്ങളോടൊപ്പം കാലത്തിന്റെ ഒഴുക്കിൽ അങ്ങനെ ഒലിച്ചു പോകാൻ കൊതിക്കുന്നു, നവയുഗത്തിന്റെ മാദകലഹരിയിൽ മതിമറന്ന്, നിങ്ങളെ എനിക്കു പലതും ശീലിപ്പിക്കണമെന്നുണ്ട്."

ഹരിമോഹനൻ ഒന്നും പറഞ്ഞില്ല. മല്ലിക അവിടെനിന്ന് എഴുന്നേറ്റു പോയതിൽപ്പിന്നെയാണ് അയാളുടെ മയക്കം തീർന്നത്. അയാൾക്ക് എന്തെന്നില്ലാത്ത ഒരു ഭയം തോന്നി. ഈ സ്ത്രീയുടെ സാന്നിധ്യത്തിൽ തകർച്ചയുടെ ശബ്ദം കേൾക്കുന്നപോലെ തോന്നുന്നു. അരികിൽ വരുമ്പോൾ എന്തെന്നില്ലാത്തഒരാശങ്ക, എന്തിനെന്നില്ലാത്ത ഒരു പേടി, അവൾ എന്തൊക്കെ ചെയ്യാൻ പറയുമാവോ! എന്തുചെയ്താലാണ് അവൾക്കു സന്തോഷമാവുക എന്നും നിശ്ചയമില്ല, പക്ഷേ, അവളുടെ ദുർദമനീയമായ പദക്ഷേപത്തോടൊപ്പം നടന്നുപോകാൻ കഴിഞ്ഞില്ലെങ്കിൽ അവൾ കൈവിട്ടുപോകാം. പ്രേമം അത്ര കാര്യമല്ല, ലോകാചാരം ഒരു പ്രശ്നമല്ല, കേവലം ദുർവാരമായ ഒരു ഗതി, അജ്ഞാതമായ ഭാവിയിലേക്കുള്ള അലക്ഷ്യമായ ഒരു കുതിച്ചുപായൽ, കര കാണാത്ത കടലിലൂടെ അറിയാതെയുള്ള ഒലിച്ചുപോകൽ, ഈ സ്ത്രീ അരികിൽ വരുമ്പോൾ സർവവും മറന്നുപോകുന്നു. അവളുടെ ആക്രമണത്തിൽ നിന്നും തന്റെ കോട്ടയെ രക്ഷിക്കുക ഞെരുക്കം തന്നെ.

ധർമതലയിൽ താമസമാക്കിയാൽ കൊൽക്കത്തയെ മുഴുവൻ ഭരിക്കാം. മല്ലികയുടെ ഭവനത്തിൽ താഴത്തെ നിലയിൽ പലജാതി പീടികകളും കച്ചവടങ്ങളും ഉണ്ട്. അന്നൊരുദിവസം മല്ലിക ഹരിമോഹനനെ കൂട്ടിക്കൊണ്ട് ഒരു സലൂണിൽ ചെന്നുകയറി. മാന്യനായ ബാർബർ കയ്യിൽ കത്രികയോടൊപ്പം മുമ്പോട്ടു വന്ന് അവരെ സൽക്കരിച്ചിരുത്തി. മല്ലിക പറഞ്ഞു: "ഇദ്ദേഹത്തിന്റെ മുടിവെട്ടണം വെടിപ്പായിട്ട്. വളരെ സൂക്ഷിച്ചുവേണം ക്ലിപ്പു പ്രയോഗിക്കാൻ—ന്യൂ അമേരിക്കൻ കട്ട്."

വലിയൊരു കണ്ണാടി മുമ്പിൽ വച്ചിട്ടുള്ള കസാലയിൽ ഹരിമോഹൻ ഇരുന്നു. പീടിക അലങ്കരിച്ചുവെച്ചിട്ടുള്ളതു കണ്ടാൽ അത്ഭുതം തോന്നും. ബാർബറുടെ മുമ്പിൽ അയാൾ തല കുനിച്ചുകൊടുത്തു. ക്ഷുരകൻ ഹരിമോഹനന്റെ കുടുമ ചൂണ്ടിക്കാട്ടി മല്ലികയോടു ചോദിച്ചു: "ഇത്?"

"അതു വെട്ടിക്കളയൂ."

ക്ഷുരകൻ അവന്റെ പണി തുടങ്ങി. മല്ലിക രാവിലത്തെ പത്രം എടുത്തു നിവർത്തിവായിച്ചുകൊണ്ട് ഒരറ്റത്തിരുന്നു.

അന്ന് ഉച്ചവരെ മല്ലികയ്ക്ക് ഒന്നു വിശ്രമിക്കാൻപോലും ഇടകിട്ടിയില്ല. പന്ത്രണ്ടുമണിക്ക് അവൾ ഹരിമോഹനനോടൊപ്പം വീട്ടിൽ തിരിച്ചു വന്നപ്പോൾ അവളുടെ കൈനിറയെ കടലാസുപൊതികളും ടിന്നുകളും പാക്കറ്റുകളും ഉണ്ടായിരുന്നു. മൂന്നുജോഡി ഷൂസുകൾ അവയ്ക്കു ചേർന്ന സോക്സ്, അഞ്ചെട്ടുദോത്തി, റെഡിമെയ്ഡ് ട്രൗസർ, ഷർട്ട്, കോട്ട്, ടൈ ഇനി വാങ്ങാനൊന്നുമില്ല. സ്വർണക്കടയിൽനിന്നും ഏതാനും ബട്ടൻസും ഹഗ്മാർക്കറ്റിൽനിന്ന് ആനക്കൊമ്പൻ സിഗററ്റും കേസും വാസനദ്രവ്യങ്ങളുമെല്ലാം.

പതിനാറാം തീയതി അടുത്തു തുടങ്ങി. ഭർത്താവിനെ പരിഷ്കൃത സമുദായത്തിൽ പെരുമാറാൻ പറ്റിയവനാക്കുന്നതിന് മല്ലിക അവിശ്രമം പരിശ്രമിച്ചുതുടങ്ങി. മല്ലികയ്ക്കു പല വിഷയങ്ങളെപ്പറ്റിയും നല്ല അറിവുണ്ടെന്ന് അവളെ പരിചയമുള്ളവർക്കൊക്കെ അറിയാം. പുസ്തകം കാണാതെ പഠിക്കുന്ന ഒരു കോളേജ് ഗേളായിട്ടല്ല അവൾ വളർന്നത്. പരിഷ്കാരത്തിന്റെ പുതിയ പ്രവണതകൾ അവൾ ശ്രദ്ധിച്ചിരുന്നു. നൃത്തവും പാട്ടും അവൾ പല പെൺകുട്ടികളെയും പഠിപ്പിച്ചിട്ടുണ്ട്. ചിത്രലേഖനം, സൂചിശില്പം മുതലായവയിലും പ്രവീണതന്നെ. അലങ്കാര സാമഗ്രികൾ തെരഞ്ഞെടുക്കുന്നതിൽ അവൾക്കെതിരായിട്ടാരുമില്ല. മണിപ്പൂർ കർണകുണ്ഡലം മുതൽ ഗുജറാത്തി കുപ്പിവളകളുടെവരെ ഡിസൈൻ അവൾക്ക് കരതലാമലകമാണ്. ജാപ്പുയുവതികളുടെ കൗടുംബികസംസ്കാരങ്ങളെന്നപോലെ അമേരിക്കൻ യുവതികളുടെ പ്രണയസല്ലാപങ്ങളുടെ പ്രത്യേകതകളും അവൾക്ക് കാണാപ്പാഠമാണ്. പ്രണയപ്രശയിനികളായ സൊസൈറ്റി ഗേൾസ്: എങ്ങനെയാണ് കാപട്യമറിയാത്ത യുവാക്കളെ 'ബ്ലാക്ക് മെയ്ൽ' ചെയ്യുന്നത് എന്നും അവൾക്ക് അറിഞ്ഞുകൂടാത്ത വിഷയമല്ല. എറ്റിക്കെറ്റ് പഠിക്കണമെങ്കിൽ ഇംഗ്ലണ്ട്, നോവൽ വായിക്കണമെങ്കിൽ ഫ്രഞ്ച്, രാഷ്ട്രീയം അറിയണമെങ്കിൽ റഷ്യ-ഇതൊക്കെ അവൾ മനസിലാക്കിവെച്ചിട്ടുണ്ട്. ഹരിമോഹനനെപ്പോലുള്ള ഒരു ശിഷ്യനെ പഠിപ്പിക്കുക അവൾക്ക് അത്ര വലിയ കാര്യമൊന്നുമല്ല.

പതിനാറാംതീയതി അടുത്തു. മഹിളാസമാജത്തിന്റെ സമ്മേളനം നടക്കാൻപോകുന്ന വാർത്ത പത്രങ്ങളിൽ പ്രസിദ്ധപ്പെടുത്തിക്കഴിഞ്ഞു. മഹാകവി രവീന്ദ്രൻനാഥൻ എഴുതി അയച്ച ആശീർവചനസന്ദേശം മല്ലികയ്ക്കു കയ്യിൽ കിട്ടിക്കഴിഞ്ഞു. ക്ഷണക്കത്തുകൾ അയച്ചുകഴിഞ്ഞു. ബംഗാളിൽ മഹിളാനേതാക്കൾ കുറവാണ്. അതിനാൽ മല്ലികയ്ക്കു നല്ലൊരു ഭാവിയുണ്ട്.

ഇംഗ്ലീഷ് എറ്റിക്കെറ്റ് എന്ന പുസ്തകം മുഴുവൻ മല്ലിക ഹരിമോഹനനെ വായിച്ച് അർഥം പറഞ്ഞുകേൾപ്പിച്ചു: ഉത്സാഹവും ഉദ്യമവും

മാത്രമല്ല, മല്ലികയ്ക്ക് ആത്മബലവും വേണ്ടത്രയുണ്ട്. ഒരാഴ്ചയായി ഇംഗ്ലീഷ് റീഡറുകൾ ഹരിമോഹനനെ കാണാതെ പഠിപ്പിക്കുകയായിരുന്നു അവൾക്കു പണി. അവസാനത്തെ ദിവസം രാത്രിയുടെ അവസാനത്തിൽ ഉറക്കംക്കൊണ്ട് ഹരിമോഹനന്റെ കണ്ണുകൾ അടഞ്ഞുതുടങ്ങിയെങ്കിലും മല്ലിക വിട്ടില്ല. അവൾ അയാളുടെ സ്മരണശക്തി പരീക്ഷിക്കുവാൻ തുടങ്ങി.

"ശരി പറയൂ, ഏയ് ഉറക്കംതൂക്കല്ലേ! പറയൂ—ഫൂൾ എന്നുവച്ചാൽ എന്താ?"

ഹരിമോഹനൻ പറഞ്ഞു: "വിഡ്ഢി."

"ഡോഗ് എന്നുവെച്ചാൽ?"

"നായ."

"ഹസ്ബന്റ്"

"കൃഷിക്കാരൻ."

"അല്ല, ശരിക്കു പറയൂ. ഹസ്ബന്റ്?"

"കഴുത."

"അയ്യേ! നിങ്ങൾക്ക് ഒന്നും ഓർക്കാൻ കഴിയുന്നില്ലല്ലോ. ഹസ്ബന്റ് എന്നുവെച്ചാൽ ഭർത്താവ് ഇനി മറക്കരുത്.

"ഇനി വിച്ച്, എന്നുവെച്ചാലോ?"

"പത്നി."

മല്ലിക പൊട്ടിച്ചിരിച്ചുപോയി: "ഭാഗ്യത്തിനു വെറെയാരുമില്ല കേൾക്കാൻ. എല്ലാം മറന്നിരിക്കുന്നു നിങ്ങൾ. 'വിച്ച്' എന്നുവെച്ചാൽ നരമാംസം ഭക്ഷിക്കുന്നവൾ. വൈഫ് എന്നുവെച്ചാൽ പത്നി. ഓർമിച്ചോളൂ. ശരി, ഇനി ഉറങ്ങിക്കോളൂ. നാലുമണിയടിക്കാറായി രാത്രി."

അതിനുശേഷം, ഉടുത്തൊരുങ്ങുന്നതു പഠിപ്പിക്കേണ്ട ഊഴമായി. മഹിളാസമാജത്തിന്റെ പ്രമുഖപ്രവർത്തകയെന്ന നിലയ്ക്ക് പല പാർട്ടികളിലും പങ്കെടുത്തിട്ടുണ്ട് മല്ലിക. പാശ്ചാത്യവേഷത്തിനോടൊപ്പം പൗരസ്ത്യവർണം കലർന്നാൽ അത് ആദരവിനു പാത്രമാവുമെന്ന് അവൾക്കറിയാം ഫാഷൻ എന്ന വസ്തുവിന് പ്രത്യേകിച്ച് ഒരു അടിത്തറയുമില്ല. പുരോഗമനാത്മകമായ ഭാവനകളിൽനിന്ന് അതു രൂപംകൊള്ളുന്നു. പുതുമയുടെ ആഘാതമേറ്റ് അത് പലായനം ചെയ്യുന്നു. പൊതുവെ കാഴ്ചയ്ക്കുനന്ന് എന്നുതോന്നിച്ചാൽ മതി; ഫാഷനായി. അതായതു യുഗത്തിന്റെ താളത്തിനൊത്താവണം; അത്രതന്നെ. മല്ലിക ഹരിമോഹനനെ പാശ്ചാത്യവേഷം അണിയാൻ ശീലിപ്പിച്ചു. ഇടത്തേ കൈയിൽവേണം മുള്ളുപിടിക്കാൻ. വലത്തേതിൽ കത്തിയും. ആഹാരത്തിനിരിക്കുമ്പോൾ ആദ്യമായി ഭക്ഷിക്കേണ്ടതു സൂപ്പാണ്. അവസാനം വേണം പഴങ്ങൾ, "സൂപ്പ് മോന്തിക്കുടിക്കരുത്." മല്ലിക താക്കീതു ചെയ്തു. "ടേബിൾ സ്പൂണുണ്ടാവും, വലത്തേ കൈകൊണ്ടു കുടിക്കണം. ശരി സ്പൂണെന്നു വെച്ചാൽ എന്താ?"

"കരണ്ടി."

മല്ലിക ഉല്ലാസത്തോടെ ചിരിച്ചുകൊണ്ടു പറഞ്ഞു: "ആവൂ. ഒരു വിധം നിങ്ങൾ എല്ലാം നേരേ പഠിച്ചിരിക്കുന്നു. ഇനി എനിക്ക് പേടിയില്ല. എന്റെ മാനം കാക്കും നിങ്ങൾ. വളരെ സൂക്ഷിക്കണം. എന്റെ യുവസുഹൃത്തുക്കൾ കളിയാക്കാതെ നോക്കണം. അവരൊക്കെ—"

ഹരിമോഹനൻ അത്ഭുതത്തോടെ ചോദിച്ചു "യുവസുഹൃത്തുക്കളോ?"

അതെ അവരൊക്കെ എന്റെ ഒപ്പം പഠിച്ച ചെറുപ്പക്കാരാണ്. രണ്ടു മൂന്നുപേരോട് ഞാൻവളരെ അടുപ്പത്തിലാണ്. മീറ്റിങ് കഴിഞ്ഞാൽ പല സ്ത്രീകൾക്കും ഒറ്റയ്ക്കു പോകാൻ കഴിഞ്ഞെന്നു വരില്ല. പലർക്കും "എസ്കോർട്ട് വേണം........."

"ആളുകൾ നിന്ദിക്കുകയില്ലേ?"

"ആളുകൾ നിന്ദിക്കുകയോ?" മല്ലിക ചിരിച്ചുകൊണ്ടു പറഞ്ഞു. "ആരുണ്ട് അതൊക്കെ വകവെയ്ക്കാൻ?"

"പാപമാണിതെന്നു മനസിൽതോന്നുന്നില്ലേ?"

"അയ്യേ! എന്താണു നിങ്ങൾ ഈ പറയണത്? ആൺകുട്ടികളും പെൺകുട്ടികളും ഒന്നിച്ച് ഇരുന്നാൽ എന്തൊരു മഹാനഷ്ടമാണ് ഭാരതത്തിനു വരാൻ പോകുന്നത്? മനുഷ്യന്റെ മനസിലാണ് പാപം. പുറമേ എല്ലാം സുന്ദരം. ഈ വിജനന്റെ കൂടെ എത്രയോ ദിവസം എവിടെയെല്ലാം ഞാൻ പോയിട്ടുണ്ടെന്നറിയാമോ? എന്നിട്ടും എന്റെ ചാരിത്ര്യത്തിന് വല്ല ഊനവും തട്ടിയോ? നീതിയുടെയും അനീതിയുടെയും അതിർത്തിവര ആർക്കെങ്കിലും അടയാളപ്പെടുത്താൻ കഴിയുമോ? അതിനുപുറമെ പ്രേമം എന്ന് ഒന്നുണ്ടെങ്കിൽ സ്ത്രീകളുടെ സതീത്വത്തെ സംശയിക്കാനെന്തുണ്ട്?" മൂർച്ചയേറിയ ഒരു കടാക്ഷത്താൽ ഹരിമോഹനന്റെ ഹൃദയത്തിൽ ഒരു മിന്നൽപിണർ പായിച്ചുകൊണ്ട് മല്ലിക പുറത്തേക്കു പോയി.

ഹരിമോഹനൻ ഭയം, ആശങ്ക, ലജ്ജ, അപമാനം മുതലായ വിവിധ വികാരങ്ങളാൽ വിമൂഢനായി വിറയ്ക്കുവാൻ തുടങ്ങി.

പതിനാറാംതീയതി രാവിലെ മല്ലികയ്ക്ക് ഒന്നിനുമുണ്ടായിരുന്നില്ല സമയം. എന്നാലും അവൾക്ക് അതിൽ പരിഭവം തോന്നിയില്ല. കാരണം ഹരിമോഹനൻ എല്ലാ പരീക്ഷകളിലും വിജയിച്ചിരിക്കുന്നു. ഇനി ഒട്ടും ഭയപ്പെടാനില്ല. പരിഷ്കൃതസമുദായത്തിൽ അപമാനിതയെങ്കിലുമാകാതെ കഴിക്കാം. ആ ആചാര്യനെ വിളിച്ചുകൊണ്ടുവന്ന് ഹരിമോഹനനു വന്ന മാറ്റംകൂടി ഇന്ന് കാട്ടിക്കൊടുക്കേണ്ടതായിരുന്നു.

ചായകുടികഴിഞ്ഞയുടൻ മല്ലിക പുറത്തേക്കിറങ്ങി. ഭവാനിപുരത്തിലെ ഒരു മൈതാനത്തിൽ പന്തൽ ഇട്ട് അവിടെയാണ് മീറ്റിങ്ങിനുള്ള ഒരുക്കങ്ങൾ ചെയ്തിരിക്കുന്നത്. നാട്ടിൻപുറങ്ങളിൽനിന്ന് വളരെയധികം മഹിളാപ്രതിനിധികൾ എത്തിക്കഴിഞ്ഞു. എല്ലാ ഏർപ്പാടുകളും ഒന്നുകൂടി പരിശോധിച്ച് മല്ലിക വീട്ടിൽ തിരിച്ചുവന്നപ്പോൾ മണി പതിനൊന്നായി. ഏഴുമണിക്കാണ് സമ്മേളനം ഉദ്ഘാടനം ചെയ്യുന്നത്.

ഇന്നുമല്ലികയ്ക്ക് സന്തോഷപ്രദമായ ഒരു ദിവസമാണ്. ഇന്നത്തെ സഭയിൽ അധ്യക്ഷസ്ഥാനത്തുനിന്നും ശ്രീമതി മല്ലികാബാനർജിയെ

വംഗദേശത്തിന്റെ മഹിളാലീഡറായി തിരഞ്ഞെടുത്തിരിക്കുന്നതായി പ്രസ്താവിക്കപ്പെടും. ഇന്ന് തന്റെ പത്നിയുടെ മഹത്വം ഹരിമോഹനന് സമ്മതിച്ചുകൊടുക്കേണ്ടിവരും.

അഞ്ചുമണിക്കുശേഷം മല്ലിക തന്റെ കയ്യാൽത്തന്നെ ഹരിമോഹനനെ ഡ്രസുചെയ്യിക്കാൻ തുടങ്ങി. ചെമ്പകവർണത്തിലുള്ള ട്രൗസറും ഷാഫ്സിൽക്ക് ഷർട്ടും. കഴുത്തിൽ ടൈ. കാലിൽ ചോക്കളേറ്റ് കളർ ഷൂ. മാറിലുള്ള കീശയിൽ സിൽക്കുടൗവ്വൽ രണ്ടിഞ്ചുമുകളിൽക്കാണും വിധം. തലയിൽ ബാരിസ്റ്റർതൊപ്പി. എല്ലാം കഴിഞ്ഞപ്പോൾ ചോദിച്ചു: "പേരുചോദിച്ചാൽ എന്തുപറയണമെന്ന് മറന്നിട്ടില്ലല്ലോ? പറയൂ മിസ്റ്റർ ഹാരി ബാനർജി. ആഹാ. ഇന്നു നിങ്ങളെക്കാണേണ്ടതുതന്നെ വരൂ. പല സുന്ദരികളായ ചെറുപ്പക്കാരികളെയും പരിചയപ്പെടുത്തിത്തരാം. എങ്ങനെ? അത് രസമായിരിക്കില്ലേ? ദാ നോക്കൂ, എന്നെ വിഷമിപ്പിക്കരുത് വല്ല വഷളത്തവുംകാട്ടി—ഇത്രയും പറഞ്ഞ് ഡ്രസുചെയ്യുവാൻ പോകുന്നതിനുമുമ്പായി താൻ ആത്മഹത്യചെയ്തുകളയുമെന്നു പറഞ്ഞുഭയപ്പെടുത്തി അവൾ ഹരിമോഹനനെ കട്‌ലറ്റും, ചാപ്സും എല്ലാം തിന്നുകൊള്ളാമെന്നു സമ്മതിപ്പിച്ചു. മറ്റൊന്നിനുമല്ല. അയാളെ ഒന്നു മാറ്റിയെടുക്കണമല്ലോ.

കഠിനമായ ഒരു അഗ്നിപരീക്ഷ ആസന്നമായിരിക്കുന്നു. ഹരിമോഹനൻ ഭയം സഹിക്കാനാകാതെ മിണ്ടാതെ നിന്നു. ഇന്നു പ്രഭാതംമുതൽ തുടങ്ങിയതാണ്, അയാൾക്ക് എന്തെന്നില്ലാത്ത ഒരു ഭയം. പക്ഷേ പ്രതിജ്ഞ പാലിക്കാതെതരമില്ല. സത്യവാദിയാണ് അയാൾ.

മല്ലിക ഗൈരികവർണത്തിലുള്ള ഒരു സാരിയുടുത്തു. ഉള്ളിൽ പട്ടുജാക്കറ്റ്--ചുവന്ന വരയുള്ളത്. കണ്ണിൽ അഞ്ജനമെഴുതി. മുഖമണ്ഡലം റോസ്പൗഡറിട്ട് മോഹകമാദകമാക്കി. രണ്ടു കാതുകളിലും ഹീരകുണ്ഡലം. കയ്യിൽ സ്വർണവളകൾ, നെറ്റിയിൽ വീണ് കാറ്റത്തിളകുന്ന അളകങ്ങൾ, കാലിൽ ലേഡീസ് ഷൂ. ചെറുപ്പംകൊണ്ട് ദേഹം മുമ്പോട്ട് ഒന്നു വളഞ്ഞിരിക്കുന്നു.

അരമണിക്കൂർ കഴിഞ്ഞ് അവർ മുറിയിൽനിന്ന് പുറത്തുവന്നപ്പോൾ ഒരു യുവാവ് ഉത്സാഹത്തോടെ അവളെ അഭിനന്ദിച്ചുകൊണ്ടു പറഞ്ഞു:

"അരമണിക്കൂറായി നിങ്ങളെ കാത്തിരിക്കുന്നു മല്ലികേ."

മല്ലിക ചോദിച്ചു: "മിസ്റ്റർ ബാനർജി ഇവിടെ ഉണ്ടായിരുന്നില്ലേ?"

"ഉണ്ടായിരുന്നു. അയാൾ എന്നെ ഇവിടെ ഇരുത്തിയിട്ട് അപ്പുറത്തേക്കു പോയി. ആഹാ, എന്തൊരത്ഭുതസുന്ദരി നിങ്ങൾ! സ്പ്ലെന്റിഡ്!"

ഇതിനിടയ്ക്കു പ്രശാന്തഗംഭീരമായ മുഖഭാവത്തോടെ ഹരിമോഹനൻ അവിടെ വന്നു. മട്ടുകണ്ടാൽ താൻ ഇപ്പോൾ ഛർദിക്കുമെന്നു തോന്നും. അയാൾ ഒരു ചെറിയ കടലാസ് മല്ലികയുടെ നേരെനീട്ടിയിട്ടു പറഞ്ഞു "സൗകര്യം കിട്ടുമ്പോൾ ഇതൊന്നു വായിച്ചുനോക്കൂ."

"എന്താണെഴുതിയിരിക്കുന്നത്?"

"ഒന്നുമില്ല, വെറുതെ."

"ശരി, സമയം കിട്ടുമ്പോൾ നോക്കാം. പിന്നെ ഇദ്ദേഹം എന്റെ സുഹൃത്താണ്. സുഹൃത്തെന്നു പറഞ്ഞാലും പോര ആത്മസുഹൃത്ത് —പേർ സുവ്രതൻ. ആട്ടെ സുവ്രതൻ! ഈ ഡ്രസിൽ കാണുമ്പോൾ മിസ്റ്റർ ബാനർജിയെപ്പറ്റി എന്തുതോന്നുന്നു?" മല്ലിക ഉൽകണ്ഠയോടെ ചോദിച്ചു.

സുവ്രതൻ പറഞ്ഞു: "ആഹാ! ഹി'സ് ലുക്കിങ് ഫൈൻ! പക്ഷേ, നിങ്ങൾ ഇന്ന് ഏഞ്ചൽ തന്നെ മല്ലികേ! ഇന്നു മി. ബാനർജിമാത്രമല്ല പലരും നിങ്ങളെക്കണ്ടാൽ--"

ഹരിമോഹനൻ മനംപുരട്ടൽ നിയന്ത്രിച്ചുകൊണ്ടു തന്നോടായി ത്തന്നെ പറഞ്ഞു. ഏഞ്ചൽ! ഏഞ്ചൽ എന്നുവെച്ചാൽ സ്വർഗദൂതൻ. അപ്പോഴേക്ക് താഴെനിന്ന് ഒരു മോട്ടോറിന്റെ ഹോൺ അടിക്കുന്നതു കേട്ടിട്ടു ഹരിമോഹനൻ വടിയുമെടുത്തു താഴത്തേക്കിറങ്ങിപ്പോയി. മല്ലിക സന്ദേഹത്തോടെ ഒരു തവണ അയാളെ നോക്കി. ഹരിമോഹ നൻ എന്തോ രഹസ്യം മറച്ചുപിടിച്ചു നടക്കുന്നതുപോലെ അവൾക്കു തോന്നി. പക്ഷേ എന്തൊക്കെയായാലും സുവ്രതനെ അയാൾ ഒന്നുകൂടി ബഹുമാനിക്കേണ്ടതായിരുന്നു. സമുദായാചാരങ്ങൾ അയാൾക്കു ശീല മില്ലല്ലോ. പിന്നെയെന്തു ചെയ്യും?

സുവ്രതൻ ചോദിച്ചു: "ഇയാൾ സമ്മേളനത്തിനു വരുന്നില്ലേ, മല്ലികേ?"

"വരാതിരിക്കയോ? പുതിയ ഡ്രസ് ഇട്ടപ്പോൾ ഒരു മനുഷ്യനായി. കുറച്ചു പഴമക്കാരനാണ് ആൾ."

ആ സമയം ഭൃത്യൻ അവിടേക്കു വന്നു. മല്ലിക ഇതിൽ അൽപ്പം അസന്തുഷ്ടയായെങ്കിലും അതു നടിക്കാതെ അവനോടു ചോദിച്ചു: "യജമാനൻ എവിടെപ്പോയി?"

ഭൃത്യൻ പറഞ്ഞു: "അദ്ദേഹം കാറിൽ കയറിപ്പോയി."

"എവിടേക്ക്?"

"അറിഞ്ഞുകൂടാ."

പെട്ടെന്ന് എഴുത്തിന്റെ കാര്യം ഓർമവന്നതിനാൽ മല്ലിക കയ്യിൽ ചുരുട്ടിപ്പിടിച്ചിരുന്ന കടലാസ് നിവർത്തി വായിച്ചു.

ശ്രീമതി,

നിങ്ങളെ എന്നെന്നേക്കുമായി ഉപക്ഷേിച്ചിട്ടു പോകാൻ നിർബ ന്ധിതനായിരിക്കുന്നു. എനിക്കു മാപ്പുതരണം. എന്നെ മേലാൽ അന്വേ ഷിക്കേണ്ട. എനിക്ക് സമുദായത്തിൽ സ്ഥാനം കിട്ടാതായാലും നിങ്ങൾ ക്ക് അങ്ങനെ വരാതിരിക്കട്ടെ എന്ന് ആശംസിക്കുന്നു.

എന്ന്, ഹരിമോഹനൻ.

"സുവ്രതാ, ഞാനിപ്പോൾ വരാം. ഇരിക്കൂ." എന്നു പറഞ്ഞിട്ട് എല്ലാ ക്ഷോഭവും അടക്കിക്കൊണ്ട് മല്ലിക താഴത്തേക്കിറങ്ങിപ്പോയി. എന്നാൽ താഴത്തെത്തിയപ്പോഴേക്ക് അവൾക്കു ഭാവം അടക്കുക വയ്യാതായി. അവൾ ഒരു ടാക്സിയിൽ കയറിയിരുന്നിട്ടു പറഞ്ഞു: "ചോർബാഗാനി ലേക്ക്."

മല്ലിക കോപം സഹിക്കാനരുതാതെ സംഭ്രമം കൊള്ളുകയാണ്. അവിടെ സമ്മേളനം ഉദ്ഘാടനം ചെയ്യാനുള്ള സമയം അടുത്തിരിക്കുന്നു. ഇവിടെയാകട്ടെ അവളുടെ ജീവിതദേവതകൾ നിർണായകമായ ഒരു പ്രതിസന്ധിയിൽ അവളെ കൊണ്ടുവന്നു നിർത്തിയിരിക്കുന്നു. അഞ്ചു മിനിട്ടുകൊണ്ട് കാർ ചോർബാഗാനിലുള്ള ആചാര്യഭവനത്തിന്റെ പടിക്കലെത്തി.

കാറിൽനിന്നു കുതിച്ചുചാടി മല്ലിക ആചാര്യന്റെ ഇരുപ്പുമുറിയിൽ കടന്നു. അവൾ അവിടെ സ്തംഭിച്ചു നിന്നുപോയി. സായിപ്പിന്റെ വേഷം ധരിച്ച ഹരിമോഹനൻ ആചാര്യന്റെ മടിയിൽ തലവെച്ചു തേങ്ങിക്കരയുന്നു. അടുത്തുതന്നെ അയാൾ ഇരിക്കുന്ന മെത്തയിൽ ഛർദിച്ചിരിക്കുന്നു. അതിന്റെ ദുർഗന്ധംകാരണം മുറിയിൽ ഇരിക്കവയ്യാതായിരിക്കുന്നു.

മല്ലിക പരുഷസ്വരത്തിൽ പറഞ്ഞു: "മൃഗം മനുഷ്യനാവില്ല. എന്റെ പരിശ്രമം അത്രയും വെറുതെയായി. എന്നെ നിങ്ങൾ ഉപേക്ഷിക്കുമെന്നോ? അതിനുമുമ്പ് ഞാൻ നിങ്ങളെ ഉപേക്ഷിക്കും."

ഹരിമോഹനൻ കണ്ണുനീരോടെ പറഞ്ഞു: "മുത്തച്ഛാ, അവരോടു പോകാൻ പറയൂ."

ആചാര്യൻ പറഞ്ഞു: "ഇല്ല ഹരിമോഹനാ. നിന്റെ പത്നിയാണ്. പത്നിക്കുവേണ്ട ഏർപ്പാടുകൾ ചെയ്തുകൊടുക്കേണ്ടതു നീയാണ്."

മല്ലിക വിദീർണസ്വരത്തിൽ പറഞ്ഞു: "നിങ്ങൾ ചെയ്തുതരുന്ന ഒരു ഏർപ്പാടും എനിക്കു സ്വീകാര്യമല്ല. എന്നാൽ ഒന്നു തീർച്ച. ആചാര്യകുടുംബക്കാരെ നാടിന്റെ നടുവിൽ നിറുത്തി ഞാൻ ചീത്തപ്പേര് കേൾപ്പിക്കാതെ വിടില്ല."

മല്ലികയുടെ സംസാരംകേട്ട് ആളുകൾ ചുറ്റും വന്നുകൂടിക്കഴിഞ്ഞിരുന്നു. ആചാര്യൻ എഴുന്നേറ്റുനിന്ന് തൊഴുകയ്യോടെ പറഞ്ഞു: "ക്ഷമിക്കൂ, പൗത്രവധു!........"

"ക്ഷമയോ?" മല്ലിക അലറി: "നിങ്ങളാണ് എല്ലാത്തിലും വലിയ അപരാധി. ഒരു നിരപരാധിയായ സ്ത്രീയുടെ ജീവിതം കയ്യിലെടുത്തു പന്താടുകയാണ് നിങ്ങൾ ചെയ്തത്."

അപമാനിതനായ ആചാര്യൻ വിഷണ്ണനായി പറഞ്ഞു: "നിങ്ങൾ ഒന്നു മിണ്ടാതിരിക്കൂ. വഴക്കൊക്കെ ഞാൻ ഒതുക്കിത്തരാം. ഹരിമോഹനാ പോകൂ, നിന്റെ പത്നിയുടെകൂടെ പോകൂ."

"വേണ്ട." മല്ലിക നിഷേധസ്വരത്തിൽ പറഞ്ഞു: "പതിപത്നികൾ തമ്മിലുള്ള ബന്ധം അവസാനിപ്പിക്കുവാൻവേണ്ടി മാത്രമാണ് ഞാൻ വന്നിരിക്കുന്നത്. നിങ്ങൾക്ക് ഞാൻ മാപ്പുതരില്ല. കോടതിയിൽക്കാണാം നമുക്ക്. അവിടെവച്ച് നമുക്ക് കണക്കു പറയാം. ഈ എഴുത്ത് എന്റെ കയ്യിൽത്തന്നെയിരിക്കട്ടെ."

അഗ്നിശിഖയെപ്പോലെ ജ്വലിച്ചുകൊണ്ട്, വന്നപോലെതന്നെ മല്ലിക 'ശറേ' എന്ന് നടന്നുപോയി കാറിൽ കയറിയിരുന്നു.

ശ്രീ ശ്രീസിദ്ധേശ്വരി ലിമിറ്റഡ്

പരശുരാം

ആയിരത്തിതൊള്ളായിരത്തി ഇരുപത്തി ആറ് മാഘമാസം. അർമീനിയൻ ചർച്ചിൽ അപ്പോൾ മാത്രമാണ് മണിപതിനൊന്ന് അടിച്ചത്. ശ്യാമബാബു തുകൽസഞ്ചി തൂക്കിപ്പിടിച്ചുകൊണ്ട് ജൂഡാസ് ലൈനിലുള്ള ഒരു മൂന്നുനില മാളികയിലേക്കു കടന്നുചെന്നു. നന്നേ പഴക്കം ചെന്ന ഒരു മാളികയായിരുന്നു അത്. പല കാലമായി നടന്നുവരുന്ന വൈറ്റ് വാഷിങ്ങിന്റെയും ചായം തേപ്പിന്റെയും ഫലമായി ചുക്കിചുളിഞ്ഞതൊലിയും മൂത്തുനരച്ച മുടിയുമുള്ള ഒരു പടുവൃദ്ധനെപ്പോലെ ആയിക്കഴിഞ്ഞിരിക്കുന്നു കെട്ടിടം. താഴത്തെ നിലയിൽ വെളിച്ചത്തിനു പ്രവേശമില്ലാത്തവിധം സാമാനങ്ങൾ കുത്തിനിറച്ചിരിക്കുന്ന ഗോഡൗണുകളാണ്. മുകളിൽ മുൻവശത്തുതന്നെ പലതരം കച്ചവടക്കാരുടെ ആഫീസുകൾ, പിൻവശത്ത് പല ജാതിക്കാരുടെയും തരക്കാരുടെയും പാർപ്പിടങ്ങൾ. കടക്കുന്നിടത്തുതന്നെയാണ് മൂന്നാംനിലവരെ ചെല്ലാനുള്ള കോണി. കോണിയുടെ അരികിലുള്ള ചുവർ വെറ്റിലമുറുക്കിത്തുപ്പി ചുവപ്പിച്ചിരിക്കുന്നു. 'ഇവിടെ തുപ്പരുത്' എന്നു വിലക്കുന്ന നോട്ടീസ് പതിക്കാത്തതുകൊണ്ട് സംഭവിച്ച 'അത്യാഹിതം' ഒന്നുമല്ല അത്. ഏതാനും എലികളും നരിച്ചീറുകളും സഹവർത്തിത്വമെന്ന ആദർശം പ്രദർശിപ്പിച്ചുകൊണ്ട് സ്വച്ഛന്ദം വിഹരിക്കുന്നു. അവറ്റ ആശ്രമമൃഗങ്ങളെപ്പോലെ നിശ്ശങ്കം സഞ്ചരിച്ചുകൊണ്ടിരിക്കുന്നു. കോണിയാത്രക്കാരെ തീരെ കൂസുന്നതേയില്ല. അപ്പുറത്തു താമസിക്കുന്ന സിന്ധികളുടെ അടുക്കളയിൽനിന്നടിക്കുന്ന കായത്തിന്റെ തീവ്രഗന്ധത്തോടൊപ്പം അഴുക്കു ചാലിലെ മണവും കലർന്ന് അവിടമെങ്ങും ദുസ്സഹമായ ഗന്ധമായിരുന്നു. ആഫീസ് സമൂഹത്തിന്റെ ഉടമസ്ഥന്മാരാകട്ടെ ഈവക തുച്ഛമായ വിഷയങ്ങളിൽ ശ്രദ്ധിച്ചു സമയം പാഴാക്കാതെ അവയോട്

നിർല്ലേപത നടിച്ചുകൊണ്ട് കൊടുക്കൽവാങ്ങൽ, വിലയിടിവ്, വിലക്കയറ്റം, ലാഭഛേദം മുതലായ മഹത്തായ കാര്യങ്ങളിൽ വ്യാപരിച്ച് കാലായാപനം ചെയ്തുവരുന്നു.

ശ്യാമബാബു മൂന്നാംനിലയിൽ കയറിച്ചെന്ന് ഒരു മുറിതുറന്നു. മുറിയുടെ വാതിൽക്കൽ ഇങ്ങനെ എഴുതിയിട്ടുള്ള ഒരു മരപ്പലക കെട്ടിത്തൂക്കിയിരുന്നു.

'ബ്രഹ്മചാരി ആന്റ് ബ്രദർ ഇൻ ലാ, ജനറൽ മർച്ചന്റ്സ്.'

ഈ വ്യവസായത്തിന്റെ മുഴുവൻ ഉടമസ്ഥാവകാശവും സ്വയം ശ്യാമബാബു (ശ്യാംലാൽ ഗാംഗുലി) വിനും അയാളുടെ സ്യാലനായ വിപിൻ ചൗധുരീ ബി എസ് സീക്കുമാണ്.

മുറിയിൽ ഏതാനും കസാലകൾ, പഴയ ഒന്നുരണ്ടു മേശകൾ, അലമാരികൾ മുതലായവ. മേശപ്പുറത്തു പലജാതി കണക്കെഴുത്തു പുസ്തകങ്ങൾ, വിതരണത്തിനായി അടിപ്പിച്ച പരസ്യങ്ങളുടെ കെട്ടുകൾ, ഒരു പഴയ ഡയറക്ടറി, ഒരു വാല്യം ഇൻഡ്യൻ കമ്പനീസ് ആക്ട്, ഏതാനും കമ്പനികളുടെ നിയമാവലികൾ അങ്ങനെ പലതും. ചുവരിൽ തറച്ചിട്ടുള്ള പലകയിൽ കടലാസിൽ പൊതിഞ്ഞ ധൂളിധൂസരങ്ങളായ കുറെ കുപ്പികളും ഒഴിഞ്ഞഭരണികളും. ഒരു കാലത്ത് ശ്യാമബാബുവിനു സ്വപ്നത്തിൽ മുനിമാർ ഉപദേശിച്ച പേറ്റന്റ് ഔഷധങ്ങളുടെ ബിസിനസുണ്ടായിരുന്നു. അതിന്റെ അടയാളങ്ങളാണ് അവ.

ശ്യാമബാബുവിന് അൻപതിനോടടുക്കും പ്രായം. നല്ല കറുപ്പുനിറം. കറുപ്പും വെളുപ്പും കലർന്ന താടിരോമങ്ങൾ. കഴുത്തോളം നീണ്ട മുടി. തടിച്ചു രോമശമായ ദേഹം. ചെറുപ്പം മുതൽ തുടങ്ങിയതാണ് സ്വതന്ത്രമായ ബിസിനസിനോട് അതിയായ ചായ്‌വ്. എന്നാൽ പല ജാതി ബിസിനസുകൾ നോക്കിയിട്ടും ഇന്നോളം വിശേഷിച്ച് ഒരു ഗുണവും ഉണ്ടായതായി അനുഭവപ്പെട്ടില്ല. ഈ ബി റെയിൽവെ ആഡിറ്റ് ആഫീസിൽ ഒരു ജോലിയുണ്ട് അയാൾക്ക്. തൽക്കാലം അതാണ് ഉപജീവനത്തിനുള്ള ഒരേ വഴി. നാട്ടിൽ കുറച്ചു ദേവസ്വം സ്വത്തും പഴകിയ ഒരു കാളീക്ഷേത്രവുമുണ്ട്. എന്നാൽ അവയിൽനിന്നു വിശേഷവിധിയായിട്ട് വരവൊന്നുമില്ല. ജോലി കഴിഞ്ഞുവന്നാൽ ബിസിനസ് നടത്താനുള്ള ശ്രമം തുടങ്ങും. ഇക്കാര്യത്തിൽ സ്യാലൻ വിപിനൻതന്നെയാണ് പ്രധാനപങ്കാളിയും സഹായിയും. സന്താനങ്ങളില്ല. കൊൽക്കത്തയിൽ സ്യാലനും പത്നിയും ഒന്നിച്ചു സ്വന്തം വീട്ടിൽത്തന്നെയാണ് താമസം. ബിസിനസ് മെച്ചപ്പെട്ടിട്ടുവേണം ജോലി രാജിവെക്കാനാന്നെന്നാണ് മനോരാജ്യം. ഇപ്പോൾ ആറുമാസത്തെ ലീവ് എടുത്തു 'ബ്രഹ്മചാരി ആന്റ് ബ്രദർ ഇൻ ലാ' എന്നപേരിൽ ഒരു ആഫീസ് തുറന്നിരിക്കയാണ്.

ശ്യാമബാബു ധർമിഷ്ഠനാണ്. പഞ്ചാംഗം നോക്കിയാണ് ഓരോ പ്രവർത്തനത്തിനും ഇറങ്ങിത്തിരിക്കുക പതിവ്. സൗകര്യംപോലെ മന്ത്രവാദാദികളും കാര്യസാധ്യത്തിനായി നടത്തിക്കാറുണ്ട്. വേണ്ടാതെ—അതായതു വിശപ്പില്ലാതെ മാംസാഹാരവും കാരണം കൂടാതെ

കാരണ പാനവും(താന്ത്രികന്മാർ മദ്യത്തിനെ കാരണം എന്നുപറയുന്നു) പതിവില്ല. ഏതുസന്യാസിക്കാണ് സ്വർണം ഉണ്ടാക്കാൻ അറിയാവുന്നത്. വലംപിരിശംഖും ഏകമുഖരുദ്രാക്ഷവും ആരുടെ കൈയിലുണ്ട് എന്നൊക്കെ സദാ അന്വേഷിച്ചുനടക്കും. ഏതാനും മാസങ്ങളായി വീട്ടിലിരിക്കുമ്പോൾ കാവിമുണ്ടാണ് ഉടുക്കുക. കുറെ വിശ്വസ്തശിഷ്യന്മാരെയും സമ്പാദിച്ചിരിക്കുന്നു. ഇടയ്ക്കിടയ്ക്ക് 'ശ്രീമദ് ശ്യാമാനന്ദ് ബ്രഹ്മചാരി' എന്ന പേര് അയാൾ ഉപയോഗിക്കാറുണ്ട്. ഏറെത്താമസിയാതെ എല്ലാവരും ഈ പേരിൽത്തന്നെ, തന്നെ അറിയാനും തുടങ്ങും എന്നാണ് അയാളുടെ പ്രതീക്ഷ.

ശ്യാമബാബു ആഫീസ്മുറിയിൽ കടന്ന് ഒരു മൂന്നരക്കാലൻ ഈസിചെയറിൽ അൽപ്പനേരം വിശ്രമിച്ചു. പിന്നെ വിളിച്ചു: "ബാച്ചാ! ബാച്ചാ!" ബാച്ചാശ്യാമബാബുവിന്റെ ഓഫീസ് ബോയ് -- ഇതുവരെ അടുത്തുള്ള ഇടനാഴിയിൽ ഒരു സ്റ്റൂളിൽ ഇരുന്ന് ഉറക്കം തൂങ്ങുകയായിരുന്നു. അവൻ വിളികേട്ട് ഞെട്ടിയുണർന്ന് ഓടിവന്നു. ശ്യാമബാബു പറഞ്ഞു: "ഗംഗാജലത്തിന്റെകുപ്പി എടുത്തു കൊണ്ടുവാ. എന്നിട്ട് മേശപ്പുറത്തെ കടലാസുകളും ഒക്കെ ഒന്നു കൊട്ടിക്കുടഞ്ഞുവയ്ക്ക്. എന്തൊരു പൊടി!" ബാച്ച ഒരു കുപ്പിപോലെയുള്ള ഒരു ചെമ്പുപാത്രം എടുത്തുകൊണ്ടു വന്നു കൊടുത്തു. ശ്യാമബാബു അതിൽനിന്ന് കുറച്ച് ഗംഗാജലമെടുത്തു മന്ത്രം ജപിച്ചുകൊണ്ടു മുറിയിലൊക്കെ തളിച്ചു. അതിനുശേഷം മേശയുടെ വലിപ്പിൽനിന്നു കുങ്കുമം തൊടുവിച്ച ഒരു റബ്ബർ സ്റ്റാമ്പ് എടുത്തു അതിന്റെ സഹായത്തോടെ 108 പ്രാവശ്യം ദുർഗയുടെ പേര് എഴുതി. സ്റ്റാമ്പിൽ 12ലൈൻ 'ശ്രീ ശ്രീദുർഗ' എന്നുകൊത്തിയിട്ടുണ്ട്. അതിനാൽ ഒൻപതുതവണ റബ്ബർ സ്റ്റാമ്പു പതിച്ചാൽ ഭാരം തീരും. ഈ ശ്രമാപനോദന യന്ത്രം കണ്ടുപിടിച്ചതു വിപിനനാണ്. അയാൾ ഇതിനുപേര് കൊടുത്തിരിക്കുന്നത് 'ദി ആട്ടോമാറ്റിക്ക് ശ്രീദുർഗാ ഗ്രാഫ്' എന്നാണ്. ഈ യന്ത്രം 'പേറ്റന്റ്' ചെയ്വാനുള്ള ശ്രമവും നടക്കുന്നുണ്ട്.

മുമ്പു പറഞ്ഞതുപോലെ നിത്യകർമങ്ങൾ സമാപിപ്പിച്ചു ശ്യാമബാബു പ്രസന്നചിത്തനായി സഞ്ചിയിൽനിന്ന് പ്രസിലെ ഒരു നനഞ്ഞ പ്രൂഫ് പുറത്തേക്ക് എടുത്തു തിരുത്തുവാൻ തുടങ്ങി. കുറച്ചുകഴിഞ്ഞപ്പോൾ അടൽബാബു ചെരിപ്പിന്റെ 'ചർമർ' ശബ്ദത്തോടെ പ്രവേശിച്ചു പറഞ്ഞു: "അല്ലാ, ശ്യാമേട്ടനല്ലേ ഇത്? വന്നിട്ടു കുറെനേരായോ? കുറച്ചു താമസിച്ചുപോയി ഞാൻ. ക്ഷമിക്കണം ഹൈക്കോർട്ടിൽ ഒരു 'മോഷൻ' ഉണ്ടായിരുന്നു. എവിടെ ബ്രദർ ഇൻ ലാ?"

"വിപിനൻ ബാഗ്ബജാറിലേക്കു പോയിരിക്കുകയാണ്. തിൻകഡി ബാഡുജ്യേ (ബാനർജി)യുടെ അടുക്കലേക്ക്. ഇന്നു കാര്യം ഉറപ്പിച്ചിട്ടു വരും. ഇപ്പൊ വരാം എന്നുപറഞ്ഞാണു പോയത്."

അടൽബാബു നാലുകൈയുള്ള നീണ്ടകോട്ടിട്ട ഒരു പുത്തൻ വക്കീലാണ്. അച്ഛന്റെ ആഫീസിൽ ജൂനിയർ പാർട്നറായിട്ട് ഈയിടെ ചേർന്നതേയുള്ളു. വെളുത്ത യോഗ്യനായ ഒരാൾ, വിപിനന്റെ ബാല്യമിത്രം.

പ്രായം ഏറെയായിട്ടില്ലെങ്കിലും ബുദ്ധിക്ക് പാകത വന്നിരിക്കുന്നു. അടൽ ചോദിച്ചു: "വൃദ്ധൻ സമ്മതിച്ചോ? അയാളെ എങ്ങനെ പിടികൂടാൻ കഴിഞ്ഞു?"

ശ്യാമബാബു: "അതോ? തിൻകഡിബാബു നമ്മുടെ ശരത്തിന്റെ ശ്വശുര സഹോദരനാണ്. ശരത്ത് വിപിനന്റെ ഭാര്യയുടെ ചിറ്റമ്മയുടെ മകനും. ശരത്ത് വഴിക്കാണ് തിൻകാഡിബാബുവിനെ പിടികൂടിയത്. എളുപ്പം സമ്മതിച്ചുവെന്നാണോ വിചാരം? കിളവൻകാർന്നോർക്കു പിശുക്കോ സംശയമോ അധികം എന്ന നിശ്ചയമില്ല. അയാൾ പറഞ്ഞു: "ഞാൻ റായ് സാഹബ് ആണ് -- റിട്ടയർ ഡെപ്യൂട്ടി. ഗവൺമെന്റിനും ബഹുമാനമാണ് എന്നെ. കമ്പനി ഡയറക്ടറായിട്ട് അവസാനം പെൻഷൻ കളഞ്ഞുകുളിക്കുകയോ?' അപ്പോൾ ഞാൻ ഉദാഹരണസഹിതം പറഞ്ഞു--എത്രയെത്ര റിട്ടയർഡ് ആഫീസർമാർ കമ്പനിഡയറക്ടറന്മാരുടെ പണി നോക്കുന്നുണ്ടെന്നറിയാമോ? നിങ്ങൾക്കു മാത്രമെന്താണു ഭയപ്പെടാനുള്ളത്? ഒടുവിൽ ഓരോ സിറ്റിങ്ങിനും 72 ക. വീതം ഫീസ് കിട്ടുമെന്നു പറഞ്ഞപ്പോൾ മാത്രമാണ് ഇളകിയത് മൂപ്പർ."

അടൽബാബു: "എത്ര ഷെയർ എടുക്കും?"

ശ്യമബാബു: "മുതൽ ഇറക്കുന്ന കാര്യത്തിൽ നൂറുകൂട്ടം സംശയമാണ് അയാൾക്കുള്ളത്. എന്താണ് പറയണതെന്നറിഞ്ഞോ—'നിങ്ങളുടെ ബ്രഹ്മചാരിക്കമ്പനി പണം തട്ടിക്കുകയില്ലെന്നതിന് ആരുണ്ടു ജാമ്യം തരാൻ? നിങ്ങൾ സ്യാലനും ഭഗിനീപതിയും കുടിച്ചേർന്ന് മാനേജിങ് ഏജന്റായിട്ടു കമ്പനി ദീപാളി കുളിപ്പിച്ചാൽ എന്റെ പണം എന്താവും?' എന്നൊക്കെയാണ്. ഞാൻ പറഞ്ഞു— "മിസ്റ്റർ, നിങ്ങളെപ്പോലെ അതിസമർഥനും സൂക്ഷ്മദൃഷ്ടിയുമായ ഒരാൾ ഡയറക്ടറായിട്ടിരിക്കുമ്പോൾ ആർക്കാണു പണം 'തിരിമറി' ചെയ്യുവാൻ കഴിയുക? വരവുചെലവു കണക്കുകൾ നിങ്ങളുടെ കൺമുമ്പിലിരിക്കുമല്ലോ എപ്പോഴും. കമ്പനി പൊളിയാൻ സമ്മതിക്കുമോ? ദോഷങ്ങളെപ്പറ്റി മാത്രം പോരല്ലോ, ഗുണങ്ങളെപ്പറ്റിയുംകൂടി ചിന്തിക്കണ്ടേ? എത്ര ആദായകരമായ ബിസിനസാണെന്നു നോക്കൂ. കുറഞ്ഞത് അമ്പതുപേർസന്റ് ഡിവിഡന്റ് കിട്ടിയാൽത്തന്നെ രണ്ടുകൊല്ലംകൊണ്ടു നിങ്ങളുടെ വീട്ടിലെ പണം വീട്ടിൽത്തന്നെ തിരിച്ചുവരുമല്ലോ." ഒടുവിൽ വളരെധികം തർക്കിച്ചശേഷം അയാൾ പറഞ്ഞു—"ആട്ടെ, ഞാൻ ഷെയർ എടുത്തേക്കാം. അധികമൊന്നും പറ്റില്ല. ഡയറക്ടറാകുവാൻ ആവശ്യമുള്ളത്ര ഷെയർ മാത്രം. ഇന്നാണ് ഉറപ്പുതരാമെന്ന് വച്ചിരിക്കുന്നത്. അതിനായിട്ടു പോയിരിക്കയാണ് വിപിനൻ."

അടൽബാബു: "ഈ മാതിരി സംശയാത്മക്കളെ കൂട്ടിപിടിക്കാൻ പോയതു ശരിയായില്ല ശ്യാമേട്ടാ. ആ മഹാരാജാവിനെ പിടികൂടാതിരുന്നതെന്തേ?"

ശ്യാമബാബു: "മഹാരാജാവിനെ പിടിക്കാൻ ഇതിലും വലിയ ഇര വേണം. ഞാനോ നിങ്ങളോ വിചാരിച്ചാൽ പോരാ. പോരെങ്കിൽ അദ്ദേഹത്തെ കുറെയധികം പിഴിഞ്ഞെടുത്തുകഴിഞ്ഞിരിക്കുന്നു ഞാൻ."

അടൽബാബു: "ആ ഹിന്ദിക്കാരനെ ശരിപ്പെടുത്തിയോ? അയാളെപ്പോൾ വരും?"

ശ്യാമബാബു: "ഹിന്ദിക്കാരനെയും ശരിയാക്കിയിട്ടുണ്ട്. ആളുകളെ ഇരയിട്ടുപിടിക്കാൻ അയാളെപ്പോലെയുള്ളവർ നമുക്കു കുറെ വേണം. അയാൾ ഇവിടെ ഈ സമയത്തു വരാമെന്നു ഏറ്റിരുന്നു. പ്രോസ്പക്ട്സ് നിങ്ങളെയെല്ലാം കേൾപ്പിച്ച് ഇന്നുതന്നെ അച്ചടിക്കാൻ കൊടുക്കണമെന്നാണു വച്ചിട്ടുള്ളത്. തിൻകഡിബാബുവിനോടും വരാൻ പറഞ്ഞുനോക്കി. സൗകര്യമുണ്ടാവില്ല വരാൻ എന്നു പറഞ്ഞു."

"രാം രാം ബാബുസാഹേബ്!"

കറുത്ത മധ്യവയസ്കനായ ഒരാൾ പ്രവേശിച്ച് എല്ലാവരെയും താണു തൊഴുതു. വെള്ള ദോത്തി ഉടുത്തിരിക്കുന്നു. കറുത്ത നീണ്ട കോട്ട്. കാലിൽ തിളങ്ങുന്ന ഷൂസ്, തലയിൽ മഞ്ഞനിറത്തിലുള്ള മൽമൽ തലപ്പാവ്, വിരലുകൾ നിറയെ മോതിരങ്ങൾ, കാതിൽ പവിഴക്കമ്മൽ, നെറ്റിയിൽ ഗോപി.

ശ്യാമബാബു പറഞ്ഞു: "വരൂ വരൂ!...... എട ബാച്ചാ ഒരു കസേല കൂടി കൊണ്ടുവാ. ദാ ഇദ്ദേഹമാണ് അടൽബാബു. നമ്മുടെ സോളിസിദർ ദത്തുകമ്പനിയുടെ പാർട്നർ ഇദ്ദേഹം നമ്മുടെ ഉറ്റബന്ധു ബാബുഗണ്ഡേരീരാം ബാട്ട് പാരിയാ."

ഗണ്ഡേരിബാബു: "നമസ്കാരം. ഇദ്ദേഹത്തിന്റെ പേർ കേട്ടിട്ടുണ്ട്, ധാരാളം. പരിചയമാകാൻ കഴിഞ്ഞതിൽ സന്തോഷിക്കുന്നു."

അടൽബാബു: "നമസ്കാരം. നിങ്ങളെ കാത്തിരിക്കുകയായിരുന്നു ഞങ്ങൾ. നിങ്ങളെപ്പോലുള്ളവർ സഹായത്തിനുള്ളപ്പോൾ ഞങ്ങളുടെ കമ്പനിക്ക് ഒന്നും പേടിക്കാനില്ല."

ഗണ്ഡേരിബാബു: "ഹി ഹി ഹി എല്ലാം ദൈവത്തിന്റെ ഇച്ഛപോലെ നടക്കും. നമ്മൾ മാത്രം വിചാരിച്ചാൽ എന്തു നടക്കും? ഒന്നും നടക്കില്ല.

ശ്യാമബാബു: "നേരാണ്. ആർത്തത്രാണപരായണയായ ദേവി തന്നെയാണ് എല്ലാം ചെയ്യുന്നത്. നോക്കു അടൽ ഗണ്ഡേരിബാബുവിനെ വെറും ഒരു ബിസിനസുകാരനായിട്ടുമാത്രം കണക്കാക്കരുത്. ഇംഗ്ലീഷ് നല്ല വശമില്ലെങ്കിലും നല്ല അറിവുള്ള ആളാണ്. ശാസ്ത്രത്തിലും കടുകട്ടിയാണ്.

അടൽബാബു: "ആഹാ നിങ്ങളെപ്പോലത്തെ ഒരാളോടു സംസാരിക്കാൻ സാധിച്ചതുതന്നെ ഭാഗ്യം. ആട്ടെ മിസ്റ്റർ, നിങ്ങൾ ഇത്ര നല്ല ഭാഷ പറയാൻ എങ്ങനെ പഠിച്ചു?

ഗണ്ഡേരിബാബു: "എനിക്കു വളരെയധികം ബംഗാളികളുണ്ട് സുഹൃത്തുക്കളായിട്ട്. ബംഗാളി പുസ്തകങ്ങളും ധാരാളം വായിക്കാറുണ്ട്. ബങ്കിംചന്ദ്, രവീന്ദ്രനാഥ്—പിന്നെ--"

അപ്പോഴേക്ക് വിപിനബാബുവും വന്നുചേർന്നു. വിപിനൻ തനി യൂറോപ്യൻ മട്ടുകാരനാണ്. ഒരിക്കൽ ബിലാത്തിക്കുപോകാൻ ഒരു ശ്രമം നടത്തിനോക്കുകയുണ്ടായി. വെള്ളപാന്റും കറുത്ത കോട്ടുമാണ്

ഇട്ടിരിക്കുന്നത്. ചുവന്ന നെക്ടൈ, കൈയിൽ പച്ചനാടകെട്ടിയ ഹാറ്റ്, തിളങ്ങുന്ന കറുപ്പുനിറം, ക്ഷീണിച്ചദേഹം, മുറിമീശ, ശ്യാമബാബു തലയുയർത്തി ചോദിച്ചു "എന്തായി?"

"വിപിനബാബു ഡയറക്ടറാകാമെന്നു സമ്മതിച്ചു. പക്ഷേ, രണ്ടായിരം ക-യുടെ ഷെയറേ എടുക്കുകയുള്ളൂ. നമ്മെളെയെല്ലാം മറ്റെന്നാൾ രാവിലെ ഡിന്നറിനു ക്ഷണിച്ചിട്ടുണ്ട്. ഇതാ ക്ഷണക്കത്ത്."

അടൽബാബു തിൻകഡിബാബുവിനു പെട്ടെന്ന് ഇത്ര ഔദാര്യം തോന്നാൻ എന്താ കാരണം?

ശ്യാമബാബുവിന് മനസിലായില്ല കാരണം. ഫേലോ ഡയറക്ടർമാരെ ഒന്നു തട്ടിക്കൊട്ടി പരീക്ഷിച്ചുനോക്കാനുള്ള പുറപ്പാടാണെന്നു തോന്നുന്നു.

അടൽബാബു പോട്ടെ. നമുക്കിനി പ്രവർത്തനം തുടങ്ങുക. ഞാൻ മെമ്മോറാണ്ടത്തിന്റെയും ആർട്ടിക്കിൾസിന്റെയും നക്കൽ എഴുതി തയാറാക്കിയിട്ടുണ്ട്. ശ്യാമേട്ടാ, പ്രാസ്പെക്ടസ് ഒന്നു വായിക്കൂ. എങ്ങനെയിരിക്കുന്നുവെന്നു നോക്കട്ടെ.

ശ്യാമബാബു: "വായിക്കാം. മനസിരുത്തി കേട്ടോളിൻ എല്ലാവരും. വല്ല മാറ്റവും വരുത്താനുണ്ടെങ്കിൽ ഇപ്പോൾ പറഞ്ഞേക്കണം. ദുർഗേ! ദുർഗേ! ജയ്സിദ്ധിദാതാ ഗണേശ്"

1913-ാം ആണ്ടത്തെ 1-ാം വകുപ്പ് അനുസരിച്ച്
രജിസ്റ്റർചെയ്തു
ശ്രീ ശ്രീസിദ്ധേശ്വരീലിമിറ്റഡ്

മൂലധനം--പത്തുലക്ഷം ക. 10 പ്രകാരം 1, 00, 000 ഷെയറുകൾ. ഓരോ അപേക്ഷയോടൊപ്പവും ഷെയർ ഒന്നിനു 2ക. വീതം അടയ്ക്കേണ്ടതാണ്. ബാക്കി സംഖ്യ നാലുഗഡുക്കളായി മൂന്നുമാസത്തെ നോട്ടീസുകിട്ടിയാൽ അടച്ചുതീർക്കണം.

വിജ്ഞാപനം

ധർമമാണ് ഹിന്ദുക്കളുടെ പ്രാണൻ. ധർമനിരപേക്ഷമായ ഒരു പ്രവർത്തനവും ഹിന്ദുക്കൾക്കില്ല. ധർമാനുഷ്ഠാനത്തിന്റെ ഫലമാണു പരലോകമെന്നു പലരും പറയുന്നു. അതിൽ ഭാഗികമായ സത്യമേ ഉള്ളൂ. വാസ്തവത്തിൽ ധർമാനുഷ്ഠാനങ്ങളുടെ ഫലം ഉഭയലോകസാധാരണമത്രെ. അതിനാൽ കഴിയുംവേഗം ചതുർവർഗലാഭത്തിനായി സ്ഥാപിക്കപ്പെട്ടിട്ടുള്ള ഈ മഹത്തായ വ്യവസായത്തിൽ പങ്കാളിയാകാൻ ആഹ്വാനം ചെയ്തുകൊള്ളുന്നു.

ഭാരതവർഷത്തിലെ പ്രഖ്യാതങ്ങളായ ക്ഷേത്രങ്ങൾക്ക് എത്ര വിപുലമായ വരുമാനമാണ് ഉള്ളത് എന്ന് സാധാരണക്കാർക്ക് അറിഞ്ഞുകൂടാ. ബംഗാളിലെ ക്ഷേത്രങ്ങളിലെ ഒരുദിവസത്തെ വഴിപാടുകാരുടെ ശരാശരി സംഖ്യ പതിനയ്യായിരമാണെന്നു റിപ്പോർട്ടു പറയുന്നു. ഓരോ വഴിപാടുകാരനും ശരാശരി നാലണവീതം ഭണ്ഡാരത്തിൽ ഇടുന്നുവെന്നു കണക്കാക്കുക. എന്നാൽ വാർഷികവരുമാനം പതിമ്മൂനരലക്ഷം ക. ആയി. ചെലവ് എന്തുതന്നെയായാലും നല്ലൊരു തുക ബാക്കിയാവുമെന്നു തീർച്ച. എന്നാൽ സാധാരണക്കാർക്ക് ഈ ലാഭ

ത്തിൽനിന്ന് ഒരു ഗുണവും കിട്ടുന്നില്ല.

നാട്ടിന്റെ ഈ അവശതയെ പരിഹരിക്കാൻ ശ്രീ ശ്രീസിദ്ധേശ്വരി ലിമിറ്റഡ് എന്ന പേരിൽ ഒരു ജോയിന്റ് സ്റ്റോക്ക് കമ്പനി സ്ഥാപിക്കപ്പെട്ടിരിക്കുന്നു. ധർമത്തെ പ്രാണനെപ്പോലെ കരുതുന്ന ഷെയർഹോൾഡർമാരുടെ സേവനത്തിന് മഹത്തായ ഒരു തീർഥക്ഷേത്രം പ്രതിഷ്ഠിക്കപ്പെടുന്നതാണ്. അവിടെ ഭക്താനുഗ്രഹത്തിനു സദാ ജാഗരൂകയായിത്തന്നെയിരിക്കുന്ന ഒരു ദേവിയുടെ വലിയ ഒരമ്പലവും നിർമിക്കപ്പെടുന്നതാണ്. യോഗ്യനായ ഒരു മാനേജിങ് ഏജന്റിൽ കാര്യനിർവഹണഭാരം സമർപ്പിക്കപ്പെടും. യാതൊരു തരത്തിലുള്ള ദുർവ്യയങ്ങളും ഇടവരുന്നതല്ല. ഷെയർ ഹോൾഡർമാർക്ക് ആശാതീതമായ ദക്ഷിണ, അഥവാ ഡിവിഡന്റ് ലഭിക്കുന്നതാണ്. അങ്ങനെ ഒറ്റയടിക്കു ധർമം, അർഥം, കാമം, മോക്ഷം--എല്ലാം നേടാവുന്നതാണ്.

ഡയറക്ടർബോർഡ്-1. പെൻഷൻപറ്റിയ പ്രസിദ്ധ ഡെപ്യൂട്ടിമജിസ്ട്രേട്ട് റായിസാഹിബ് ശ്രീമാൻ തിൻകഡി ബന്ദ്യോപാധ്യായ്. 2. സുപ്രസിദ്ധ വ്യവസായ പ്രമുഖനും കോടിപ്രഭുവുമായ ശ്രീമാൻ ഗണ്ഡേരീരാം ബാട്ട് പാരിയാ. 3. സോളിസിട്ടേർസ് ദത്ത് ആന്റ് കമ്പനിയുടെ പങ്കാളി ശ്രീമാൻ അടൽ വിഹാരീദത്ത് എം എ ബി എൽ 4. വിഖ്യാത ശാസ്ത്രജ്ഞനായ മിസ്റ്റർ ബി സി ചൗധുരി ബി എസ് സി എ എസ് എസ്(യു എസ് എ)കാളീപദാശ്രിത സാദക ബ്രഹ്മചാരി ശ്രീയുത് ശ്യാമാനന്ദ് (എക്സ് ഒഫീഷ്യോ)."

അടൽവിഹാരി ഇടയ്ക്കു തടഞ്ഞിട്ടു പറഞ്ഞു: "വിപിനന് എവിടുന്നാണ് ഒരു പുതിയ ടൈട്ടിൽ കിട്ടിയത്?"

ശ്യാമബാബു: "ഇതിനാണോ വിഷമം? അൻപതു ക. ചെലവാക്കിയാൽ അമേരിക്കയിൽനിന്നും മൂന്നരഅക്ഷരം കിട്ടും.

വിപിനബാബു: "കൊള്ളാം, ക്വാളിഫിക്കേഷൻ നോക്കാതെ അവർ ടൈറ്റിൽ തരുമെന്നാണോ വിചാരം? ഡയറക്ടറാവാൻ എന്തെങ്കിലും ടൈറ്റിൽ ഉണ്ടായിരിക്കുന്നത് നല്ലതല്ലേ?"

ഗണ്ഡേരിബാബു: "ശരിയാണ്, ഭിക്ഷ വേണമെങ്കിൽ അതിനു ചേർന്ന വേഷം കെട്ടുകതന്നെ വേണം. ശ്യാമബാബു! നിങ്ങളും ഇനി ഈ മുണ്ടും കുപ്പായവും വലിച്ചുകളഞ്ഞു ലങ്കോട്ടി ആക്കണം വേഷം."

ശ്യാമബാബു: "ഞാൻ നാഗസന്യാസിയൊന്നുമല്ല. ഞാൻ മഹാശക്തിമന്ത്രം സാധകം ചെയ്യുന്നവനാണ്. രക്തവസ്ത്രമാണ് എന്റെ വേഷം. വീട്ടിലിരിക്കുമ്പോൾ കാവിമുണ്ടാണ് ഉടുക്കാറുള്ളതും. ആഫീസിൽ അതുടുത്തുകൊണ്ടു വരാറില്ലെന്നേയുള്ളൂ. കാരണം വഴിയിൽകണ്ടവരെല്ലാം ഇങ്ങോട്ടുതന്നെ തുറിച്ചുനോക്കും. ഇവറ്റയുടെ നോട്ടം സഹിക്കാറായിട്ടുവേണം എപ്പോഴും കാവിമുണ്ടുതന്നെ ആക്കാൻ, അതിരിക്കട്ടെ. മുഴുവൻ വായിക്കാം. കേൾക്കിൻ.

പരമസൗഭാഗ്യം എന്നുപറയട്ടെ — "ബ്രഹ്മചാരി ആന്റ് ബ്രദർ ഇൻ ലാ ഈ കമ്പനിയുടെ മാനേജിങ് ഏജൻസി എടുക്കാൻ സമ്മതി

ച്ചിരിക്കുന്നു. അവർ ലാഭത്തിൽ നൂറ്റിക്കു രണ്ടുശതമാനം മാത്രമേ കമീഷൻ എടുക്കുകയുള്ളു. എന്നാൽ,"

അടൽബാബു പറഞ്ഞു: "കമീഷൻറേറ്റ് ഇത്ര കുറച്ചതെന്തിനാണ് നിങ്ങൾ? പത്തുശതമാനം ഒരു വിഷമവുംകൂടാതെ നിശ്ചയിക്കാമായിരുന്നു."

ഗണ്ഡേരിബാബു: "അതു തീരെ അനാവശ്യമാണ്. ശ്യാമബാബു കമീഷനുവേണ്ടിയല്ല പണിയെടുക്കുന്നത്."

ശ്യാമബാബു: "എന്നാൽ കമീഷൻതുക 1000 ക.യിൽ കവിയുന്നതുവരെ ആ തുക മാസാമാസം അലവൻസായി നൽകപ്പെടുന്നതാണ്.

ഗണ്ഡേരിബാബു: "കേൾക്കൂ പറഞ്ഞത്, അടൽബാബു, കേൾക്കൂ. നിങ്ങളാണോ ശ്യാമബാബുവിനെ പഠിപ്പിക്കാൻ പോണത്?"

ശ്യാമബാബു: ഹുഗ്ലിഡിസ്ട്രിക്ടിൽപ്പെട്ട ഗോവിന്ദപുരം ഗ്രാമത്തിൽ 'സിദ്ധേശ്വരീദേവീ' വളരെ ശതാബ്ദങ്ങൾക്കുമുൻപ് തന്നെ പ്രതിഷ്ഠിക്കപ്പെട്ടിട്ടുണ്ട്. ദേവീക്ഷേത്രത്തിനും അതിനോടുചേർന്ന ദേവസ്വം സ്വത്തിനും ഉടമസ്ഥയായ ശ്രീമതി നിസ്താരിണിദേവിക്ക് ഒരു സ്വപ്നം മുഖേന ദേവി; തനിക്കിരിക്കാൻ കുറെക്കൂടി വലിയ ഒരു ക്ഷേത്രം പണിയിക്കണമെന്നും തന്റെ ഇരിപ്പിടം മേലാൽ സർവ ദൈവങ്ങൾക്കും ആസ്ഥാനമാകാൻ പോകയാണെന്നും നിർദേശം നൽകിയിരിക്കുന്നു. ശ്രീമതി നിസ്താരിണീദേവി അബലയായതുകൊണ്ടും മുൻപറഞ്ഞ ദൈവദോഷം നടപ്പിലാക്കാൻ സ്വയം ശക്തിയില്ലാത്തതുകൊണ്ടും ടി ക്ഷേത്രവും ദേവസ്വം സ്വത്തുക്കളും ദേവീവിഗ്രഹവും എല്ലാം നമ്മുടെ ലിമിറ്റഡ് കമ്പനിക്കു സമർപ്പിച്ചിരിക്കുന്നു.

അടൽബാബു: "ഈ നിസ്താരണിദേവി ഇപ്പോൾ എവിടന്നുണ്ടായി? ഈ ദേവസ്വം സ്വത്തുക്കൾ നിങ്ങളുടെതാണെന്നാണല്ലോ അറിവ്."

ശ്യാമബാബു: "നിസ്താരിണി എന്റെ പത്നിയാണ്. അന്നൊരുദിവസം സ്വത്തെല്ലാം ഞാൻ അവളുടെ പേർക്കെഴുതിക്കൊടുത്തു. എനിക്ക് ഈ വക വിഷയവാസനകളിൽ കുടുങ്ങിക്കിടക്കാൻ തീരെ ആഗ്രഹമില്ല."

ഗണ്ഡേരിബാബു: "ഒന്നാന്തരം ഏർപ്പാടാണ് ചെയ്തുവെച്ചത്. നിങ്ങളെ ആരും കുറ്റപ്പെടുത്തില്ല. നിസ്താരണിദേവി ആരെന്ന് ആരും അറിയുകയുമില്ലല്ലോ. വില എന്താണു വെച്ചിരിക്കുന്നത്?

ശ്യാമബാബു: അതിനാൽ തീർഥപ്രതിഷ്ഠാപനം, ക്ഷേത്രനിർമാണം, വഴിപാട് മുതലായവ മുറയ്ക്ക് നടത്തുന്നതിന് ഉടൻതന്നെ കമ്പനി 15,000 ക. കൊടുത്ത് സ്വത്തുമുഴുവൻ അധീനപ്പെടുത്തുവാൻ തീർച്ചയാക്കിയിരിക്കുന്നു.

ഗണ്ഡേരിബാബു: "അതു കുറെ കടന്നുപോയി ശ്യാമബാബു! വെറും കാട്ടുപ്രദേശത്ത് ഒരു പൊട്ടിപ്പൊളിഞ്ഞ അമ്പലം. അകത്ത് അഞ്ചാറ് എലികളോ പെരിച്ചാഴികളോ മാത്രം കാണും. വേറെയൊന്നുമുണ്ടാവുമെന്നു തോന്നുന്നില്ല. കുറെ മുളങ്കൂടുകളുണ്ടാവും മരമായിട്ട്. ഇതിനാണ് കമ്പനി 15,000 ക. കൊടുക്കാൻ തീരുമാനിച്ചിരിക്കുന്നത്?"

ശ്യാമബാബു: "എന്തേ? എന്താണിതിൽ 'കടന്നുപോയെ'ന്നു പറ

യാൻ? ഒരേ ഇടത്ത് തൊണ്ണൂറ്റിയൊന്നു പീഠങ്ങളാണ് പ്രതിഷ്ഠിക്കാൻ പോണത്. സദാ ആർത്തത്രാണപരായണത്തിന് ഉണർന്നിരിക്കുന്ന ഒരു ദേവി ഇതിനൊക്കെ ഒരു വിലയുമില്ലെന്നോ? ഗുഡ് വിൽ എന്ന നിലയ്ക്ക് പതിനയ്യായിരം ക. ഒരു വസ്തൂല്ല."

ഗണ്ഡേരിബാബു: "അതു ശരി, വല്ല ഷെയർഹോൾഡറും ഹൈക്കോടതിയിൽ കേസുകൊടുത്താലോ സ്വപ്നമെന്നും ദേവിയുടെ കൽപ്പനയെന്നും മറ്റും പറയുന്നത് കളവാണെന്നും പണം തട്ടിയെടുത്തതാണെന്നും മറ്റും പറഞ്ഞത്?"

അടൽബാബു : "അതൊരു പരമാർഥമാണ്. എന്നാലും ഈവക ആധിദൈവികമായ കാര്യങ്ങൾ ഒറിജിനൽ സൈഡിന്റെ ജൂറിസ്ഡിക്ഷനിൽവരികയില്ലെന്നാണ് എനിക്കു തോന്നുന്നത്. നിയമം പറയുന്നതെന്താണെന്നോ?– Caveat emptor അതായത് ക്രേതാവു സൂക്ഷിച്ചോളണം എന്നാണ്. സ്വത്തുവാങ്ങുന്ന സമയം അന്വേഷിച്ചു വില നിശ്ചയിക്കാതിരുന്നതെന്തുകൊണ്ട്? എന്തുമാകട്ടെ വിദഗ്ധാഭിപ്രായം അന്വേഷിച്ചുനോക്കാം."

ശ്യാമബാബു: "ഉടൻ പുതിയ ക്ഷേത്രം പണിതുടങ്ങും. അതോടു ചേർന്ന് വലിയ ഒരു കൂത്തമ്പലം, ഗോപുരം, ഊട്ടുപുര, കലവറ മുതലായ ആനുഷംഗികങ്ങളായ കെട്ടിടങ്ങളും വേണം. പതിനായിരം യാത്രക്കാർക്കു താമസിക്കുവാൻ സൗകര്യമുള്ള ഒരു സത്രം കൂടാതെ കഴിയില്ല. ഷെയർഹോൾഡർമാർക്ക് ചെലവുകൂടാതെ അതിൽ പാർക്കാവുന്നതാണ്. ചന്തയും അങ്ങാടിയും യാത്ര (ബംഗാളിലെ പ്രസിദ്ധ ലോകനൃത്തം), സിനിമ, ബൈസ്കോപ്പ് മുതലായ മനോഹരവിനോദങ്ങൾക്കുവേണ്ട സ്ഥാപനങ്ങളും വേണ്ടത്ര ഉണ്ടായിരിക്കും. ചുരുക്കത്തിൽ തീർഥയാത്രക്കാരെ ആകർഷിക്കുവാൻ വേണ്ട എല്ലാ ഉപായങ്ങളും സ്വീകരിക്കപ്പെടുന്നതാണ്. സ്വയം ശ്രീശ്യാമാനന്ദ് ബ്രഹ്മചാരി സേവനത്തിനു സദാസന്നദ്ധനായി സന്നിഹിതനായിരിക്കും.

ക്ഷേത്രസന്ദർശകരുടെ വക വഴിപാട്, കാണിക്ക മുതലായവയിൽനിന്നും കിട്ടുന്ന വരുമാനത്തിനുപുറമേ വേറെയും പല ധനാഗമമാർഗങ്ങൾ ഉണ്ടാകുന്നതാണ്. ചന്തപ്പിരിവ്, പീടികവാടക, ഭവനമുണ്ടാക്കി വിൽക്കൽ മുതലായവയിൽനിന്നും നല്ല ലാഭം കിട്ടും. ഇവകൂടാതെ ഉപോൽപ്പന്നങ്ങളുടെ നിർമാണത്തിനും ഏർപ്പാടു ചെയ്യുന്നതാണ്. പുഷ്പാഞ്ജലിക്കു കൊണ്ടുവരുന്ന പൂക്കളിൽനിന്ന് അത്തർ മുതലായ സുഗന്ധദ്രവ്യങ്ങൾ നിർമിക്കപ്പെടും. പ്രസാദം ടിന്നുകളാക്കി സീൽ വെച്ചു വിൽക്കപ്പെടും. തീർഥവും കുപ്പികളിൽ പാക്ക് ചെയ്യാവുന്നതാണ്. ബലികൊടുത്ത ആടുകളുടെ തുകൽ ഊറയ്ക്കിട്ട് അത്യുൽകൃഷ്ടമായ കിഡ് സ്കിൻ തയാറാക്കി ബിലാത്തിക്കു കയറ്റിയയച്ചാൽ ഒന്നാന്തരം വിലകിട്ടും. എല്ലുകൾകൊണ്ട് വളം ഉണ്ടാക്കാം. ഒന്നുംതന്നെ വെറുതെ കളയുകയില്ല."

ഗണ്ഡേരിബാബു : "ആടിനെക്കൊല്ലുമോ? എന്നാൽ ഞാനിതി

ലില്ല. ഹരേ രാമ, ഹരേ രാമ! എന്റെ പേർ വെട്ടിക്കളഞ്ഞേക്കൂ."

ശ്യാമബാബു: "നിങ്ങൾ സ്വന്തം കൈയാൽ ആടിനെ വെട്ടാൻ പോകണ്ട. എന്നാൽ പോരേ? ഇല്ലെങ്കിൽ വേണ്ട--കുമ്പളങ്ങ ബലികൊടുക്കുന്നതിൽ നിങ്ങൾക്കു വിരോധമുണ്ടോ?"

അടൽബാബു: "കുമ്പളങ്ങയുടെ തോൽ ടാനിങ്ങിനു പറ്റില്ലല്ലോ. അപ്പോൾ വരവു ചുരുങ്ങിപ്പോവില്ലേ? എന്തു പറയണു സയന്റിസ്റ്റ്! കുമ്പളങ്ങത്തോടിനും ഒരു ഗതി കണ്ടുപിടിക്കൂ."

വിപിനബാബു: "കാസ്റ്റിക്ക് പൊട്ടാസ് ചേർത്തു ബോയൽ ചെയ്താൽ വെജിറ്റെബിൾ ഷൂ ഉണ്ടാക്കാമെന്നു തോന്നുന്നു. യെസ്പെരിമെന്റ് ചെയ്തുനോക്കാം."

ഗണ്ഡേരിബാബു: "ഇഷ്ടംപോലെ ആയിക്കോളിൻ എനിക്കെന്താ? കുറെ ദിവസം കഴിഞ്ഞാൽ ഞാൻ എന്റെ ഷെയർ മുഴുവൻ വിറ്റു കളയും."

ശ്യാമബാബു: "കണക്കുകൂട്ടിനോക്കിയതിൽനിന്ന് കമ്പനിയുടെ വാർഷികാദായം പന്ത്രണ്ടുലക്ഷം ക. യോളം വരുമെന്നു കണ്ടിരിക്കുന്നു. ഒരു വിഷമവുംകൂടാതെ നൂറുശതമാനം ഡിവിഡണ്ട് നൽകപ്പെടാവുന്നതാണ്. മുപ്പതിനായിരം ഷെയറുകൾക്ക് അപേക്ഷ കിട്ടിയാൽ ഉടൻ അലോട്ട്മെന്റ് ചെയ്യാം. അതിനാൽ ഉടൻ അപേക്ഷിക്കുവിൻ. അമാന്തിച്ചാൽ ഈ സുവർണാവസരം നഷ്ടപ്പെടും."

ഗണ്ഡേരിബാബു: "രണ്ടരലക്ഷം ഉറുപ്പികയുടെ ഷെയർ വിറ്റു കഴിഞ്ഞുവെന്ന് എഴുതൂ. ഞാൻ ഒരുലക്ഷം എടുക്കാം. ബാക്കി ഒന്നരലക്ഷം നിങ്ങൾ മൂന്നുപേരും കൂടി എടുക്കണം."

ശ്യാമബാബു: "ഭ്രാന്തോ നിങ്ങൾക്ക്? എനിക്കും വിപിനനും അമ്പതിനായിരം ഉറുപ്പികവീതം എവിടുന്നു കിട്ടും? നിങ്ങൾ വലിയ ആളുകൾ—പണത്തിനൊന്താണു ഞെരുക്കം?"

ഗണ്ഡേരിബാബു: "ഞാൻ പണം ഇറക്കുക നിങ്ങൾ സുഖിക്കുക—ആ നിലപാട് ഇവിടെ നടപ്പില്ല. എല്ലാവരും ഒരുപോലെ പണം ഇറക്കണം. ഞാൻ പറഞ്ഞതു മനസിലായില്ലേ ശ്യാമബാബുവിന്? എല്ലാവരും മാനേജിങ് ഏജന്റിനോടു തുക കടം വാങ്ങി അടയ്ക്കും."

അടൽബാബു: "സംഗതി മനസിലായോ ശ്യാമേട്ടന്. നമ്മളെല്ലാരും മാനേജിങ് ഏജന്റിന്റെ കൈയിൽനിന്നും തുക കടം വാങ്ങി അവരവരുടെ ഷെയറിനുള്ള തുക കമ്പനിക്കു കൊടുക്കും. അതെല്ലാം കമ്പനി മാനേജിങ് ഏജന്റിന്റെ പക്കൽ സൂക്ഷിക്കാനേൽപ്പിക്കും. ആരുമാരും അര പൈ കീശയിൽനിന്ന് ചെലവാക്കുകയില്ല. പണം അടച്ചതായി കണക്കുപുസ്തകത്തിൽ കാണിച്ചിരിക്കുകയും ചെയ്യും."

ശ്യാമബാബു: "അങ്ങനെയായാൽ എങ്ങനെ? കമ്പനി പൊളിഞ്ഞാൽ ഞാൻ പാപ്പരാവും അത്രതന്നെ. ബാക്കിയുള്ളവരുടെ ഷെയർ എവിടുന്ന് എടുത്തുകൊടുക്കും?"

ഗണ്ഡേരിബാബു: "എന്താണിത്ര പേടി? ഓരോ ഷെയറിനും ഈ രണ്ടുക വീതം ആണല്ലോ അപേക്ഷയോടൊപ്പം അടയ്ക്കേണ്ടത്. രണ്ടരലക്ഷം ഉറുപ്പികയുടെ ഷെയറിന് അപ്പോൾ വെറും അമ്പതിനായിരം

ഉറുപ്പിക അടയ്ക്കേണ്ടിവരും അത്രയേയുള്ളൂ. പ്രീമിയത്തിൽ എല്ലാം വിൽക്കാം. സൗകര്യപ്പെട്ടാൽ ഇനിയും ഷെയർ എടുക്കുകയും ചെയ്യാം. നല്ല ആദായം കിട്ടും. ചിമനിമൽബ്രോക്കറോടു പറഞ്ഞ് ഞാൻ ഏർപ്പാടു ചെയ്തിട്ടുണ്ട്. രണ്ടോ നാലോ തവണ നമ്മൾക്ക് അവരവരുടെ ഷെയറുകൾക്കൊണ്ട് ഒരു കളികളിക്കാം. ഷെയർ കൈമാറ്റം ചെയ്യാം. അതോടെ വില വർധിക്കും, മാർക്കറ്റിൽ പ്രിയം കൂടും. അപ്പോൾ ഷെയർ വാങ്ങാൻ ആളുകൾ മത്സരംതന്നെ നടത്തും. വില അത്ര നോക്കില്ല. കബീർജി പറഞ്ഞിട്ടുള്ളതെന്താണെന്നോ-

ഐസി ഗതി സംസാർ മേം
ജോ ഗാഡർ കീ ഠാഢ്
ഏക് പഡാ ജബ് ഗാഢ് മേം
സബൈ ജാത് തെഹി ബാഢ്

എന്നുവെച്ചാൽ ലോകത്തിലുള്ള ആളുകൾ ചെമ്മരിയാടുകളെപ്പോലെയാണ്. ഒരു ആടു ഒരു കുഴിയിൽ വീണാൽ പിന്നാലെ വരുന്ന മറ്റ് ആടുകൾ എല്ലാം കുഴിയിൽ വീഴും."

ശ്യാമബാബു ദീർഘനിശ്വാസത്തോടെ പറഞ്ഞു: "അവരൊക്കെ ബ്രഹ്മജ്ഞാനം സിദ്ധിച്ചവർ! ഞാൻ നിമിത്തമാണത്രെ. അമ്മേ, മഹാമായേ! നിന്റെ കാര്യങ്ങൾ നീതന്നെ നിവൃത്തിച്ചുതരണേ! അധമനായ ഈ പുത്രനെ ചതിക്കല്ലേ!"

ഗണ്ഡേരിബാബു: "ശ്യാമബാബു അമ്പലം കിമ്പലം മുതലായവയ്ക്കു കമ്പനിക്ക് ചെയ്യാൻ കഴിയുന്നതെല്ലാം ചെയ്തോളൂ...... കൂട്ടത്തിൽത്തന്നെ ഒരു കൃത്രിമ ഘൃതോൽപ്പാദന വ്യവസായവും തുടങ്ങൂ...."

അടൽബാബു: "എന്താണീ കൃത്രിമഘൃതം?"

ഗണ്ഡേരിബാബു: "അതറിഞ്ഞുകൂടേ? ഘൃതം എന്നുവെച്ചാൽ ശരിയായ പശുവിൻ പാലിൽനിന്ന് എടുത്ത നെയ്യ് എന്നർഥം. സസ്യങ്ങളിൽനിന്ന് എടുക്കുന്ന എണ്ണകൾ, കൊഴുപ്പ്, ചീനബദാം മുതലായവ ചേർത്ത് ഉണ്ടാക്കുന്നതാണ് കൃത്രിമഘൃതം. പോയകൊല്ലം ഞാൻ ഈ വ്യവസായത്തിൽ അൻപതിനായിരം ഉറുപ്പിക ഇറക്കി ഇരുപത്തിനാലായിരത്തി അഞ്ഞൂറ് ഉറുപ്പിക ലാഭം കിട്ടി."

അടൽബാബു: "നല്ലകോളടിച്ചു എന്നു പറയൂ."

ഗണ്ഡേരിബാബു: "ഇതിലെന്താണു കോള്? ഇത്ര നിസ്സാരമായലാഭം;"

അടൽബാബു: "ശരി ഗണ്ഡാർജി-"

ഗണ്ഡേരിബാബു : ഗണ്ഡാർജിയല്ല ഗണ്ഡേരി."

അടൽബാബു: "അതെയതെ ഗണ്ഡേരിജി-ബഗ് യുവർ പാർഡൻ! ആട്ടെ, നിങ്ങൾ സസ്യാഹാരിയാണ്. ഗോപി തൊടുന്നു. പൂജയും പാരായണങ്ങളും നിത്യം നടത്തുന്നു."

ഗണ്ഡേരിബാബു: "എന്തുകൊണ്ട് നടത്തിക്കൂടാ? ഞാൻ എന്നും *ഗീത*വായിക്കും, *രാമചരിതമാനസ്* (തുളസിദാസ് രാമായാണം) പരായണം ചെയ്യും, രാമനെ ഭജിക്കുകയും പതിവാണ്."

അടൽബാബു : "എന്നിട്ടും ഇത്തരം പാപങ്ങൾ ചെയ്യാമോ?"

ഗണ്ഡേരിബാബു : "പാപമോ? എനിക്കെങ്ങനെ പാപം ഉണ്ടാവും? ബിസിനസ് നടത്തുന്നത് കാസിം ആലിയാണ്. ഞാൻ പാർക്കുന്നത് കൊൽക്കത്തയിൽ. വ്യവസായം നടത്തുന്നതു ഹാഥ്രസ് (യു പി) നഗരത്തിൽ. എനിക്ക് ഇതൊന്നും കണ്ണാൽ കാണുകയും വേണ്ട, മൂക്കാൽ മണക്കുകയും വേണ്ട. ഞാൻ മുതലിറക്കുന്നവൻ മാത്രം. പണം കടം കൊടുക്കുക--അതോടെ എന്റെ ചുമതല തീർന്നു. ഹനുമാന്റെ കൃപയാൽ മുടക്കു മുതലിന്റെ പലിശയും ലാഭത്തിൽ പകുതി പങ്കും കിട്ടും. പാപമാണെന്നും പറഞ്ഞ് പണം കൊടുത്തില്ലെന്നു വിചാരിക്കുക. കാസിം ആലിക്കു പണംകൊടുക്കാൻ വേറെ സേട്ടുമാർ മുന്നോട്ടു വരും. പാപം മുഴുവൻ കാസിം ആലിക്ക്. എനിക്കെന്താ? ഇനി ലേശം പാപം എനിക്കും കിട്ടിയെന്നുവന്നാൽത്തന്നെ അതെല്ലാം രൺഛോഡ്ജി (ഹനുമാൻ) നോക്കിക്കൊള്ളും. എന്റെ പേരിലുമുണ്ടു കുറച്ചു പുണ്യം കെട്ടിയിരിപ്പായിട്ട്. ഏകാദശി, ശിവരാത്രി, രാമനവമി മുതലായ ദിവസങ്ങളിൽ ദാനവും ഉപവാസവും ദക്ഷിണയും മൃഷ്ടാന്നവും മറ്റും ഞാനും നോക്കാറുണ്ട്. അഞ്ചെട്ടു ധർമശാലകൾ പണിയിച്ചിട്ടുണ്ട് ഞാൻ-ലീലിയ, ബാലി മുതലായ ഇടങ്ങളിൽ."

അടൽബാബു: "ലിലിയയിൽ ഉള്ള ധർമശാല അശർഫീലാൽ ഝുൻഝുൻവാലയുടെതാണല്ലോ."

ഗണ്ഡേരി: "അയാളുടെ വകയാണെന്നുവെച്ചാലെന്താ? എല്ലാം അയാളുടെ വകതന്നെയാണ് അങ്ങനെയാണെങ്കിൽ. പക്ഷേ, പണിയിച്ചത് ആരാണ്? മേൽനോട്ടം ആരു വഹിച്ചു? ആര് കോൺട്രാക്ട് എടുത്തു? എല്ലാം ഞാൻ. അശർഫി എന്റെ വലിയച്ഛന്റെ മകനാണ്. ഞാൻ പറഞ്ഞതനുസരിച്ചാണു പണം ചെലവാക്കിയത്."

അടൽബാബു: "തരക്കേടില്ലല്ലോ. പണം ചെലവായത് അശർഫിക്ക്, പുണ്യം നേടാൻ ഗണ്ഡേരിയും."

ഗണ്ഡേരിബാബു: "എന്തുകൊണ്ട് വയ്യ? രണ്ടരലക്ഷം ക. വീതം ഓരോ സ്ഥലത്തും ചെലവുചെയ്തു. കൂട്ടിനോക്കൂ എത്രയായെന്ന്. അതിൽ നൂറ്റിക്ക് അഞ്ചുശതമാനം കുറഞ്ഞത് 'ദസ്തൂരി' (കമീഷൻ) കണക്കാക്കൂ. ഞാൻ അതു തീരെ വിട്ടുകൊടുത്തു. അശർഫീലാലിനു പതിനാറുലക്ഷത്തിന്റെ പുണ്യം കിട്ടുമെങ്കിൽ എനിക്ക് ഈ അനുപാത പ്രകാരം എൺപതിനായിരത്തിന്റെ പുണ്യം കിട്ടുകതന്നെ വേണം."

അടൽബാബു: "ഒന്നാന്തരം ഏർപ്പാട്! പുണ്യത്തിനും കമീഷൻ കിട്ടുമെന്നായിരിക്കുന്നു. നമ്മുടെ ശ്യാമേട്ടനെയും ഗണ്ഡേരിയേട്ടനെയും ഒരേവണ്ടിക്കു തന്നെ പൂട്ടാം."

ഗണ്ഡേരിബാബു: "അടൽബാബു, നിങ്ങൾ രണ്ടുനാല് ഇംഗ്ലീഷ് പുസ്തകം വായിച്ചുവന്നിട്ടു ഞങ്ങളെയാണോ പഠിപ്പിക്കാൻ പോണത്? ബംഗാളികൾക്കു ധർമമെന്തെന്നറിയാമോ? മുപ്പതുറുപ്പികയ്ക്കു പണിയെടുക്കും. അഞ്ചു മുക്കാൽ വഴിപാടുകഴിക്കും. നമ്മുടെ കൂട്ടരുണ്ടല്ലോ,

പണം ചെലവാക്കും കണക്കുവെച്ച്. പുണ്യവുംനേടും കണക്കുവെച്ച്. നിങ്ങടെ രവീന്ദ്രനാഥൻ എന്താ പറഞ്ഞിരിക്കുന്നത്? ബൈരാഗ് സാധമുക്തി സോ ഹമാർ നഹി-എന്നാണ്. എന്നാൽ ഞാൻ ഇപ്പോൾ പോട്ടെ. റേസ് കളിക്കണം. കൺട്രിഗേറിൽ കുതിരയിന്മേൽ ഇന്ന് നാന്നൂറോ അഞ്ഞൂറോ റുപ്പിക ഇറക്കും ഞാൻ."

അടൽബാബു: "നമുക്കും പിരിയാം ശ്യാമേട്ടാ! ആർട്ടിക്കിളിന്റെ കയ്യെഴുത്തു പ്രതി ഇവിടെ വെച്ചിട്ടു പോകാം ഞാൻ. പ്രോസ്പെക്ടസ് ഒന്നാന്തരമായിട്ടുണ്ട്. അവിടവിടെ ചില ചില്ലറമാറ്റം വരുത്താനുള്ളതേയുള്ളൂ ഇനി. മറ്റന്നാൾ കാണാം. നമസ്തേ!"

ബാഗ്ബജാറിലുള്ള ഒരു ചെറിയ തെരുവിലാണ് തിൻകഡിബാബുവിന്റെ ഭവനം. താഴത്തെ നിലയിൽ വഴിയിലേക്ക് അഭിമുഖമായുള്ള അത്ര വലിയതല്ലാത്ത സിറ്റിങ് റൂമിൽ ഗൃഹനാഥനും അതിഥികളും സംഭാഷണത്തിൽ മുഴുകിയിരിക്കുകയാണ്. അകത്തുനിന്ന് ഉണ്ണാനുള്ള വിളി എപ്പോഴാണ് വരിക എന്ന പ്രതീക്ഷയിലാണ് എല്ലാവരും. ഇന്നു ഞായറാഴ്ചയാണ്, ധൃതിയൊന്നുമില്ല. എന്നാലും സമയം വളരെയായിരിക്കുന്നു.

തിൻകഡിബാബുവിന് അറുപതായി വയസ്സ്. ക്ഷീണിച്ച ദേഹം. താടിവടിച്ചിരിക്കുന്നു. രോമം കുറവായ മീശയിൽ പുകയിലപ്പുകക്കറപിടിച്ച് നിറം ഈന്തപ്പഴത്തിനു തുല്യമായിട്ടുണ്ട്. വർത്തമാനം പറയുമ്പോൾ നരിച്ചീറിന്റെ ദംഷ്ട്ര കണക്കെ ആടും. അയാൾ ദൈവാനുഗ്രഹത്തിൽ അത്രതന്നെ വിശ്വസിക്കുന്നവനല്ല. ആദ്യമായി പരിചയപ്പെട്ട അന്നു തന്നെ ശ്യാമബാബുവിനെ മൂപ്പർ നിരാശനാക്കുകയാണ് ഉണ്ടായത്. കേവലം ലാഭത്തിനുവേണ്ടിയാണത്രെ അയാൾ കമ്പനിയിൽ പങ്കാളിയാകുന്നത്. എന്നാൽ ഇന്നു കാളീഘട്ടിൽനിന്ന് അപ്പോൾമാത്രം കുളിച്ചിട്ടുവന്ന ശ്യാമബാബു അയാളെ കുറഞ്ഞൊന്ന് ആകർഷിച്ചില്ലെന്നു പറഞ്ഞുകൂടാ. ശ്യാമബാബു ഉടുത്തിരിക്കുന്നതു ചുകന്ന ദോത്തി. കാവിനിറത്തിലുള്ള പട്ടുസാൽവ, കാലിൽ നരിത്തോൽകൊണ്ടുണ്ടാക്കിയ അറ്റം വളഞ്ഞുനിൽക്കുന്ന ഷൂസ്. താടിയുംമുടിയും മണ്ണും സോഡാക്കാരവും തൊട്ടുപുരട്ടി കഴിയുന്നതും വിടർത്തി വെച്ചിരിക്കുന്നു. നെറ്റിയിൽ കുങ്കുമംകൊണ്ട് ഒരു വലിയ പൊട്ട്.

തിൻകഡിബാബു പുകവലിക്കുന്നതിനിടയ്ക്കു പറഞ്ഞു: "നോക്കു സ്വാമിജി! ബിസിനസിൽ കണക്കു കൃത്യമായി വെക്കലാണ് പ്രധാനം അതുണ്ടെങ്കിൽ എല്ലാം ആയി. ഡെബിറ്റും ക്രഡിറ്റും ശരിയാണെങ്കിൽ, ബാലൻസ് ഒത്താൽ ആ ബിസിനസു ഒരു തരക്കേടും വരില്ല."

ശ്യാമബാബു: "അതെതെ, മുഴുവൻ ശരിയാണ് പറഞ്ഞത്. അതേ കാരണത്താൽത്തന്നെയാണ് ഞങ്ങളും സാറിനെ കമ്പനിയിൽ പങ്കെടുപ്പിക്കണമെന്നു തീരുമാനിച്ചത്. ഇടയ്ക്കിടയ്ക്ക് ഞങ്ങളൊക്കെ വന്നു സാറിനെ കുറച്ചൊക്കെ ഉപ്രദവിച്ചുവെന്നുവരും കമ്പനിയുടെ കണക്കുകളും മറ്റും കാണിച്ചുവേണ്ട ഉപദേശങ്ങൾ ഞങ്ങൾക്കു തരാൻ."

തിൻകഡിബാബു: "ഒരു വിരോധവുമില്ല. എനിക്ക് അതിൽ സന്തോഷമേയുള്ളു. ഞാൻ കണക്കെല്ലാം ശരിയാക്കി തരാം. മീറ്റിങ്ങുകളും

മറ്റും ഇടയ്ക്കൊക്കെ വേണം. ഡയറക്ടേഴ്സ് ഫീസ് ഇനത്തിൽ കുറച്ച് അധികം ചെലവാകുമായിരിക്കും. അത്രയല്ലേയുള്ളൂ. എന്റെ ചങ്ങാതി! അവരവരുടെ കണക്ക് അവരവർതന്നെ ശരിയാക്കിവെച്ചില്ലെങ്കിൽ പുറമേ നിന്നുവരുന്ന ഒരു പതുപയ്യൻ (ആഡിറ്റർ) ആണോ അതു ശരിയാക്കാൻ പോന്നത്! എവിടെ നോക്കിയാലും ബുക്ക് കീപ്പിങ് പഠിക്കുന്ന തിരക്കാണ് ഈയിടെ. എന്തറിയാം ഹേ ഇക്കൂട്ടർക്ക്? വേണ്ടാതെകണ്ടുള്ള ചില ഒളിച്ചുകളികൾ--ആർക്കും ഒരുപിടിയും കിട്ടാത്തമാതിരി ചില പണികൾ, ദിവസം എന്തുവരവ്, എത്ര നീക്കിയിരിപ്പ്--ഇതറിയുകയേവേണ്ടൂ നമുക്ക്. എനിക്ക് ആംഡാഗാഛ്മി സബ് ഡിവിഷൻ ട്രഷറിയുടെ ചാർജ് ഉണ്ടായിരുന്ന കാലത്ത് ഒരു പുതിയ മീശമുളയ്ക്കാത്ത കാളേജ് പരീക്ഷക്കാരൻ പയ്യൻ ഡെപ്യൂട്ടി എന്റടുക്കൽവന്നു പണി പഠിക്കാനെന്നുംപറഞ്ഞു. ആ ചെറുക്കന് ഒരു വസ്തു നിശ്ചയമുണ്ടായിരുന്നില്ല. എന്നാലോ അതികലശലായ അഹമ്മതിക്കാരൻ. എന്റെ തെറ്റുകൾ കണ്ടുപിടിക്കാനായിരുന്നു വാസന. അവസാനം ഞാൻ കോൾസ്ഹാം സായിപ്പിന് എഴുതി: 'തിരുമേനി! നിങ്ങൾ ഞങ്ങളെ ഭരിക്കുന്ന ചക്രവർത്തിയുടെ ജാതിയിൽ ഉള്ളവരാണ്. നിങ്ങൾ രണ്ടു ചവിട്ടുതന്നാലും സഹിക്കാം. എന്നാൽ നാട്ടുകാരുടെ ചവിട്ടേൽക്കാൻ ഞാൻ ഒരുക്കമാവില്ല' അപ്പോൾ സായിപ്പു നേരിട്ടുവന്നു കാര്യമെല്ലാം ഗ്രഹിച്ചു ചെക്കനെ ഒരു മൂലയ്ക്കലേക്കു വിളിച്ചുകൊണ്ടുപോയി മുറയ്ക്കു തട്ടിക്കേറി വിട്ടു. എന്നിട്ട് എന്റെ പുറത്തുകൊട്ടിക്കൊണ്ടു പറഞ്ഞതെന്താണെന്നറിയാമോ-'വെൽ തിൻകാഡിബുബു! നിങ്ങൾ എത്രയോകാലത്തെ സർവീസുള്ള സീനിയർ ആഫീസറാണ്. ഒരു യങ് ചാപ്പ് നിങ്ങളുടെ വിലയുണ്ടോ അറിഞ്ഞു? പിന്നീട് എന്നെ നവഗാവിലേക്കു സ്ഥലംമാറ്റി ലഹരി--പൊട്ടിത്തെറിസാധനങ്ങളുടെ ചാർജ് ഏൽപ്പിച്ചു. പറഞ്ഞുവന്നതെന്താണെന്നറിയാമോ. ഞാൻ അതിലൊക്കെ വളരെ സ്ട്രിക്റ്റാണ്. പ്രാപ്തനായ ഒരു ആഫീസർ എന്നായിരുന്നു എന്നെപ്പറ്റി എല്ലാവരും പറഞ്ഞിരുന്നത്. അമ്പലവുംകിമ്പലവുമെല്ലാം എനിക്കറിഞ്ഞുകൂടാ. എന്നാൽ അര പൈപോലും ഒരുത്തന് എന്നെ പറ്റിക്കാമെന്ന വ്യാമോഹം വേണ്ട. നല്ലപോലെ പണിയെടുത്തുണ്ടാക്കിയ പണമാണു നിങ്ങളെ ഏൽപ്പിക്കാൻ പോണത്. അതുകൊണ്ട് പ്രത്യേകം നോക്കിക്കോളണം."

ശ്യാമബാബു: "അതുപറയാനുണ്ടോ? സാറിന്റെ പണം സാറിന് ഏതു സമയത്തുംകിട്ടും. നൂറിരട്ടി വർധിച്ച തോതിൽ. കണ്ടില്ലേ, ഞങ്ങൾ പൈതൃകമായിക്കിട്ടിയ അമ്പതിനായിരം ഉറുപ്പിക മുഴുവൻ കമ്പനിയിൽ ഇറക്കിയിരിക്കയാണ്. ഞാൻ സർവസ്വം ഉപേക്ഷിച്ച് സന്യാസിയാണ്. എത്ര ലാഭം കിട്ടിയാലും മഹാമായയുടെ സേവനത്തിനാണ് വിനിയോഗിക്കുക എന്നു വെച്ചോളു. എന്നാൽ ഈ വിപിനനും അടൽവിഹാരിയുമോ? അവരും അൻപതിനായിരം വീതമാണ് മുതലിറക്കുന്നത്. ഗണ്ഡേരി ഒരുലക്ഷത്തിന്റെ ഷെയർ എടുത്തു കഴിഞ്ഞു. അയാൾ വല്ലാത്ത ഒരു കണക്കു കൂട്ടലുകാരനാണ്. ലാഭം കിട്ടാത്തിടത്ത് പണം ഇറക്കില്ല."

തിൻകഡിബാബു: "അതുവ്വോ? അതറിയാൻ കഴിഞ്ഞത് ഏതായാലും ആശ്വാസമായി. ശരി, ഒരിക്കൽ ഏതായാലും കോൾസ് ഹാം സായിപ്പിനോട് ഒന്ന് ആലോചിച്ചാലോ എന്നാണ് എന്റെ ആലോചന. ഇങ്ങനെയൊരു സായിപ്പിനെ കാണില്ല."

"സമയമായി," വേലക്കാരൻ വന്നു പറഞ്ഞു.

"എന്നാൽ നമുക്ക് എഴുന്നേൽക്കാം ബ്രഹ്മചാരി സ്വാമീ, വരൂ അടൽബാബു. വിപിനാ! എണീക്കൂ." തിൻകഡി എല്ലാവരേയും അകത്തേ വരാന്തയിലേക്കു കൂട്ടിക്കൊണ്ടുപ്പോയി.

ശ്യാമബാബു പറഞ്ഞു: "എന്താണിത് റായ്സാഹബ്! രാജസുയ യജ്ഞത്തിനുള്ള ഒരുക്കമോ കൂട്ടിയിരിക്കുന്നത്? നിങ്ങളെന്താ ഇരിക്കാത്തതു സാർ?

തിൻകഡിബാബു: "വാതരോഗിയാണ്, ചോറ് ഉണ്ണാറില്ല. ഒന്നോ രണ്ടോ റവാദോശ മാത്രമേ കഴിക്കാറുള്ളൂ."

ശ്യാമബാബു: "ഞാൻ ഒരു യന്ത്രം ജപിച്ച് അയച്ചുതരാം. അതു കെട്ടിയാൽ മതി, ഇലക്കറി, വേവിച്ചപരിപ്പ്—എന്താണീ വിളമ്പിയിരിക്കുന്നത് അടുക്കളക്കാരാ? പച്ചക്കറിയോ? മതി മതി! ഇനി കൂട്ടിക്കഴിഞ്ഞിട്ടാവാം. നല്ലപോലെ വേവിച്ചാൽ ഇത്ര വിശേഷപ്പെട്ട ഒരു കറി കാണില്ല. ദഹിക്കാനാണു കുറച്ചു വിഷമം. അതുകൊണ്ടു തരക്കേടില്ല. ഇവിടെ നല്ല പാകം വന്ന കദളിപ്പഴവും പശുവിൻ നെയ്യും കാണുമല്ലോ. ആയുർവേദത്തിൽ 'പനസേ കദളം കദളേഘൃതം' എന്നാണു പറഞ്ഞിട്ടുള്ളത്. കദളീഭക്ഷണംകൊണ്ടു ചക്കയുടെ ദോഷം നീങ്ങും. മീതേ പശുവിൻ നെയ്യ് സേവിച്ചാൽ കദളിയുടെ ശൈത്യഗുണവും കെടും. പൂംടി മത്സ്യം പൊരിച്ചതല്ലേ ഇത്? ഭേഷ്! 'രോഹിതാ ദഹരോചകാഃപൂംടികാഃ സദ്യഭർജ്ജിതാഃ' — അപ്പോൾ പൊരിച്ചെടുത്ത പൂംടി മത്സ്യംരോഹിത മത്സ്യത്തെക്കാൾ വിശേഷപ്പെട്ടതാണെന്നു സാരം. ഇത് എന്തുകൊണ്ടുണ്ടാക്കിയ പുളിങ്കറിയാണ്? കടച്ചക്കയുടേതോ? ചതിച്ചല്ലോ! ഇത് എടുത്തുകൊണ്ടു പൊയ്ക്കോളൂ. പോയകൊല്ലം ശ്രീക്ഷേത്രത്തിൽ തൊഴാൻ പോയപ്പോൾ കടച്ചക്ക ജഗന്നാഥദേവന് അർപ്പിച്ചിട്ടു പോന്നു. പുളിങ്കറി എനിക്കു നല്ല 'പിടുത്തവു'മില്ല. കഫം വർധിക്കുന്നതല്ലേ? അതാണ്. സ്പ്! സ്പ്! സ്പ്! പ്രാണായ സ്വാഹാ, അപാനായ സ്വാഹാ, സമാനായ സ്വാഹാ! ശയനേ പത്മനാഭം ച, ഭോജനേതു ജനാർദനം. തുടങ്ങിക്കോളൂ, അടൽ!"

അടൽബാബു (സ്വകാര്യത്തിൽ) "തുടക്കം കണ്ടിട്ടു വീട്ടിൽ ചെന്നാൽ വീണ്ടും ഒരു ഊണുംകൂടി വേണ്ടിവരുമെന്നു തോന്നുന്നു."

തിൻകഡിബാബു: "അപ്പോൾ മിസ്റ്റർ ബ്രഹ്മചാരി! നിങ്ങടെ തന്ത്രശാസ്ത്രത്തിൽ ആളുകളുടെ നിലയും വിലയും വർധിപ്പിക്കാൻ പറ്റിയ വല്ല പ്രക്രിയയും ഉണ്ടോ?"

ശ്യാമബാബു: "അതു ചോദിക്കാനുണ്ടോ? കുലാർണവത്തിൽത്തന്നെ പറഞ്ഞിട്ടുള്ളത്— 'അമാനിനാ മാനദേന' എന്നാണ്. അതായത് കുലകുണ്ഡലിനി ജാഗ്രത്തായാൽ അമാനിയായ വ്യക്തിക്കും മാനം

ലഭിക്കും. എന്തേ ചോദിക്കാൻ?"

തിൻകഡിബാബു: "ഹേയ്, സാരമില്ല; ഒരു ചെറിയ സംഗതി. കോൾസ് ഹാം സായിപ്പ് ഗവർണരോടു പറഞ്ഞ് നല്ലൊരു ടൈറ്റിൽ വാങ്ങിത്തരാമെന്നു പറഞ്ഞിരുന്നു. എപ്പോഴും റിമൈൻഡ് ചെയ്യുന്നതു ശരിയല്ല എന്നു വിചാരിച്ച് നിങ്ങടെ മന്ത്രങ്ങളിലും തന്ത്രങ്ങളിലും വല്ല തും ഉണ്ടോ എന്നു ചോദിച്ചു. അത്രയേയുള്ളൂ. എനിക്കിതിലൊന്നും വിശ്വാസമില്ല, എന്നാലും......."

ശ്യാമബാബു: "വിശ്വസിക്കുകതന്നെ വേണം. ശാസ്ത്രം ഫലി ക്കാതെ വയ്യ. നിങ്ങൾ ഒട്ടും വിചാരപ്പെടേണ്ട. ഞാൻ പഠിച്ച എല്ലാ ശാസ്ത്രവും ഞാൻ ഇതിനായി വിനിയോഗിക്കും. എന്നാലും ഒരു സൽഗുരുവിനെ കൂടാതെ കഴിയില്ല. ശരിയായ സാധ്യായംകൊണ്ടേ ഫലം മുഴുവൻ സിദ്ധിക്കുള്ളൂ. ഗുരുവെന്നു പറഞ്ഞാലോ? അങ്ങനെയി ങ്ങനെയുള്ളവരൊന്നും ആയാൽ പോരാ. പിന്നെ ചെലവിന്റെ കാര്യം-- അതുഞാൻ കഴിയുന്നതും ചുരുക്കി ചെയ്തോളാം — അതായത് അതി നു വേണ്ട ഏർപ്പാടു ചെയ്യാം."

തിൻകാഡിബാബു: "ഉം. ആലോചിക്കട്ടെ. പിന്നെയൊരു കാര്യം — നിങ്ങടെ ആഫീസിൽ വളരെയധികം ആളുകൾ ആവശ്യമുണ്ടാവുമ ല്ലോ. എന്നാൽ എന്റെ ഒരു ബന്ധുവുണ്ട്. അവന് എന്തെങ്കിലും ഒരു വഴിയാക്കിക്കൊടുത്താൽ കൊള്ളാമെന്നുണ്ട്. വെറുതെ വീട്ടിൽ കുത്തി യിരുന്ന് ചോറുതിന്നു മുടിക്കയാണ്. വിശേഷിച്ച് ഒന്നും പഠിച്ചിട്ടില്ല. വേണ്ടാത്ത കൂട്ടുകെട്ടിൽപ്പെട്ട് ജന്മം പാഴാക്കി. ഒരു ജോലിക്കെടുത്താൽ വലിയ കാര്യമായി. ചെക്കൻ നല്ല ഉത്സാഹിയാണ്. ശീലവും സ്വഭാവും ചീത്തയല്ല."

ശ്യാമബാബു: "നിങ്ങളുടെ ബന്ധുവാണോ? എന്നാൽ ഇനി ഒന്നും ഇങ്ങോട്ടു പറയണമെന്നില്ല. അയാളെ അമ്പലത്തിലെ ഹെഡ് പണ്ഡ തന്നെ ആക്കിക്കളയാം. ഇപ്പോൾ തന്നെ പത്തിരുപത് അപേക്ഷ കൾ കിട്ടിക്കഴിഞ്ഞിരിക്കുന്നു—അവരിൽ നാലഞ്ചുപേർ ഗ്രാജുവേറ്റാണ്. എന്നാലും നിങ്ങളുടെ ബന്ധുവിനാണ് എല്ലാരിലും അധികം ക്ലെയിം."

തിൻകഡിബാബു: "മറ്റൊരു അപേക്ഷകൂടി. എന്റെ വീട്ടിൽ ഒരു പഴയ ഓട്ടപ്പാത്രമുണ്ട്—വളരെ വലുതാണ്. കുറച്ചൊന്നു പൊട്ടിയതാ ണ്. എന്നാലും അമ്പലത്തിലേക്ക് എടുപ്പിക്കാവുന്നതാണ്. ചരക്കുനല്ല താണ്. കുറഞ്ഞവിലയ്ക്കു തരാം."

ശ്യാമബാബു: "ഒരു വിരോധവുമില്ല. എടുപ്പിക്കാം അമ്പലത്തിലേ ക്ക്. ഈ വക സാധനങ്ങൾ അത്ര എളുപ്പം കിട്ടുകയില്ല."

ഗണ്ഡേരിയുടെ ദീർഘദർശനം ഫലിച്ചു. പരസ്യത്തിന്റെ മിടുക്കു കൊണ്ടും സ്ഥാപകൻമാരുടെ പ്രയത്നംകൊണ്ടും ഷെയർ മുഴുവൻ വിറ്റുതീർന്നു ആളുകൾ ഷെയർ കിട്ടാൻ ഓടി നടക്കുകയാണ്. എന്തു വിലയും കൊടുക്കാൻ തയാറായിട്ട്.

അടൽബാബു പറഞ്ഞു: "എന്തു പറയണു ശ്യാമേട്ടാ? നമ്മുടെ ഷെയറുകളും കൊടുക്കുകയല്ലേ ഭേദം? ഗണ്ഡേരി നല്ല അടി അടിച്ചു

കളഞ്ഞു. ഇരട്ടി വിലയാണു ഷെയറിന് ഇപ്പോൾ. രണ്ടുദിവസം കഴിഞ്ഞാൽ ആർക്കും വേണ്ടാതാവും."

ശ്യാമബാബു: "വിൽക്കണമെങ്കിൽ വിൽക്കാം. പക്ഷേ, കുറച്ചു ഷെയറെങ്കിലും കയ്യിൽ വയ്ക്കാതെ പറ്റില്ലല്ലോ. ഇല്ലെങ്കിൽ ഡയറക്ടറാകാൻ അധികാരമുണ്ടായിരിക്കില്ല."

അടൽബാബു: "ഡയറക്ടറും മറ്റും നിങ്ങൾതന്നെ ആയിക്കോളൂ. എനിക്ക് ഇനി കുഴപ്പത്തിനൊന്നും കഴിയില്ല. സിദ്ധേശ്വരിയുടെ കൃപ കൊണ്ടു നിങ്ങൾ വിചാരിച്ചപോലെ കാര്യം നടന്നല്ലോ."

ശ്യാമബാബു: "ഇനിയും തുടക്കം ആയേയുള്ളൂ. അമ്പലം, കെട്ടിടങ്ങൾ പീടികകൾ--ഇതൊക്കെ ഉണ്ടാക്കാൻ ഇരിക്കുന്നതേയുള്ളൂ. നിങ്ങളെ ഇപ്പോൾത്തന്നെ ഞാൻ വിടുമോ?"

അടൽബാബു: "വിടാതിരുന്നാൽ എനിക്കെന്തുണ്ടു ഗുണം? വയറ്റിൽ ചെന്നാലേ പുറം സഹിക്കയുള്ളുവെന്നാണു പഴഞ്ചൊല്ല്. ഇപ്പോൾ ബ്രദർ ഇൻ ലാ കമ്പനിക്ക് കൊയ്ത്തുകാലമാണ്. ഇതോടെ എന്റെ കർത്തവ്യം അവസാനിച്ചു."

ശ്യാമബാബു: "നിങ്ങൾ പരിഭ്രമിക്കാതിരിക്കൂ ഹേ! ഒന്നിച്ചു തീർഥയാത്ര പുറപ്പെട്ടാൽ ഫലം പ്രത്യേകം പ്രത്യേകം ആവുമോ? ഞാൻ ഏതായാലും സന്ധ്യക്കു നിങ്ങളുടെ ഭവനത്തിലേക്കു വരണുണ്ട്. സണ്ഡേരിയും ഉണ്ടാവും ഒപ്പം."

ഒന്നരക്കൊല്ലം കഴിഞ്ഞു. ബ്രഹ്മചാരി ആന്റ് ബ്രദർ ഇൻ ലാ കമ്പനിയുടെ ആഫീസിൽ ഡയറക്ടർമാരുടെ സഭ കൂടിയിരിക്കുന്നു. അധ്യക്ഷൻ തിൻകഡിബാബു മേശപ്പുറത്തു കൈ ചുരുട്ടി ഇടിച്ചുകൊണ്ടു പറഞ്ഞു: "പിന്നെ......... പിന്നെ...... എനിക്കറിയേണ്ടതു പണം മുഴുവൻ എവിടെപ്പോയി എന്നാണ്. എനിക്കു വീട്ടിൽ പൊറുതിയില്ലാതായി. എല്ലാവരും അവിടെവന്നാണു പണം ചോദിക്കുന്നത്. കോയ്‌ലാവാല തനിക്ക് ഇരുപത്തയ്യായിരം ക. കിട്ടാനുണ്ടെന്നു പറയുന്നു. ഇഷ്ടികക്കാരൻ പന്തീരായിരം ബാക്കിയാണെന്നു പറയുന്നു. പിന്നെ അച്ചുകൂടക്കാർ, ഷാർപ്പർ കമ്പി, കുണ്ഡുമുഖർജി, അങ്ങനെ പറയാൻ തുടങ്ങിയാൽ അവസാനിക്കില്ല. കോടതിയിൽ കേസുകൊടുക്കുമെന്നാണു പറഞ്ഞത്. അമ്പലം പണിയാൻ അടിത്തറപോലും ഇട്ടിട്ടില്ല. അതിനുമുമ്പ് രണ്ടു ലക്ഷം ഉറുപ്പിക ചെലവായിക്കഴിഞ്ഞു. ആ കപടവേഷക്കാരൻ എവിടെപ്പോയി? എവിടെയോ പോയി മുങ്ങിയിരിക്കയാണെന്നു കേട്ടല്ലോ? ആഫീസിൽ വരാറില്ലത്രെ."

അടൽബാബു: "മഹാമായ തന്നെ മറ്റു ചില കാര്യങ്ങൾക്കായി വിനിയോഗിച്ചിരിക്കുന്നുവെന്നാണ് ബ്രഹ്മചാരി അവർകൾ പറഞ്ഞത്. ഈ ബിസിനസിൽ തൽക്കാലം ശ്രദ്ധിക്കാൻ സൗകര്യം കുറയുമത്രെ. എന്നാലും ഇന്നത്തെ മീറ്റിങ്ങിൽ വരാമെന്ന് ഏറ്റിട്ടുണ്ട്."

വിപിനൻ പറഞ്ഞു: "എന്തിനാണു പരിഭ്രമിക്കുന്നത് സർ? ഇതാ ഇരിക്കുന്നു. ചെലവിന്റെ കണക്കുകൾ—നോക്കൂ, ഭൂമി വാങ്ങിയ വക, ഷെയറിന്റെ കമ്മീഷൻ, പ്രാരംഭച്ചെലവുകൾ, ഇഷ്ടിക വാങ്ങിയ വക,

പരസ്യം, ആഫീസ് ചെലവ്....."

തിൻകഡിബാബു: "മിണ്ടാതിരിക്കൂ ചെറുക്കാ? വേലിക്ക് ഓന്ത് സാക്ഷി."

അപ്പോഴേക്ക് ശ്യാമബാബു വന്നുചേർന്നു. അയാൾ ചോദിച്ചു: "എന്താണു സംഗതി?"

തിൻകഡിബാബു: "സംഗതി എന്റെ തല! എനിക്കു കണക്കു കിട്ടണം."

ശ്യാമബാബു: "അത്രയയല്ലേ വേണ്ടൂ. നോക്കിക്കോളൂ കണക്ക് ഇഷ്ടംപോലെ, സൗകര്യംപോലെ ഒരുദിവസം ഗോവിന്ദപുരത്തു ചെന്ന് പ്രവൃത്തി എത്രത്തോളം പുരോഗമിച്ചുവെന്ന് ഒരു മേലന്വേഷണവും നടത്തിക്കോളൂ....."

തിൻകഡിബാബു: "അതെതെ, ഞാൻ ഈ വാതംപിടിച്ച ദേഹം വെച്ചുകൊണ്ട് ഇനി നിങ്ങടെ ഏതോ മലമൂട്ടിൽക്കിടക്കണ ഗോവിന്ദ പുരത്തു ചെന്നു മരിക്കണം. അല്ലേ? അതൊന്നും ഒക്കുകയില്ല. എന്റെ പണം മടക്കിത്തന്നേക്കൂ. കമ്പനി മുങ്ങാറായി. ഷെയർ ഹോൾഡർമാർ അടിപിടി തുടങ്ങി."

ശ്യാമബാബു നെറ്റിയിൽ തൊഴുകൈ വെച്ചുകൊണ്ടു പറഞ്ഞു: "എല്ലാം ജഗദംബയുടെ ഇച്ഛ. മനുഷ്യൻ ഒന്നു വിചാരിക്കും, മറ്റൊരു വിധത്തിൽ നടക്കും. ഇപ്പോഴയ്ക്ക് അമ്പലംപണി തീരേണ്ടതായിരുന്നു. എന്നാൽ വിചാരിച്ചിരിക്കാത്ത ചെലവുകൾ വന്നു പണത്തിനു ഞെരുക്കമായി. ഇതിൽ ഞങ്ങളുടെ തെറ്റ് എന്ത്? എന്നാലും ഒട്ടും വിചാരപ്പെടാനില്ല. എല്ലാം നേരെയാവും. ഒരു 'കാൾ' കൂടിക്കൊടുത്താൽ കിട്ടുന്ന പണംകൊണ്ട് എല്ലാ കടവും തീരും പണിയും വേഗം നടക്കും."

ഗണ്ഡേരി പറഞ്ഞു: "ആരുണ്ട് ഇനി പണം തരാൻ? നിങ്ങളെ ആരു വിശ്വസിക്കും?"

ശ്യാമബാബു: "വിശ്വസിക്കണ്ട, ഞാനെന്തു ചെയ്യട്ടെ. അമ്മ നിർദേശിക്കുന്നവിധം പ്രവർത്തിക്കുക മാത്രമാണ് എന്റെ കടമ. എന്നെ കാശി വിശ്വനാഥൻ അങ്ങോട്ടു വിളിക്കുന്നുണ്ട്. അവിടേക്കങ്ങോട്ടു പോവും ഞാൻ."

തിൻകഡിബാബു: "അപ്പോൾ കമ്പനി മുങ്ങിയെന്നു പറയൂ."

ഗണ്ഡേരിബാബു: "ഇരുപതുമുഴം വെള്ളത്തിനുള്ളി."

ശ്യാമബാബു: "ശരി, തിൻകഡിബാബു, എന്നോട് ആളുകൾക്ക് ഇത്ര വലിയ അവിശ്വാസമാണെങ്കിൽ ഞാൻ മാനേജിങ് ഏജൻസി ഉപേക്ഷിച്ചേക്കാം. നിങ്ങൾക്കു കുറച്ചു നിലയും ഉണ്ട് വിലയും ഉണ്ട്. ആളുകൾക്കു വിശ്വാസവും ഉണ്ട് നിങ്ങളിൽ, നിങ്ങൾതന്നെ ഏറ്റെടുക്കൂ മാനേജിങ് ഏജൻസി. കമ്പനി നടക്കട്ടെ."

അടൽബാബു: "അതു നല്ല ഒരു അഭിപ്രായമാണ്."

തിൻകഡിബാബു: "അതേതെ, ഞാൻ വേണ്ടാത്ത ചീത്തപ്പേരുതലയിൽ ഭേസിക്കോട്ടെ. എന്നിട്ട് വീട്ടിലെ ചോറും തിന്നു കൂലിയില്ലാത്ത......"

ശ്യാമബാബു: "നിങ്ങൾ എന്തിനു കൂലിയില്ലാത്ത പണിയെടുക്ക

ണം? ഇതാ ഇപ്പോൾത്തന്നെ ഈ മീറ്റിങ്ങിൽവെച്ചു റാവുസാഹബ് തിൻകഡിബാബുവിനെ ആയിരം ഉറുപ്പിക അലവൻസ് നൽകി കമ്പനി നടത്താനുള്ള ചുമതല ഏൽപ്പിക്കാമല്ലോ. ഇത്ര നല്ല കഴിവുള്ള ഒരാളെ കിട്ടുമോ ഇനി? ഞങ്ങൾ വല്ല തെറ്റും അറിയാതെ ചെയ്തിട്ടുണ്ടെങ്കിൽത്തന്നെ അതിനൊക്കെ നിങ്ങൾക്ക് ഒരു ഉത്തരവാദിത്വവും ഉണ്ടായിരിക്കയില്ല, പോരേ?"

തിൻകഡിബാബു: "അത്........അത്........ എനിക്ക് അതേപ്പറ്റി ഉടൻ ഒന്നും പറയാനാവില്ല. കുറച്ച് ആലോചിക്കാനുണ്ട്."

അടൽബാബു: "ഇതിലെന്താണ് ആലോചിക്കാനുള്ളത് റാവുസാഹിബ്? ഇനി നിങ്ങൾ മാത്രമാണ് ഒരേ ഒരു ആശാകേന്ദ്രം."

ശ്യാമബാബു: "മാപ്പുതരാമെങ്കിൽ ഒരു കാര്യംകൂടി അറിയിക്കാനുണ്ട്. അർഥം സാധനയ്ക്ക് അന്തരായമാണെന്ന് എനിക്കു നന്നായിട്ടറിയാം. ഞാൻ എന്റെ സ്വത്തുമുഴുവൻ എഴുതിത്തരാം, ഈ കമ്പനിയിൽ പതിനായിരം ഉറുപ്പികയുടെ ഷെയറാണ് എനിക്കുള്ളത്. അത് ഏതെങ്കിലും സൽപാത്രത്തിൽ വേണം അർപ്പിക്കാനെന്നുണ്ടു വിചാരം, നിങ്ങൾ തന്നെ എടുക്കണം അത്. പ്രീമിയം ആവശ്യമില്ല. വാങ്ങിയവില മാത്രം തന്നാൽ മതി. മൂവായിരത്തി ഇരുന്നൂറ് ഉറുപ്പിക മാത്രം."

തിൻകഡിബാബു "അതേതെ, എന്റെ തലമണ്ട പൊളിക്കാനുള്ള മറ്റൊരു ഏർപ്പാട്."

ശ്യാമബാബു: "ഛെ, ഛെ! അങ്ങനെ വിചാരിക്കരുത്. നിങ്ങൾക്കു ഗുണമേ ഉണ്ടാവുള്ളൂ. അല്ലെങ്കിൽ കുറെ കുറച്ചു തന്നാൽ മതി– രണ്ടായിരത്തി അറുനൂറ് – രണ്ടായിരം–ആയിരം – "

തിൻകഡിബാബു: "അരപ്പൈ തരികയില്ല."

ശ്യാമബാബു: "നോക്കൂ, ഞാൻ ബ്രാഹ്മണൻ, നിങ്ങളും ബ്രാഹ്മണൻ, ബ്രാഹ്മണർക്ക് ബ്രാഹ്മണരിൽനിന്നു ദാനം വാങ്ങിക്കൂടാ. ഇല്ലെങ്കിൽ നിങ്ങളെപ്പോലെയുള്ളവർക്കു ഞാൻ വെറുതെ തരുമായിരുന്നു. നിങ്ങൾ ഇഷ്ടമുള്ള വില കൂട്ടിക്കോളൂ. അഞ്ഞൂറുറുപ്പിക എന്നതു തന്നെ വെച്ചോളൂ, ട്രാൻസ്ഫർ ഫാറം തയാറുണ്ട്. എടുത്തുകൊണ്ടു വരൂ വിപിനാ......."

തിൻകഡിബാബു: "ഞാൻ.... ഞാൻ.... തൊണ്ണൂറുറുപ്പിക തരാം."

ശ്യാമബാബു: "തഥാസ്തു. വലിയ നഷ്ടമാണിത്. എന്നാലും എല്ലാം ജഗദംബയുടെ ഇച്ഛ."

ഗണ്ഡേരിബാബു: "ഭേഷ്! തിൻകഡിബാബുവിനു നല്ല 'കോളിൽ' കിട്ടി."

തിൻകഡിബാബു പെഴ്സ് തുറന്ന് അപ്പോൾമാത്രം പെൻഷൻ കിട്ടിയ തുകയിൽനിന്ന് എട്ട് പത്തുറുപ്പികനോട്ടെടുത്തു സസന്തോഷം കൊടുത്തു. ശ്യാമബാബു അതു കീശയിലാക്കിയിട്ടു പറഞ്ഞു. "എന്നാൽ ഇനി ഞാൻ വരട്ടെ, വീട്ടിൽ സത്യനാരായണപൂജയാണ്. കമ്പനിയുടെ ചുമതല മുഴുവൻ നിങ്ങൾ ഏറ്റെടുക്കുന്ന കാര്യം ഉറപ്പിച്ചിരിക്കുന്നു. ഇനി ഇതിൽ മാറ്റില്ല. മഹാമായ നിങ്ങൾക്കു മംഗളം വരുത്തട്ടെ."

ശ്യാമബാബു പോയപ്പോൾ തിൻകഡിബാബു ചിരിച്ചുകൊണ്ടു പറഞ്ഞു: "ആൾ പല ദോഷങ്ങളുണ്ടെങ്കിൽ നല്ലവനാണ്. ഇക്കാര്യത്തിൽ ഹംബർഗ് ആണ്, എന്നാലും മനസ്സ് അത്ര ചീത്തയല്ല. കമ്പനിയുടെ ചക്ക് എന്റെ പിടിയിലായി. കുറെ നാളായിട്ട് വാതം പിടിച്ചു നടക്കവയ്യാതെ കിടപ്പിലായിരുന്നു. ഒന്നും നോക്കാൻ സാധിച്ചില്ല. ഇല്ലെങ്കിൽ കമ്പനി ഈ നിലയ്ക്കാവില്ലായിരുന്നു. എന്തുമാവട്ടെ, ഒന്നു കിണഞ്ഞു പരിശ്രമിക്കണം. എനിക്കു കൃത്യമായും കാര്യങ്ങൾ നടക്കണം. ആരുടേയും സൂത്രം എന്നോടു ഫലിക്കില്ല."

ഗണ്ഡേരിബാബു: "നിങ്ങൾക്കു വളരെ വിഷമിക്കേണ്ടിവരില്ല. കമ്പനി മുങ്ങിയതുതന്നെ, നിങ്ങൾക്കും വിശ്രമം."

തിൻകഡിബാബു: "എന്താണീ പറയണത്? എന്റെ മാസപ്പടി."

ഗണ്ഡേരിബാബു: "അതേതെ, നിങ്ങൾക്കെവിടന്നാണ് മാസപ്പടി കിട്ടുക? എവിടെയുണ്ട് പണം? തിൻകഡിബാബു, നിങ്ങൾക്ക് ശ്യാമബാബുവിന്റെ പ്രവർത്തനങ്ങൾ ഒന്നും മനസിലാക്കിയിട്ടില്ല. തൊണ്ണൂറ് ആയിരം ക. കമ്പനിക്കു കടം. രണ്ടുദിവസം കഴിഞ്ഞാൽ ലിക്വിഡേഷൻ. ലിക്വിഡേറ്റർ സെക്കന്റ് കാൾ വസൂലാക്കും. അപ്പോൾ കൊടുക്കാനുള്ളവർക്ക് പണം കൊടുക്കും."

തിൻകഡിബാബു: "ഏ? എന്താണു പറയണത്? ഞാൻ ഇനി അര പൈപോലും കൊടുക്കില്ല."

ഗണ്ഡേരിബാബു: "കൊടുക്കാതെ പറ്റില്ലല്ലോ. ഗവൺമെന്റ് ചെവി പിടിച്ച് കൊടുപ്പിക്കും. അതിനൊക്കെ നിയമങ്ങളുണ്ട്."

തികൻഡിബാബു: "ഇനിയും പണം പോകുമോ? എത്ര?"

അടൽബാബു: "നിങ്ങൾക്കുമാത്രമല്ല പോവുക. ഓരോ ഓഹരിക്കാരനു ഓഹരി ഒന്നിനു രണ്ടു ക. വീതം കൊടുക്കേണ്ടിവരും. നിങ്ങൾക്കു മുമ്പ് 200 ഷെയർ ആണ് ഉണ്ടായിരുന്നത്. ശ്യാമബാബുവിന്റെ 1600 ഷെയർ ഇന്നു വാങ്ങുകയും ചെയ്തു. ഈ 1800 ഷെയറിന് 3600 ക. നിങ്ങൾ കൊടുക്കണം. കടംവീട്ടിൽ, ലിക്വിഡേറ്ററുടെ ചെലവ്—എല്ലാം കഴിച്ചാൽ ബാക്കി വല്ലതുമുണ്ടെങ്കിൽ തിരിച്ചുകിട്ടിയെന്നു വരാം."

തിൻകഡിബാബു: "നിങ്ങൾക്ക് എത്ര പോയി?"

ഗണ്ഡേരി തള്ളവിരൽ ഇളക്കിക്കൊണ്ടു പറഞ്ഞു: ഒന്നുമില്ല. "ഒന്നുംപോയില്ല. എന്റെ എല്ലാ ഷെയറുകളും ശ്യാമബാബു വാങ്ങിക്കഴിഞ്ഞിരുന്നു. അതാണു നിങ്ങൾക്ക് ഇന്ന് വിറ്റത്."

തിൻകഡിബാബു: "കള്ളൻ! കള്ളൻ! ഞാൻ ഇപ്പോൾ തന്നെ കോൾസ് ഹാം സായ്പിന് ബിലാത്തിയിലേക്കു കത്തയയ്ക്കുന്നുണ്ട്."

അടൽബാബു: "എന്നാൽ ഇനി നമുക്ക് തൽക്കാലം പിരിയാം. നമുക്ക് ഇനി ഷെയർ ഒന്നും ഇല്ലല്ലോ. അതിനാൽ നമ്മൾ ഡയറക്ടറുമല്ല. നിങ്ങൾ പ്രവൃത്തിതുടങ്ങിക്കോളൂ. തിൻകഡിബാബു! വരൂ ഗണ്ഡേരി!"

തിൻകഡിബാബു: "ഏ"

ഗണ്ഡേരിബാബു: "നമസ്തേ!"

വസന്തസേന

ദേവേശ് ദാസ്

പ്രേമം, പ്രേയസി—ഒന്നിനെപ്പറ്റിയും ആ സമയം ഞാൻ ഓർക്കുകയുണ്ടായില്ല.

നേരെമറിച്ച് എന്റെ മനസ്സ് തത്സമയം കുറച്ചൊന്നു കമ്യൂണിസത്തിലേക്കു ചാഞ്ഞുവെന്നാണ് പറയേണ്ടത്. അസാധാരണമായി ഒന്നും ഇല്ലാത്ത പ്രാരാബ്ധക്കാരനായ ഒരു ഇടത്തരക്കാരനാണു ഞാൻ. ഒരു നേരത്തുമില്ല മനസിനു സ്വൈരം. ഞാൻ ഈ ബോംബെയിൽ വന്നത് ഇവിടത്തെ കടൽക്കാറ്റുകൊള്ളാനുള്ള കൊതികൊണ്ടല്ല, വിശേഷപ്പെട്ട ഉറുമാലുകൾ ഉയർത്തിപ്പിടിച്ച് ബിലാത്തിക്കു പുറപ്പെട്ട സ്വന്തം ബന്ധുവിനെ നാടകീയമായവിധം യാത്രയാക്കാനുമല്ല വന്നത്. കപ്പൽ എങ്ങനെയാണു സമുദ്രക്കരയിൽനിന്നു വിട്ടുപോകുന്നത്, ആ സമയത്തെ സ്ഥിതിയെന്താണ്—എന്നൊക്കെ ഒന്നറിയാൻ വേണ്ടിയാണ് ഇവിടെ വന്നത്. ജട്ടിയിലെ ഒരു ആഫീസറുമായിട്ടു പരിചയമുണ്ട്. അതുകൊണ്ട് ഇതു തരമായി, ഇല്ലെങ്കിൽ ഈ ബല്ലാർഡ് പിയാറിൽ ആരെങ്കിലും എന്നെ കടക്കാൻ അനുവദിക്കുമോ?

ഞാൻ കണ്ടു, എത്രയോ കണ്ണുകൾ നിറഞ്ഞിരിക്കുന്നു. എത്രയോ കണ്ണുകൾ നിറഞ്ഞിട്ടില്ലെങ്കിലും വിലപിടിച്ച പട്ടുറുമാലുകളുടെ സ്പർശസുഖം അനുഭവിക്കുന്നു. ഡെക്കിൽ നിന്നുകൊണ്ടു കപ്പലിലെ സ്റ്റുവാർഡ് വിളിച്ചു പറഞ്ഞു: ''ഫ്രൻഡ്സ് എഷോർ! ഫ്രൻഡ്സ് എഷോർ!'' അതായത് യാത്രക്കാരുടെ ബന്ധുക്കൾ കരയ്ക്കിറങ്ങണം. ഇതു കേട്ടതോടെ അവരിൽ പലരുടേയും നനഞ്ഞ കണ്ണുകൾ തോർന്നു. അവർ ജട്ടിയിൽ ഇറങ്ങിനിന്ന് വർണക്കടലാസ് നാടകൾ കപ്പലിലേക്ക് എറിയുവാൻ തുടങ്ങി. അവരുടെ ബന്ധുക്കളായ യാത്രക്കാർ

ടെക്കിലെ റെയിലിങ്ങിൽ ചാരിനിന്നുകൊണ്ട് ആ കടലാസുനാടകൾ കൈകൊണ്ടു പിടിച്ചു. ക്രമേണ കപ്പൽ അകന്നകന്നു പോയി.

ഇതു കണ്ടപ്പോഴാണ് കമ്യൂണിസ്റ്റുവിചാരം എന്റെ മനസിൽ ഉണ്ടായത്. എന്തിനാണു വലിയവരെന്നു നടിക്കുന്ന ഇക്കൂട്ടർ വെറുതെ ഇത്രയേറെ വർണക്കടലാസുകൾ ചെലവാക്കിയത്. പാശ്ചാത്യവിദ്യാഭ്യാസവും പരിഷ്കാരവും ഇവരെ ഹൃദയഹീനരാക്കിയിരുന്നു. ഇല്ലെങ്കിൽ കടലാസിനു ചെലവാക്കിയ പണം കൂലിക്കാർക്ക് 'ബക്ഷിഷ്' ആയിട്ടു കൊടുക്കാമായിരുന്നില്ലേ? അതു ചെയ്യുന്നില്ല. ഇതുതന്നെയാണ് ലോകത്തിലെ തൊഴിലാളികൾ മുഴുവൻ പണക്കാർക്കെതിരായി പ്രക്ഷോഭം കൂട്ടാൻ കാരണം. എനിക്കും ഈ അർഥമില്ലാത്ത ചെലവു കണ്ടിട്ട് എന്തെന്നില്ലാത്ത ദേഷ്യം വന്നു.

യുദ്ധത്തിന് അഹിംസയാണ് ഉത്തമമായ ആയുധം എന്ന പക്ഷക്കാരനാണ് ഞാൻ. മുമ്പേ പറയുകയും ചെയ്തിട്ടുണ്ടല്ലോ, ഞാൻ ഒരു പ്രാരാബ്ധക്കാരനായ ഇടത്തരക്കാരനാണെന്ന്. മുതലാളിമാരുടെയും തൊഴിലാളിമാരുടെയും വഴക്കിൽ ഞാനില്ല.

കപ്പൽ വളരെ ദൂരത്തെത്തി, ഡെക്കിൽ നിന്നിരുന്നവരെ തീരെ കാണാതായി. യാത്രയ്ക്കയക്കാൻ വന്നവർ അവരവരുടെ വഴിക്കു തിരിച്ചു. ഞാനും പതുക്കെ നടന്നു. ജട്ടിയാകെ ഒന്നു നല്ലപോലെ നടന്നു കാണുകയായിരുന്നു എന്റെ ലക്ഷ്യം.

അങ്ങനെ നടക്കുന്നതിനിടയ്ക്ക് പെട്ടെന്ന് ഒരു മാന്യനായ മാർവാഡിയിൽ എന്റെ ദൃഷ്ടി പതിഞ്ഞു. അയാളുടെ കൈയിൽ കിടന്നിരുന്ന മോതിരത്തിലെ വൈരക്കല്ലിന്റെ തിളക്കത്തെപ്പോലും നിഷ്പ്രഭമാക്കിക്കൊണ്ട് അയാളുടെ കണ്ണുകൾ രണ്ടുതുള്ളി കണ്ണുനീർ തങ്ങിനിൽക്കുന്നത് ഞാൻ കണ്ടു. വിലപിടിച്ച ഉറുമാൽകൊണ്ടു തുടച്ചുവരുത്തിയ കൃപാണങ്ങളായ രണ്ടു ജലബിന്ദുക്കളല്ല; അസഹായാവസ്ഥയിൽ നിന്നു പിറന്നവ.

അയാൾ കരയുന്നതു ഞാൻ കണ്ടുവെന്നറിഞ്ഞ മാർവാഡി കുറഞ്ഞൊന്നു പരുങ്ങി. അയാൾ ഭാവം മറയ്ക്കാൻ ഒന്നു ചിരിക്കാൻ ശ്രമിച്ചുവെങ്കിലും മുഖത്തെ മ്ലാനതയ്ക്കു മാറ്റം വന്നില്ല. കണ്ണുകൾ തുടയ്ക്കുവാനും അയാൾ ആളായില്ല. അങ്ങനെ ചെയ്താൽ ഞാൻ അയാളെ കൂടുതൽ ശ്രദ്ധിച്ചെങ്കിലോ എന്നായിരുന്നു പേടി. മാന്യന്റെ വൈവശ്യം മനസിലാക്കി ഞാൻ മറ്റൊരു വശത്തേക്കു മുഖം തിരിച്ചു.

പാവം, എന്തോ വിരഹവേദനയാണ് അയാളെ ബുദ്ധിമുട്ടിക്കുന്നത്. അതിനും പുറമെ മറ്റൊരാൾ തന്റെ ദൗർബല്യം അറിഞ്ഞുപോയല്ലോ എന്നോർത്ത് അയാളെ കൂടുതൽ വിഷമിപ്പിച്ചിട്ട് എനിക്കെന്തു വേണം?

എന്നാൽ അയാളെ തിരിഞ്ഞുനോക്കാതിരിക്കാൻ എനിക്കു സാധിച്ചില്ല. ഞാൻ ഒന്നുകൂടി അയാളെ ഒളിഞ്ഞുനോക്കി. ആരും അറിയാതെ വല്ലതും ചെയ്യുന്നതിനുള്ള രസം ഒന്നു വേറെയാണല്ലോ, രഹസ്യപ്രേമം പോലെ.

പക്ഷേ, കളവ് ക്ഷണം കണ്ടുപിടിക്കപ്പെട്ടു. ഞാൻ തിരിഞ്ഞു നോക്കുന്നുണ്ടോ എന്നുതന്നെയാണ് മാർവാഡിയും നോക്കിയിരുന്നത്. അതിനാൽ അയാളുടെ മുഖത്തേക്കു കണ്ണുകൾ പായിച്ചപ്പോൾ അയാളും എന്നെ സൂക്ഷിച്ചു നോക്കുന്നത് ഞാൻ കണ്ടു. ഇത്തവണ ഞാനാണു പരുങ്ങലിലായത്.

എന്നാൽ അയാൾതന്നെ ഈ വിഷമാവസ്ഥയിൽനിന്ന് എന്നെ രക്ഷിച്ചു. അയാൾ എന്റെ അടുക്കലേക്കു വന്നു ചോദിച്ചു: "എന്താണ് ആലോചിക്കുന്നത് മിസ്റ്റർ? നിങ്ങളുടെ വല്ല മിത്രവും ഇന്ന് ബിലാത്തിക്കു പോയോ? "

മിത്രമോ? മറ്റൊന്നും ഊഹിക്കാൻ കഴിഞ്ഞില്ലെന്നു തോന്നുന്നു. എന്റെ മുഖത്തെ നിർവികാരാവസ്ഥ കണ്ടാൽ ഒരു മിത്രത്തെക്കാൾ അടുപ്പമുള്ള ആരെയെങ്കിലും യാത്രയാക്കിയിട്ടു വരികയാണെന്നു തോന്നുകയില്ല. ഞാൻ ഉള്ളാലെ മാർവാഡിയുടെ സൂക്ഷ്മഗ്രഹണശക്തിയെ പ്രശംസിച്ചു. ഞാൻ പറഞ്ഞു: "ഇല്ല സേട്ടു. എന്റെ ആരും തന്നെ ഈ കപ്പലിൽ ബിലാത്തിക്കു പോയിട്ടില്ല."

"ആരുമില്ലേ? എന്നാൽ വേറെ വല്ലവരുടെയും ബന്ധുക്കളെ അയക്കാൻ വന്നതാവും."

"അല്ല, വെറുതെ നടക്കാൻ വന്നതാണ്."

"നിങ്ങളുടെ ഭാഗ്യം, മിസ്റ്റർ! നമസ്തേ!"

ഞാൻ വീണ്ടും നടന്നു. ഇനിയെന്താണ് സംസാരിക്കാനുള്ളത്?

പെട്ടെന്നു തിരിഞ്ഞുനിന്നു. നേരുതന്നെ. ഞാൻ ഒരു യഥാർഥനാടകം നടക്കുന്നിടത്തു നിൽക്കുകയാണ്. അല്ലെങ്കിൽ ഈ മാന്യൻ—ഒറ്റ നോട്ടത്തിൽ അയാൾ വ്യാപാരിയാണെന്നു അറിയാൻ കഴിയും. പുഴുങ്ങിയ ഉറച്ച മുട്ടപോലെ, ഉണങ്ങിയ നാളികേരംപോലെ രസഹീനരായ മാർവാഡികളിൽ ഒരുത്തൻ—ഇയാൾ എന്റെ ബന്ധുക്കളാരും ബിലാത്തിലേക്കു പോയിട്ടില്ലെന്ന് പറഞ്ഞ് എന്നെ ഭാഗ്യവാൻ എന്നു വിളിക്കുന്നു. ഇല്ല. സംഗതികൾ ഒന്നുകൂടി ചുഴിഞ്ഞു നോക്കാതെ പറ്റില്ല.

"നമസ്തേ സേട്ടു. നിങ്ങൾ എന്റെ ഭാഗ്യം നന്നെന്നു പറഞ്ഞതിനു കാരണമെന്താണ്? അറിഞ്ഞാൽ കൊള്ളാമെന്നുണ്ട്."

ഇത്തവണ സേട്ടുവാണ് പരുങ്ങിയത്. കാരണം ഇങ്ങനെ ഒരു ചോദ്യം അയാൾ പ്രതീക്ഷിച്ചിരുന്നില്ല. ഇല്ലെങ്കിൽ ഇങ്ങനെ ഒരഭിപ്രായം പറയാൻ തന്നെ അയാൾ പുറപ്പെടുമായിരുന്നില്ല. അയാൾ അതിസങ്കോചത്തോടെ പറഞ്ഞു: "ഏയ്, ഇല്ല, ഒന്നുമില്ല, വെറുതെ പറഞ്ഞുവെന്നേയുള്ളൂ."

"ഇല്ല സേട്ടു! വെറുതെ വല്ലതും പറഞ്ഞതാവില്ല. അക്കൂട്ടത്തിലല്ല സേട്ടു. സേട്ടുവിന്റെ വാക്കിനു വിലയുണ്ട്. എനിക്കു തോന്നിയതുപറയാമല്ലോ. സേട്ടുവിന്റെ ബന്ധുക്കളാരോ ഇന്ന് യൂറോപ്പിലേക്കു പോയിട്ടുണ്ടാവും. അതുകൊണ്ട് സേട്ടുവിന്റെ മനസിനു തോന്നിയ ദുഃഖംകാരണം സേട്ടു ഞാൻ ഭാഗ്യവാനാണെന്നു പറഞ്ഞതാവും."

ഈ ഇളകിമറിയുന്ന കടലിൽ യുദ്ധക്കാലത്ത് എത്രയെത്ര കപ്പലുകൾ 'ഡെപ്ത് ചാർജ്' ചെയ്തു പൊളിച്ചു മുക്കിയിട്ടുണ്ടാവും. എന്നാൽ ഇത്തരം ഡെപ്ത് ചാർജുകൊണ്ട് ലോഭനീയമായ ഏതെങ്കിലും ഒരു വസ്തുവിനെ അടിയിൽനിന്നു മുകളിലേക്കു കൊണ്ടുവന്നിട്ടുണ്ടോ? സംശയമുണ്ട്.

സേട്ടുവിനോടൊപ്പം അയാളുടെ ഹോട്ടലിൽ ചെന്നു. ഏതു ഹോട്ടലിൽ എന്നു പറയേണ്ട ആവശ്യം താൽക്കാലികമില്ല. മുണ്ടും ജുബ്ബയും ഇട്ട് അതിസാധാരണമായ മട്ടിലുള്ള ഒരു കച്ചവടക്കാരൻ സേട്ടു. എന്നാലും മനസ്സ് ശുഷ്കമല്ല. നല്ല ഒന്നാന്തരം ഒരു മുറിയിലാണ് താമസം.

മുറിയിലേക്കു കടന്നപ്പോഴേക്ക് അയാളുടെ ദുഃഖം മനസിനെ വീണ്ടും മഥിക്കുവാൻ തുടങ്ങി. ഞാൻ ഒപ്പം ഉണ്ടായിരുന്നെങ്കിൽ പല പഴയ സ്മൃതികളേയും ഉണർത്തുന്ന ആ മുറിയിൽക്കിടന്ന് സേട്ടു പൊട്ടിക്കരയുമായിരുന്നുവെന്നു തോന്നി. പക്ഷേ, എന്തായാലും ഞാൻ ഒപ്പം വരാതിരിക്കുമായിരുന്നില്ല. കാരണം എനിക്ക് അയാളുടെ ദുഃഖകാരണം ആരായാതെ തരമില്ല.

കുറഞ്ഞൊന്നു സംശയിച്ചുനിന്നശേഷം മുരളീമനോഹരൻ സേട്ടു അഞ്ചുകൊല്ലം മുമ്പുള്ള തന്റെ ജീവിതത്തിലേക്കു തിരിഞ്ഞുനോക്കി. മരുഭൂമികൾ നിറഞ്ഞ രാജസ്ഥാനിൽ പിറന്ന ഭാഗ്യാന്വേഷിയായ ആ യുവാവ് വംഗദേശത്തിന്റെ മണ്ണിൽ പണം വിളയുന്ന ഒരു ഖനി കണ്ടുപിടിച്ചു. വളരെ വേഗം അയാളുടെ ഇരുമ്പുവ്യവസായം അഭിവൃദ്ധിപ്പെട്ടു, യുദ്ധം കൊടുമ്പിരിക്കൊണ്ടപ്പോൾ ഇരുമ്പിനു പ്രിയംകൂടി – ലാഭം നൂറിരട്ടിയായി – ഒപ്പംതന്നെ മനസിലെ ആശകളും.

ബഡബജാർപ്രദേശത്ത് അങ്ങനെയൊക്കെയാണ് സംഭവിക്കുക പതിവ്. രൂപയുടെ വരവു വേണ്ടത്രയുണ്ടെങ്കിൽ രൂപാജീവികളും ഒപ്പം കൂടും. എല്ലാനാട്ടിലേയും വ്യവസായികൾ നീരസമായ ധനാഗമമാർഗങ്ങളിൽ സഞ്ചരിച്ച് തളർന്നു നീലാകാശത്തിലേക്ക് ഇടയ്ക്കു തലയുയർത്തി നോക്കുമ്പോൾ അവിടെ മാംസലോലുപരായ ശകുനികളെയാണ് കാണുക പതിവ്. എന്നാൽ മുരളീമനോഹരന്റെ തലയിൽ ഭാഗ്യം മറ്റൊരുവിധത്തിലാണ് എഴുതിയിരുന്നത്.

അയാൾ കൊൽക്കത്തയിൽ ഓരോന്നായി പല വ്യവസായങ്ങളും തുടങ്ങി. എവിടെയും അയാൾക്ക് ഒരു തടസവും നേരിട്ടില്ല. അയാൾ യുദ്ധത്തിന്റെ ഗതിമാത്രമേ നോക്കിയിരുന്നുള്ളുവെങ്കിൽ ഒരുപക്ഷേ അയാൾക്ക് ഇങ്ങനെ തോൽവി സംഭവിക്കുമായിരുന്നില്ല.

"ഷിരീൻ ബേഗത്തിന്റെ പേർ കേട്ടിട്ടില്ലേ, മിസ്റ്റർ?" നീരവമായ മുറി പെട്ടെന്ന് ഒന്നു ഞെട്ടിയപോലെ തോന്നി: "ഇല്ല, കേട്ടിട്ടുണ്ടാവില്ല, എനിക്കറിയാം. കാരണം അവൾ സിനിമാതാരമല്ല, അങ്ങാടിപ്പെണ്ണുങ്ങളുടെ കൂട്ടത്തിൽ കൂട്ടാവുന്നവളുമല്ല. അവളുടെ പേർ എന്നെപ്പോലെയുള്ള ധനികവർഗങ്ങളുടെ വർത്തമാനത്തിനിടയ്ക്കേ കേൾക്കാൻ കഴിയുകയുള്ളൂ. മറ്റുള്ളവർക്ക് അവിടെ പ്രവേശനമില്ല."

എന്റെ മുഖത്ത് അടക്കിപ്പിടിച്ച ചിരിയുടെ ഭാവം കാണപ്പെട്ടു. മനോഹർബാബു പറഞ്ഞു—ഈ കഥയിൽ സേട്ടുവിനെ മനോഹർ ബാബു എന്നു വിളിച്ചാൽ മതി – "ഇല്ലില്ല, മിസ്റ്റർ, നിങ്ങൾ വിചാരിക്കുന്നപോലെയല്ല പരമാർഥം."

ഞാൻ ചിരിയടക്കിക്കൊണ്ടു പറഞ്ഞു: "ഞാൻ എന്താണു വിചാരിക്കുന്നതെന്നറിയാതെ ഞാൻ വിചാരിക്കുന്നതുപോലെയല്ല എന്നു പറയാൻ തുടങ്ങിയാലെങ്ങനെ?"

"ഇല്ലില്ല, നിങ്ങളുടെ മനസിൽ ഒരുതരം വെറുപ്പു തോന്നിത്തുടങ്ങിയിരിക്കുന്നു. അതുകൊണ്ടാണു നിങ്ങൾ മുഖംകൊണ്ടു ഇങ്ങനെയെല്ലാം കാട്ടുന്നത്?"

"എന്റെ മനസിൽ യാതൊരു വെറുപ്പും തോന്നിയിട്ടില്ല സേട്ടു. ഞാൻ സേട്ടു പറയുന്നതു സാധാരണ മട്ടിൽത്തന്നെയാണു കേൾക്കുന്നത്. നിങ്ങൾ പറഞ്ഞു തുടങ്ങിക്കോളൂ. എനിക്കു കേൾക്കാൻ കൗതുകം തോന്നുന്നുണ്ട്."

മുഗ്ധഭാവത്തോടെ മനോഹർബാബു പറയുവാൻ തുടങ്ങി. "നിങ്ങൾക്കു കൗതുകം തോന്നാതിരിക്കില്ല മിസ്റ്റർ. എന്തുകൊണ്ട് ഇതെല്ലാം സംഭവിച്ചുവെന്ന് ഒന്നുമനസിലേക്കു കടന്ന് ആലോചിക്കുവാൻ എനിക്കുതന്നെ ആഗ്രഹം തോന്നുന്നുണ്ട്."

"എന്തു സംഭവിച്ചു സേട്ടു?" എത്രയും സഹതാപമസൃണമായ സ്വരത്തിൽ ഞാൻ ചോദിച്ചു.

"നിങ്ങൾ വിദ്യാഭ്യാസം സിദ്ധിച്ച ഒരു ബംഗാളി യുവാവാണെന്ന് എനിക്കറിയാം. നിങ്ങൾക്കു ഞാൻ പറയുന്നതു മനസിലാക്കാൻ സാധിക്കും. അതിനു വില കൽപ്പിക്കുകയും ചെയ്യും. ഗിൽട്ട് മാർക്കറ്റിൽ പന്തയം വെച്ചു നോക്കാൻ പുറപ്പെട്ടതാണ് ഞാൻ. എന്നാൽ എനിക്കു തനിസ്വർണം കിട്ടി. ഭാഗ്യത്തിന്."

2

പഴയ സംസ്കൃതസാഹിത്യത്തിൽ ഇതിന് ഒരു ഉദാഹരണമുണ്ട്. വാരനാരിയെ വരനാരിയെന്നു പറയാൻ സംസ്കൃതകവികൾ മടിച്ചിട്ടില്ല. വൈഷ്ണവകൃതികളിലാകട്ടെ പരനാരിയാണ് പരമയായ നാരി.

കാളിദാസനെ അറിയണമെങ്കിൽ മല്ലിനാഥൻ ആവശ്യമാണ്, അതേവിധം ഈ വാസ്തവം മനസിലാക്കണമെങ്കിൽ പ്രേമതത്വം അറിഞ്ഞിരിക്കണം. നമ്മുടെ ലോകത്തിന്റെ നാലതിരുകൾക്കുള്ളിൽ ദൈനികജീവിതത്തിൽ കാണാറുള്ള പ്രേമവുമായി ഇതിനു ബന്ധമൊന്നുമില്ല.

എന്നാൽ ദക്ഷിണാനിലൻ നായകഹൃദയത്തെ ലോകത്തിന്റെ യതൃപ്തിക്കു പുറത്തു ആകർഷിച്ചുകൊണ്ടു പോവുകയും പൂക്കൾ നിറഞ്ഞ ലതാനികുഞ്ജരത്തിൽ പൂർണയൗവനം കത്തിജ്വലിക്കുവാൻ തുടങ്ങുകയും ചെയ്യുമ്പോൾ സംസ്കൃതത്തിലെ കവയത്രികൾ

പോലും രേവാനദീതീരത്തിൽ വേതസീതരുച്ഛുവട്ടിൽ ഏതൊന്നിനു വേണ്ടി ഉൽക്കണ്ഠിതരാകുന്നുവോ ആവണമെന്നു സംസ്കൃതസാഹിത്യത്തിൽ പറഞ്ഞിട്ടില്ല. ഗൃഹവാസിനിയില്ലെങ്കിൽ വസന്തം സഫലമാവും—വസന്തസേന ഉണ്ടെങ്കിൽ.

മനോഹർബാബു ആ വിധത്തിലുള്ള ഒരു വസന്തസേനയുടെ ബന്ധത്തിലാണു കുടുങ്ങിയത്. ധാരാളം പണം, മനസിനു രസികത്വം — ഇതു രണ്ടുമുള്ളവർക്ക് പഞ്ചശരന്റെ ഭസ്മം അന്വേഷിച്ചു സമ്പാദിക്കാൻവേണ്ട വില കൊടുക്കുന്നതിനു കഴിയും. മനോഹർബാബുവിനെപ്പോലെയുള്ളവർ പഞ്ചശരനെ ചുട്ടഭസ്മം എവിടെയാണ് അന്വേഷിച്ചു പോവുകയെന്നോ? വേശ്യകളിൽ. അവരെ പൊതുവെ പറയുക 'ബായിജി' എന്നാണ്. സംസ്കൃതത്തിൽ വസന്തസേന എന്നും.

ഷീരിൻബേഗത്തിനെ സംബന്ധിച്ചിടത്തോളം നിശ്ചയമായും സംസ്കൃതനാമം അംഗീകരിക്കാവുന്നതാണ്. മനോഹർബാബു സംസ്കൃതം പഠിച്ചിട്ടില്ല. അതിനാൽ വസന്തസേനയുടെ കഥ അയാൾക്ക് അറിഞ്ഞുകൂടാ. എന്നാൽ അവളെ വർണിച്ചുകേട്ടിടത്തോളംകൊണ്ട് ആട്ടം, പാട്ട്, ധർമസല്ലാപം, മനസിനെ മത്തുപിടിപ്പിക്കുന്ന ഈവക പ്രവർത്തനങ്ങളെല്ലാം ഷിരീൻ വസന്തോന്മാദം വളർത്തുന്നവളാണ് എന്നു തോന്നി. കേവലം അൽപ്പംകൊണ്ടു സന്തോഷിപ്പിക്കുന്ന മരുഭൂമിയുടെ മനസിൽ മാത്രമല്ല, അനേകം രസികാചാര്യന്മാരുടെ മനസിൽ പോലും. ഷിരീനിന്റെ ചാരുകല മനോഹർബാബുവിന്റെ മനസിനെ ഹരിച്ചുവെന്നു പറഞ്ഞാൽ കഴിഞ്ഞല്ലോ.

അത്രയേ സംഭവിച്ചുള്ളൂവെങ്കിൽ തരക്കേടില്ല. വളരെയധികം വലിയവരുടെ ഭവനങ്ങളിൽ ഇതു പതിവാണ്. എത്രയോ വീരപുരുഷന്മാരുടെ ജീവിതത്തിന് ചന്ദ്രനു കളങ്കമെന്നപോലെ സാമുദായികനീതിക്കെതിരായ പ്രേമം അലങ്കാരമായിട്ടേ ഇരുന്നിട്ടുള്ളൂ. പെരിക്ലിസിന്റെ പേർ അതുകൊണ്ടല്ലേ ഇത്ര പൊങ്ങിയത്? നെൽസൻ ലേഡീ ഹാമിർട്ടനിൽനിന്ന് ആവേശം ഉൾക്കൊണ്ടില്ലായിരുന്നുവെങ്കിൽ ട്രഫ്രാൽഗർ യുദ്ധത്തിൽ വിജയിക്കുമായിരുന്നുവോ. പ്രേയസിമാരാണ് പുരുഷന്മാർക്കു പ്രചോദനവും പ്രാണശക്തിയും നൽകുന്നത്.

സേട്ടു പറഞ്ഞതുകേട്ടിട്ട് ആശ്ചര്യം തോന്നി. ഇരുമ്പു ഖനിയുടമയും കോടി പ്രഭുവും ആയ ഒരു മാർവാഡിയുടെ ഹൃദയഗാഥയല്ല ഇത്. പക്ഷേ, മനോഹർബാബു എവിടുന്നാണ് ഇങ്ങനെയെല്ലാം പറയാൻ പഠിച്ചത്? ആരിൽനിന്നാണ് പഠിച്ചത്?

ഗിർട്ട് മാർക്കറ്റിൽ പന്തയംവെയ്ക്കാൻ വന്നിട്ട് തനി സ്വർണം ഭാഗ്യംകൊണ്ട് തനിക്കു കിട്ടിയെന്നു സേട്ടു പറഞ്ഞപ്പോൾ അയാൾ പ്രേമത്തിന്റെ ഭാഷയാണു സംസാരിക്കുന്നത്, പഠിച്ചിട്ടു പറയുന്ന ഭാഷയല്ല എന്ന് എനിക്കു മനസിലായി. അയാൾ പറഞ്ഞ ഉദാഹരണങ്ങളിൽ പെരിക്ലിസും ലേഡിഹാമിർട്ടനും വന്നപ്പോൾ പ്രേമത്തിന്റെ മാത്രമല്ല. ഹൃദയത്തിന്റെ ഭാഷയും അയാൾക്ക് അറിയാമെന്ന് എനിക്കു ബോധ്യ

മായി. മനസും അഭിമാനവും തമ്മിലുള്ള സംഘർഷമാണു നടന്നത് എന്നു തോന്നി.

അത് സേട്ടു സ്വയം പ്രസ്താവിക്കുകയും ചെയ്തു. ഷിരീൻ ക്ഷണികബാന്ധവിയായിരുന്നിടത്തോളംകാലം വീട്ടിൽ ആരും വിരോധമൊന്നും പറഞ്ഞില്ല. തോണി കടവുതോറും അടുക്കുന്നതിൽ എന്താണ് തരക്കേട്? ഏതെങ്കിലും ഒരു കടവിൽത്തന്നെ കെട്ടിക്കിടന്നാൽ മാത്രമേ തരക്കേടുള്ളൂ. മനോഹർബാബുവിനു ഭാര്യയും മറ്റും ഉണ്ട്. ആൺമക്കളുണ്ട്. പെൺമക്കളുണ്ട്. എല്ലാവരും നിശ്ചന്തരാണ്, കാരണം തക്കസമയത്ത് സേട്ടു അവർക്കുവേണ്ട എല്ലാം അന്വേഷിച്ച് ചെയ്തു കൊടുത്തിരുന്നു. തോണിയുടെ പങ്കായം ഗൃഹിണിയുടെ കൈയിൽത്തന്നെ. അതിനാൽ കാറ്റിൽ തോണിയുടെ തല അങ്ങോട്ടോ ഇങ്ങോട്ടോ ഒന്നു തിരിഞ്ഞാലും പേടിക്കാനില്ല. തോണി എങ്ങും ഉറയ്ക്കാതെയോ തകരാതെയോ ഇരുന്നാൽ മതി. കുഴപ്പം ആരംഭിച്ചത് ഷിരീനിന്റെ മണൽത്തിട്ടയിൽ തോണിചെന്ന് ഉറച്ചപ്പോഴാണ്, മരുഭൂമിക്കാരനായ മനോഹരൻ എന്ന മുക്കുവൻ ആ മണൽത്തട്ടിൽത്തന്നെ കുടികിടക്കാൻ തീരുമാനിച്ചപ്പോഴാണ്.

“ഇതിൽ കുടുംബക്കാർക്ക് എന്താണ് ഒരു നഷ്ടം?” മനോഹർ ബാബു എന്റെ മറുപടി കേൾക്കാൻ മുഖത്തേക്കു നോക്കി. തോണിയുടെ ഗതി തടയുവാൻ അയാൾ ഒരിക്കലും പ്രയത്നിക്കുകയുണ്ടായില്ല. കുടുംബകാര്യങ്ങൾ വേണ്ടവിധം തന്നെ നടക്കുന്നുണ്ട്. ബിസിനസിനും അഭിവൃദ്ധി തന്നെ. ഭാര്യാപുത്രാദികളോടുള്ള കർത്തവ്യത്തിൽ ഒരു അയവും വന്നില്ല. ഒന്നുമാത്രം, അയാളുടെ ഹൃദയം ലളിതകലാവിദഗ്ധയായ ഒരു തരുണിക്കു സമർപ്പിച്ചു. അവളുടെ സാന്നിധ്യം ഒരു മരുഭൂമിയുടെ മനസിനെ സരസമാക്കി. യുദ്ധകാലത്തെ മാർക്കറ്റിൽ പുതിയപുതിയ വ്യവസായങ്ങളിൽ പണം മുടക്കി ജയപരാജയങ്ങൾ നോക്കാതെ മത്സരിക്കുവാൻ അയാൾക്ക് പ്രചോദനം നൽകിയത് ഷിരീനാണ്. ആ വ്യവസായങ്ങളിൽ എന്നും വിജയം വരിക്കാനിടയായതും ഷിരീനിന്റെ സാന്നിധ്യത്താൽത്തന്നെ. അയാൾക്കു കിട്ടിയ ലാഭമോർക്കുമ്പോൾ അതിനുപകരം ആ തരുണിക്കു കൊടുത്തിട്ടുള്ളത് എത്രയോ നിസ്സാരമത്രെ.

എനിക്ക് ഉള്ളാലേ പ്രശംസിക്കാതിരിക്കാൻ തോന്നിയില്ല. ലക്ഷ്മീഭഗവതിയുടെ ശ്രേഷ്ഠസന്താനങ്ങൾക്ക് ഇങ്ങനെ വരാറുണ്ട്. മനസ്സ് സമർപ്പിച്ചാൽ അവർക്ക് അതിനുപകരം കിട്ടുന്നത് മാലയല്ല. ജ്വാലയല്ല—ധനം കൂടുതൽ ധനം.

ഇടത്തരക്കാരന്റെ അർധമൃതമായ മനസിൽ ഏതോ ഒരു കോണിലായി ഒരു നിരൂപകൻ സദാ ഒളിച്ചിരിക്കുന്നുണ്ട്. അവൻ ഉണർന്നിട്ട് എന്നോട് പറഞ്ഞു. “ജീവിക്കുവാൻ ആഗ്രഹിക്കുന്നുണ്ടെങ്കിൽ ഇങ്ങനെ വേണം ജീവിക്കാൻ, പ്രാണസംരക്ഷണത്തിന് എവിടുന്നെങ്കിലും പ്രചോദനം കിട്ടാതെ വയ്യ. നോക്കൂ, ഈ മാന്യൻ തനിക്കു കിട്ടിയ

പ്രചോദനം പ്രാണസന്ധാരണത്തിനായി ഉപയോഗിച്ചു. പൊതുവെ പറഞ്ഞാൽ 'ബായിജി'ക്കുവേണ്ടി ചെലവാക്കിയ പണത്തിൽ നിന്നുകൂടി അയാൾക്ക് ലാഭമാണ് കിട്ടിയത്."

മനോഹരബാബുവിന്റെ ചെറുതോണി ആടിയുരുണ്ടു തുടങ്ങി. അയാളുടെ കുടുംബത്തിൽ കൊടുങ്കാറ്റുവീശി. നദിയിൽ കാളകല്ലോലങ്ങൾ ഇളകിമറിഞ്ഞു. സമുദായം ക്ഷോഭിച്ചു.

അധികം പറഞ്ഞിട്ടു കാര്യമില്ല. ആദ്യം മനോഹർബാബുവിന്റെ ഭാര്യതന്നെയാണ് വിരോധം പറഞ്ഞത്. അവൾ പറഞ്ഞു: "ആ പെണ്ണിനെ ഉപേക്ഷിക്കൂ. വേറെ ഒന്നിനെയും കിട്ടിയില്ലേ നിങ്ങൾക്ക്? എന്താണ് അവളെ ഇത്ര ഭ്രമിക്കാൻ? ലോകത്തിൽ എത്രയോ വേശ്യകൾ താമസിക്കുന്നുണ്ട്."

മനോഹർബാബു ഭാര്യയിൽനിന്ന് ഇതു പ്രതീക്ഷിച്ചിരുന്നില്ല. അവൾ ഒരു വേശ്യയെ സ്നേഹിക്കുന്നതിൽ ആക്ഷേപം പറഞ്ഞേക്കുമെന്നാണ് അയാൾ വിചാരിച്ചിരുന്നത്. എന്നാൽ ഭർത്താവിനെ വാരാംഗനമാരുടെ ഗൃഹത്തിലേക്കു കഴുത്തിൽ എടുത്തുകൊണ്ടുപോയ കഥകൾ പ്രചാരത്തിലുള്ള നാട്ടിലെ പതിവ്രതയായ സഹധർമിണിയിൽനിന്ന് പരിഭവം കേൾക്കേണ്ടിവന്നത്. അതിനല്ല, മനസിൽ ദുഃഖം തോന്നിയിരിക്കും, കോപവും. എന്നാൽ ഉറക്കെ പ്രതിഷേധിക്കുകയുണ്ടായില്ല ആദ്യം. ഭർത്താവിന്റെ ഹൃദയം ഒരേയിടത്തുതന്നെ ബന്ധപ്പെട്ടു കിടക്കുന്നുവെന്നു കണ്ടപ്പോഴാണ് അവൾ തടഞ്ഞത്. തേനീച്ച പൂക്കൾതോറും തേൻതേടി നടക്കുന്നതുകൊണ്ട് തരക്കേടൊന്നുമില്ല. തേനിൽത്തന്നെ ഒട്ടിപ്പിടിക്കാതിരുന്നാൽ മതി.

മനോഹർബാബു പറഞ്ഞു: "എന്തിനാണ് ഉപേക്ഷിക്കുന്നത്? അവൾക്കുവേണ്ടി നിന്നെ ഞാൻ നോക്കാതിരിക്കുന്നുണ്ടോ? ബിസിനസിനും അവൾ കാരണം വല്ലകോട്ടവും തട്ടിയിട്ടുണ്ടോ?"

ഇതിനുത്തരമായി ഗൃഹിണിക്കു പലതും പറയാനുണ്ടാവും. എന്നാൽ അതിസൂക്ഷ്മങ്ങളായ മനഃശാസ്ത്രസിദ്ധാന്തങ്ങൾ അവളെ ആരും പഠിപ്പിച്ചിട്ടില്ല. മനോഹർബാബുവിനേയും ഇല്ല. പക്ഷേ, ലോകജീവിതം പല സൂക്ഷ്മതത്വങ്ങളേയും അയാളെ പഠിപ്പിച്ചിട്ടുണ്ട്. ജീവിതമാകുന്ന പാഠശാലയിൽനിന്നാണ് അയാൾ പഠിച്ചത്. പുസ്തകത്തിന്റെ പേജുകളിൽ നിന്നല്ല.

ഭാര്യ എന്നിട്ടും തടസം പറഞ്ഞു: "ഷിരീൻ ഒരുത്തിമാത്രമേയുള്ളൂ കൊൽക്കത്തയിൽ വേശ്യയായിട്ട്? മറ്റുള്ളവരുടെ അടുക്കലും പോകരുതോ? ഒരിടം ഒഴികെ ബാക്കിയെങ്ങും കടക്കാൻ സമ്മതിക്കില്ലേ നിങ്ങളെ? പൗരുഷത്തെ മുറിപ്പെടുത്തി കാര്യം സാധിക്കാനാണ് മനോഹരപത്നി പുറപ്പെട്ടത്. എന്നാൽ അതിൽ വിജയിച്ചില്ല.

പതുക്കെ ചിരിച്ചുകൊണ്ടു സേട്ടു പറഞ്ഞു: "ഉറുപ്പികയുടെ മുൻപ്പിൽ ലോകത്തിലെ എല്ലാ വാതിലുകളും തുറക്കും. എവിടെയാണ് ഇഷ്ടം എന്നുവെച്ചാൽ അവിടെ പോകാം. പക്ഷേ, ഞാൻ കണ്ടിടത്തൊ

ന്നും പോകുന്നില്ല. ഇതിൽ നീ സന്തോഷിക്കുകയാണ് വേണ്ടത്. ഞാൻ നല്ലവനാണെന്നതിന് ഇതിലേറെ എന്തൊരു തെളിവാണ് വേണ്ടത്?"

പത്നി ക്രോധത്തോടെ പറഞ്ഞു: "വന്നിരിക്കുന്നു ഒരു നല്ലവൻ. നല്ലവനാണെങ്കിൽ തേവിടിശിയുടെ വീട്ടിൽ പോവോ?"

അവളുടെ കോപംകൊണ്ടു തുടുത്ത മുഖത്ത് കാതിലേയും മൂക്കിലേയും ആഭരണങ്ങളിൽ പതിച്ചിരുന്ന വൈരക്കല്ലുകൾ വെട്ടിത്തിളങ്ങി. കൈകളിലെ തടിച്ച സ്വർണവളകൾ വെല്ലുവിളിക്കുംപോലെ കിലുങ്ങി.

അതുകൊണ്ടൊന്നും വഴങ്ങിക്കൊടുത്തില്ല മനോഹർബാബു. ഷിരീനെപ്പറ്റി പറയുന്നതുതന്നെ രസാവാഹമാണ് അയാൾക്ക്. ഷിരീനിന്റെ സൗരഭ്യം പകർന്ന മുഖത്ത് അപ്രസന്നത ഒരിക്കലും കാണപ്പെടുകയില്ല. ചിരിച്ചുകൊണ്ട് അയാൾ പറഞ്ഞു: "ഞാൻ ഒന്നിനുപകരം എല്ലാ 'ബായിജി'മാരുടെയും അടുക്കൽ പോയാൽ നല്ലവനാവുമോ? ഞാൻ രണ്ടു കല്യാണം കഴിച്ചിരുന്നെങ്കിലോ? എന്നാൽ ആളുകൾ എന്നെ കുറ്റപ്പെടുത്തുമോ? അതെന്താണ് നീ ആലോചിക്കാത്തത്?

"അവിടെയാണല്ലോ കുഴപ്പം. വേശ്യ വേശ്യയുടെ സ്ഥാനത്തിരിക്കണം. വിവാഹിതയായ സ്ത്രീയുടെ സ്ഥാനത്തിരിക്കരുത്. എന്നാൽ മാത്രമേ സമുദായത്തിൽ അച്ചടക്കം ഉണ്ടാവുകയുള്ളൂ. സംഘർഷം കുറയുകയുള്ളൂ.

നിങ്ങൾ നശിക്കാറായി. ഇംഗ്ലീഷ് പഠിച്ച പരിഷ്കാരികളെക്കാൾ മോശക്കാരനാണ് നിങ്ങൾ. നിങ്ങൾ നരകത്തിൽ പോകും—" മനോഹരപത്നി ഇതും പറഞ്ഞു കോപംകൊണ്ടു കരഞ്ഞുകൊണ്ട് അകത്തേക്കു പോയി.

3

കുഴപ്പം ഇവിടംകൊണ്ടും അവസാനിച്ചില്ല. പത്നിയുടെ മുഖത്ത് ഒരു നേരവുമില്ല പ്രസന്നത. ആൺകുട്ടികളും പെൺകുട്ടികളും അടുത്തു ചെല്ലാതായി. ബന്ധുക്കൾ സ്വകാര്യമായി പലതും പറയാൻ തുടങ്ങി. മനോഹർബാബു ഒന്നും കണ്ടതായും കേട്ടതായും നടിച്ചില്ല. എന്നല്ല നേരെ മറിച്ച് ഇതിൽ നിന്നെല്ലാം അഭയം തേടാൻ ഷിരീനിന്റെ അടുക്കലേക്ക് അധികം ചായുകയാണ് ഉണ്ടായത്.

ഷിരീൻ പലതും അനുഭവംകൊണ്ടു പഠിച്ചിട്ടുള്ളവളാണ്. അവളും പുസ്തകം പഠിച്ചു സമ്പാദിച്ചതല്ല ലോകരഹസ്യങ്ങൾ. മനോഹർബാബുവിന്റെ ജീവിതനൗകയിൽ പൊട്ടു വീണിരിക്കുന്നതായി അവൾ കണ്ടു. അയാളോട് കൂടുതൽ സഹതാപം കാട്ടണം. എന്നാൽ മാത്രമേ ജീവിതയാഥാർത്ഥ്യത്തെ കൂടുതൽ ധൈര്യത്തോടെ അയാൾക്ക് നേരിടാൻ കഴിയുകയുള്ളൂ. ഇല്ലെങ്കിൽ അയാൾ നിരാശയ്ക്കിരയായെന്നു വരാം. അവൾ പാടിയും നൃത്തം ചെയ്തും അയാളുടെ മനസിനെ കൂടുതൽ വിനോദിപ്പിച്ചു. മനോഹർബാബുവിന്റെ ഗംഗാതീരത്തുള്ള ഉദ്യാന

ഹർമ്യത്തിൽ എല്ലാ ശനിയാഴ്ചയും കൂടുതൽ ഉത്സാഹപൂർവം രാത്രി തോറും വളരെനേരം നൃത്തക്കച്ചേരികൾ നടത്തപ്പെട്ടു.

വസന്തസേന പഞ്ചശരങ്ങൾ പ്രയോഗിക്കാൻ മാത്രമല്ല പഠിച്ചിട്ടുള്ളത്, അവൾ കലയും അഭ്യസിച്ചിട്ടുണ്ട്. അതില്ലെങ്കിൽ വെറും വേശ്യവിദ്യകൊണ്ട് ഒന്നും ഇക്കാലത്തു നടക്കാൻ പോകുന്നില്ല. പാർസി വസന്തസേനയും വിദ്യാസമ്പന്നയെന്നും കലാരസികയെന്നും നിലയിൽ പ്രസിദ്ധയാണ്. അവൾ കൊൽക്കത്ത യൂണിവേഴ്സിറ്റിയിൽനിന്ന് ഡിഗ്രി എടുത്തിട്ടുണ്ട് എന്നു മനോഹർബാബു പറഞ്ഞപ്പോൾ ഞാൻ അത്ഭുതപ്പെട്ടു പോയി.

എന്നാൽ മനോഹർ ബാബുവിന് യൂണിവേഴ്സിറ്റിയുമായുള്ള ബന്ധം കോളേജ് സ്ട്രീറ്റിൽക്കൂടി കാറിൽ ബിസിനസിനെപ്പറ്റി സംസാരിച്ചുകൊണ്ടു പോകാറുണ്ട് എന്നതു മാത്രമാണ്. അതിലധികം ബന്ധം യൂണിവേഴ്സിറ്റിയുമായിട്ട് അയാൾക്ക് ആവശ്യവുമില്ലായിരുന്നു.

അയാൾക്ക് അവളോടുള്ള സ്നേഹം ആഴമുള്ളതായിരുന്നുവെന്നു തെളിയിക്കുന്ന ഒരു സംഭവമാണ് ഈ പുതിയ രീതിയിലുള്ള നാടകത്തിന്റെ അഞ്ചാമങ്കത്തിലേക്കു കടക്കാൻ എന്നെ പ്രേരിപ്പിച്ചത്. മനോഹർബാബു മറ്റു മാർവാഡികളെപ്പോലെതന്നെ, കുട്ടിക്കാലത്തു തന്നെ വിവാഹം കഴിച്ചിരുന്നു. അയാളുടെ മൂത്തമകളുടെ വിവാഹമണ്ഡപത്തിലാണ് ഈ നാടകത്തിന്റെ നാലാമങ്കത്തിന്റെ കർട്ടൻ ഉയർന്നത്.

ധനികനായ മാർവാഡിയുടെ പുത്രിയുടെ വിവാഹം. രാത്രി പകലാക്കുന്ന ദീപമാലകളുടെ മധ്യത്തിൽ ബിലാത്തിവാദ്യവൃന്ദങ്ങളുടെ താളത്തിനൊപ്പിച്ചു ചിത്രത്തിലെഴുതിയ വിധം അലങ്കരിച്ചിട്ടുള്ള കുതിരയിൽനിന്ന് കുങ്കുമതിലകവും പൊന്നലുക്കുകിരീടവും കാരണം മുഖം പകുതി മറഞ്ഞ ബാലവരൻ ഇറങ്ങിവന്നു. വീരവേഷധാരിയായ വരനെ മനോഹരപത്നി ദീപംകൊണ്ടുഴിഞ്ഞു സ്വീകരിച്ചു. വെള്ളത്തളികയിൽ കർപ്പൂരദീപം കത്തിജ്ജ്വലിച്ചു. വരന്റെ വയറ്റത്തു ബന്ധിച്ചിരിക്കുന്ന നാളികേരത്തിന്മേൽ അതിന്റെ വെളിച്ചം വന്നു വീണു. അതേസമയം മറ്റൊരു വെളിച്ചം വരപക്ഷത്തെയെന്നപോലെ വധുപക്ഷക്കാരേയും ഒരു പോലെ കണ്ണഞ്ചിച്ചു. മനോഹരപത്നിയുടെ കണ്ണുകളിൽ എന്തെന്നില്ലാത്ത ഭയാശങ്കകൾ നിഴലിച്ചു. അവൾ ആ പുതിയ വെളിച്ചത്തിന്റെ നേരെ അർഥനാഭാവത്തിൽ നോക്കി. ഇതു വിവാഹോത്സവമാണ്. വരപക്ഷത്തിൽനിന്ന് ഇങ്ങനെ ഒരു സ്ത്രീ വരാനില്ല. വധൂപക്ഷക്കാർ വിളിച്ചിട്ടു വന്ന വല്ല ബംഗാളിസ്ത്രീയുമായിരിക്കുമോ?

അല്ല, ആരും ക്ഷണിച്ചിട്ടു വന്നവളല്ല അവൾ. യാതൊരു സമുദായശാസ്ത്രവും പുരാതത്വശാസ്ത്രവും പഠിക്കുന്നവളല്ല അവൾ. മനോഹരന്റെ പത്നി തന്നെ നിയന്ത്രിച്ചുകൊണ്ട് തന്റെ അധികാരം സംരക്ഷിക്കുന്നതിനുള്ള സമരത്തിന്റെ വെല്ലുവിളിയെന്നപോലെ പറഞ്ഞു: "തേവിടിശ്ശി വന്നിരിക്കുന്നു. ആരാണ് ഇവളെ ക്ഷണിച്ചത്? ഈ മുഹൂർത്തം മുടക്കാൻ വന്നെത്തിയിരിക്കുന്നു. ആരുമുണ്ടായില്ലേ ഇവളെ തടയാൻ?"

അർഥം വളരെ സ്പഷ്ടം. മനോഹരന് ഒരു സ്ത്രീയോടു പ്രത്യേകം സ്നേഹമുണ്ടെന്ന കഥ അറിയാതെ അധികം ആരുമില്ല. ഇതിൽ കോപിക്കുന്നവരും പിറുപിറുക്കുന്നവരും ശപിക്കുന്നവരും കുറച്ചൊന്നുമല്ല. "ഷിരീൻ, ഷിരീൻ" എന്നു വിളിച്ചുകൊണ്ടു വധുവിന്റെ അച്ഛൻ തന്നെ അവളെ എതിരേൽക്കാൻ ചെന്നപ്പോൾ തീയിൽ നെയ്യൊഴിച്ച പോലെയായി.

ഷിരീൻ ഇതിനിടയ്ക്ക് ഓടി പുറത്തുപോയി. അവിടെ നിന്നിരുന്ന കാറിൽ കയറിയിരുന്നുകഴിഞ്ഞിരുന്നു. മനോഹർ ഭ്രാന്തനെപ്പോലെ അവളുടെ കൈ പിടിച്ചുകൊണ്ടു പറഞ്ഞു: "നീ...... നീ എന്തിനിവിടെ വന്നു?"

പിടിക്കപ്പെട്ടുപോയതിൽ വല്ലാതായ ഷിരീൻ ഭാവം മറയ്ക്കാൻ ചിരിച്ചുകൊണ്ടു പറഞ്ഞു: "നിങ്ങൾക്കു ക്ഷണിക്കാൻ കഴിഞ്ഞില്ല. എന്നിട്ടും ഞാൻ വന്നു. നിങ്ങളുടെ മകൾക്ക് വിവാഹം. എനിക്ക് അതിനു വരാതെ പറ്റുമോ? ദൂരെനിന്നെങ്കിലും ഒന്നു നോക്കിയിട്ടു പോകാമല്ലോ."

"എന്നാൽ......... എന്നാൽ അവിടെ വരെ വന്നിട്ടു പോകൂ."

"ഛീ! അതെങ്ങനെ സാധിക്കും? നിങ്ങളുടെ വീട് എനിക്ക് സ്വപ്നം പോലെയാണ്. എനിക്ക് അതിന്റെ വാതിൽ എന്നെന്നേക്കും അടഞ്ഞിരിക്കും. നിങ്ങൾ എന്റെ സ്വന്തമായിരിക്കാം. എങ്കിലും ഞാൻ നിങ്ങളുടെ ഗൃഹിണിയല്ല. എനിക്ക് അതിനുള്ള അധികാരവും ഒരു നാളും ഉണ്ടായിരിക്കയില്ല."

"എന്നാലും ഒന്നു വന്നിട്ടു പോകൂ."

"ഛീ! ഭ്രാന്തു കാണിക്കാതിരിക്കൂ, നിങ്ങൾ സമുദായത്തെ മറക്കുകയാണ്. വേഗം അങ്ങോട്ടുചെല്ലൂ. ഡ്രൈവർ, വണ്ടി വിടൂ."

എന്നാൽ സമുദായം അയാളെ മറന്നില്ല.

നിരാശയോടെ മനോഹർബാബു തിരിച്ചു വന്നു. എന്നാൽ സമുദായത്തിലെ പ്രമാണിമാരൊഴികെ മറ്റാരും അയാളോടു വർത്തമാനം പറയാൻ ചെന്നില്ല. പ്രേംചന്ദ്ജി ശാസിക്കുന്ന സ്വരത്തിൽ പറഞ്ഞു: "നിങ്ങൾക്ക് അഭിമാനം എന്നൊന്നില്ലേ ഹേ? വിവാഹം കഴിഞ്ഞു കുഞ്ഞുകുട്ടികളായിട്ടും ഒരു മുസ്ലീം വേശ്യയെ ഇങ്ങനെ ആചാരത്തിനും നിയമത്തിനും എതിരായിവെച്ചുകൊണ്ടിരിക്കുന്നതിനെന്തർഥം? നിങ്ങൾ എങ്ങനെ സമുദായത്തിന്റെ മുഖത്തു നോക്കും?"

അർഥം വളരെ സ്പഷ്ടം വളച്ചൊടിക്കാതെ എത്രയും വ്യക്തമായ രീതിയിൽ പ്രേംചന്ദ്ജി അയാളെ പറഞ്ഞു ധരിപ്പിച്ചു. സമുദായമധ്യത്തിൽ ഇരുന്നുകൊണ്ട് ഒരു യവനസ്ത്രീയെ പരസ്യമായി സ്നേഹിക്കുന്നതു ശരിയല്ല.

ഹരദയാൽജിയും ഇതുതന്നെ ഒന്നുകൂടി തെളിയിച്ചു പറഞ്ഞു.

വരപക്ഷക്കാരനായ നാഥൂരാംജി വരനോടു വിവാഹമണ്ഡപത്തിൽനിന്ന് എഴുന്നേറ്റുപോരാൻ ആജ്ഞാപിച്ചു.

വിവാഹം മുടങ്ങുമെന്ന ഘട്ടത്തിലെത്തി. അന്തഃപുരത്തിൽ ബഹ

ളമായി. പുറത്തും കുഴപ്പംതന്നെ. സമുദായ പരിഷ്കർത്താക്കളായ ചില ചെറുപ്പക്കാർ എങ്ങനെയും താലികെട്ടുനടത്താൻ ശ്രമം നടത്തിത്തുടങ്ങി. ചിലർ സമുദായത്തിന്റെ പൂർവചരിത്രത്തിൽനിന്നു ചില ഉദാഹരണങ്ങൾ എടുത്ത് ഉദ്ധരിച്ചു. അവർ പറഞ്ഞു: ഇതിൽ വധു എന്തു പിഴച്ചു? കുറ്റം മുരളീമനോഹർബാബുവിന്റെ മാത്രമാണ്. വൃദ്ധന്മാർ ഇതിനെ എതിർത്തു. പൂർവികൻമാർ എന്തൊക്കെ ചെയ്താലും അവർ സമുദായത്തിന്റെ മാനത്തിനു ഭംഗംവരുന്ന ഒന്നും ചെയ്യുകയുണ്ടായിട്ടില്ല. ഉദ്യാനഗൃഹങ്ങളിലെ നൃത്തവും പാട്ടും മറ്റു വിഡ്ഢിത്തങ്ങളും അന്തഃപുരത്തിലേക്കു വലിച്ചിഴച്ചുകൊണ്ടുവന്നു കാര്യം വഷളാക്കിയിട്ടില്ല.

മനോഹരന് ഒന്നും ഉത്തരം പറയാനുണ്ടായിരുന്നില്ല. മകളുടെ വിവാഹം, കുലാഭിമാനം, സമുദായത്തിലെ തന്റെ നിലനിൽപ്പ്—എല്ലാം ഒരിടത്ത്; ഷിരീൻ മറുവശത്ത്. ഏതാണ് ഉപേക്ഷിക്കേണ്ടതെന്നു സ്പഷ്ടം. പക്ഷേ, എങ്ങനെയാണ് അതിനു സമ്മതിക്കുക?

കുലവും മാനവും കുടുംബവും ജീവാവസാനംവരെ നിലനിൽക്കും — നിലനിർത്തേണ്ടവയുമാണ്. ഉദയംമുതൽ അസ്തമയംവരെ ഇതിനാണ് ആളുകൾ ഓടി നടക്കുന്നത്, തമ്പടിക്കുന്നത്, കൂടുകെട്ടുന്നത്. പലരുടെ ഗൃഹത്തിലും വിശ്രമവും വിരാമവും ഉണ്ട്. എന്നാൽ സുഖവും സമാധാനവും ഇല്ല. സമ്പത്തിനും ബഹുമാനത്തിനും കുറവില്ല, എന്നിട്ടും ഭൂമി അന്ധകാരമയം. പകൽ മുഴുവൻ പണിയെടുത്തു തളരും. എന്നാൽ പൊടിപുരണ്ട സന്ധ്യ മനസിണങ്ങിയ മനുഷ്യസ്പർശം വഹിച്ചു കൊണ്ടെത്തുന്നില്ല. മനോഹരന് പരിഹാരം ഉണ്ടാക്കേണ്ടിവന്നില്ല, അതിനു മുമ്പുതന്നെ അയാളുടെ പത്നി ഹരിപിയാരി പറയുന്നത് അയാൾ അകലെനിന്നു കേട്ടു: "നിങ്ങളെല്ലാവരുംകൂടി എന്റെ മകളുടെ വിവാഹം നടത്തിത്തരൂ. ഞാൻ സത്യം ചെയ്തു പറയാം — ആ 'ബായിജി' അദ്ദേഹത്തിന്റെ ജീവിതത്തിൽനിന്ന് എന്നെന്നേക്കുമായി മറയും, മറയും, മറയും."

4

ഷിരീനിന്റെ ഭംഗിയുള്ള കണ്ണുകളിൽ വിവാഹമണ്ഡപത്തിൽവെച്ച് അന്ന് ഒരു തുള്ളിക്കണ്ണുനീർപോലും പൊടിയുകയുണ്ടായില്ല. അവ കോപംകൊണ്ടു ജ്വലിച്ചില്ല. ആ കണ്ണുകൾ എന്തോ പറയാൻ ഭാവിച്ചതേയുള്ളൂ.

എന്നാൽ പറയാനുള്ള ശക്തിയും, ഏതാനും ദിവസങ്ങൾക്കുശേഷം ആരുമറിയാതെ മനോഹർബാബുവിന്റെ ഒരു അറ്റോർണിസുഹൃത്തിന്റെ ആഫീസിൽ ചെന്നപ്പോൾ ഇല്ലാതായിക്കഴിഞ്ഞിരുന്നു. സുഹൃത്ത് അവളുടെ പേർ കേട്ടിട്ടുണ്ടായിരുന്നു. വന്ന വിവരം അറിഞ്ഞ ഉടൻ അയാൾ അവളെ സ്വന്തം പ്രൈവറ്റ്റൂമിലേക്കു കൂട്ടിക്കൊണ്ടുപോയി ആശ്ചര്യത്തോടെ ചോദിച്ചു: "മിസ് ഷിരീൻ ബേഗം! എന്താണ് സംഗതി?"

ഷിരീൻ ബേഗത്തിന് ഒന്നും പറയാൻ കഴിഞ്ഞില്ല. അശിക്ഷിത യല്ല അവൾ വാക്കു കിട്ടാതിരിക്കാൻ. അനഭ്യസ്തയല്ല പരിഭ്രമിച്ചുപോ കാൻ. എന്നിട്ടും വളരെനേരം മുഖം താഴ്ത്തിയിരിക്കുന്നു.

എപ്പോഴും ഒരു സ്ത്രീയുടെ മുഖത്തേക്കു നോക്കിയിരിക്ക വയ്യല്ലോ. അറ്റോർണിക്ക് മാന്യനായ ബന്ധുവിന്റെ ഇഷ്ടക്കാരിയോട് തുറന്ന് എന്തെങ്കിലും ചോദിക്കുന്നതിന് സങ്കോചം തോന്നി. കൊൽക്കട്ടാ ഹൈ ക്കോർട്ടിലെ ഒരു അറ്റോർണിയയുടെ ആഫീസ്—പുറത്തു കക്ഷികൾ വർത്തമാനം പറയുന്നതിന്റെ ഘോഷം. ഷിരീനുമാത്രം മനസിലുള്ളതു തുറന്നുപറയാൻ വാക്കുകിട്ടുന്നില്ല.

അവസാനം അറ്റോർണിയ അത്ഭുതപ്പെടുത്തിക്കൊണ്ട് ഷിരീൻ താൻ തന്റെ സകല സ്വത്തും — അതായത് കൊൽക്കട്ടയിലുള്ള തന്റെ രണ്ടു ഭവനങ്ങളും — മുരളിമനോഹർബാബുവിന് എഴുതിക്കൊടു ക്കാൻ തീരുമാനിച്ചിരിക്കുന്നുവെന്നു പ്രസ്താവിച്ചു.

അറ്റോർണി: "എന്താണിതു കഥ ബേഗം? ക്ഷമിക്കണം. ഞാൻ ഈ കേട്ടതു സത്യം തന്നെയാണോ? മനോഹർബാബു രണ്ടു ഭവന ങ്ങൾ നിങ്ങളുടെ പേർക്ക് എഴുതിത്തരാൻ പോകുന്നുവെന്നാണല്ലോ ഞാൻ കേട്ടത്?"

ഷിരീൻ: "അങ്ങനെയല്ല, ഞാനാണ് എഴുതിക്കൊടുക്കാൻ പോകു ന്നത് നിങ്ങളുടെ സ്നേഹിതന്."

"എന്താണിത്? നിങ്ങൾ ചെയ്യാൻപോകുന്നത് എന്താണെന്ന് ആ ലോചിച്ചു നോക്കിയോ? നിങ്ങൾ എങ്ങനെയാണ് ജീവിക്കാൻ പോകു ന്നത്?"

ഷിരീൻ: "അതെപ്പറ്റി ആരും വിചാരപ്പെടേണ്ടതില്ല. ഞാൻ ജീവി ച്ചോളാം. ഒരു വിഷമവും ഉണ്ടാവുകയില്ല."

അറ്റോർണി: "അതിനു വിഷമം ഉണ്ടാവും എന്നു വിചാരിച്ചിട്ടല്ല. എന്നാൽ ഇതുവരെയായി സമ്പാദിച്ച മുതലെല്ലാം നിങ്ങൾ എന്തിനാണ് ഉപേക്ഷിക്കുന്നത്? അതും നിങ്ങൾ ആർക്കാണ് അത് കൊടുക്കുവാൻ വിചാരിച്ചത്? നിങ്ങൾക്ക് മുരളീമനോഹർബാബു തന്നതല്ലേ ഇതൊക്കെ?"

ഷിരീൻ: "അതു ശരിതന്നെ. എന്നാലും ഞാൻ അദ്ദേഹത്തിനു തന്നെ കൊടുക്കുവാനാണ് വിചാരിക്കുന്നത്. ദയവു ചെയ്ത് അതിന്റെ കാരണം ചോദിക്കാതിരിക്കണം."

അറ്റോർണി കുറച്ചുനേരം മൗനമായിരുന്നിട്ടു ചോദിച്ചു: "കാരണം എന്തായാലും നിങ്ങൾക്കിഷ്ടമുള്ളവർക്ക് നിങ്ങളുടെ മുതൽ കൊടുക്കാ വുന്നതാണ്. അതു ചോദിക്കുവാൻ എനിക്ക് അധികാരമില്ല. എന്നാലും നിയമമനുസരിച്ച് ചോദിച്ചതാണ്. വിശേഷിച്ചും മനോഹർബാബു എന്റെ മിത്രമാണ്. അതിനാൽ അയാൾ അറിയാതെ ഇങ്ങനെ അയാളെ ഈ മുതലിന് ഉടമസ്ഥനാക്കാൻ പോകുന്നുവെന്ന് ഞാൻ അയാളെ അറിയിക്കാതിരിക്കുന്നത് എങ്ങനെ?"

ഷിരീൻ വ്യാകുലതയോടെ പറഞ്ഞു: "അരുത്, നിങ്ങൾ അദ്ദേഹ

ത്തെ ഈ വിവരം അറിയിക്കരുത്. ഞാൻ ഈ നാട്ടിൽ ഉള്ളിടത്തോളം സമയമെങ്കിലും അറിയിക്കാതിരിക്കണം. അതിനുശേഷം ഇഷ്ടം പോലെ ചെയ്യാം. എന്റെ ഈ ജീവിതത്തിലെ അവസാന ചിഹ്നങ്ങൾ പോലും അദ്ദേഹത്തിനു കൊടുത്തിട്ട് ഒരു പുതിയ ജീവിതം തുടങ്ങാൻ ഉള്ള വഴിതേടി പോവുകയാണ് ഞാൻ."

തികച്ചും ആശ്ചര്യകരമായ ഒരു പ്രവൃത്തി. ഈ സുന്ദരിയായ തരുണി അവളുടെ രൂപം വിറ്റു സമ്പാദിച്ച മുതൽ ആശ്രിതനായ ആർക്കെങ്കിലും കൊടുക്കാനല്ല വിചാരിക്കുന്നത്. മറ്റൊരാൾക്കാണ്. എന്നിട്ടു നാടുവിട്ടുപോവുക — സംഗതി വളരെ ഗൗരവപ്പെട്ടതുതന്നെ. അറ്റോർണി ഷിരീനിനെ അവിടെയിരുത്തിയിട്ട് അടുത്ത മുറിയിൽപ്പോയി ടെലിഫോൺ തിരിച്ചു.

നേതാജി സുബാഷ്റോഡിൽനിന്ന് മനോഹർബാബു ഓടിക്കിതച്ച് അറ്റോർണിയുടെ പ്രൈവറ്റ് റൂമിലേക്കു കടന്നു ചെന്നു. ഷിരീനിന്റെ കൈ അയാൾ കടന്നുപിടിച്ചു. സിഗരറ്റ് വലിക്കാനെന്ന നാട്യത്തിൽ അറ്റോർണി പുറത്തേക്കു പോന്നു.

മനോഹർബാബു സ്വത്തിന്റെ കാര്യം കേൾക്കാൻ തന്നെ കൂട്ടാക്കിയില്ല. അയാൾ ചോദിച്ചു: "നീ വിദേശസഞ്ചാരത്തിനു പോകയാണോ? എവിടെപ്പോകാനാണ് ഭാവം? എന്തിന്? എന്നോടു പറയാതിരുന്നത് എന്തുകൊണ്ട്?

ഷിരീൻ: "വളരെനാളായിട്ടുള്ള മോഹമാണ് ബിലാത്തിക്കു പോകണമെന്ന്. അവിടുന്നു വല്ല പരീക്ഷയും പാസായി വന്നിട്ട് സ്വതന്ത്രമായ വല്ല പ്രവൃത്തിയും ചെയ്യണമെന്നുണ്ട്."

മനോഹർബാബു: "നിന്റെ ഇപ്പോഴത്തെ പ്രവൃത്തിക്കെന്താണു സ്വാതന്ത്ര്യക്കുറവ്?"

ഷിരീൻ ചിരിക്കാൻ ശ്രമിച്ചുകൊണ്ടു പറഞ്ഞു: "അതെ നല്ല സ്വതന്ത്രമായ പ്രവൃത്തിതന്നെ. 'വിസിറ്റ'റുടെ മനസു സന്തോഷിപ്പിക്കുന്നതിനിടയ്ക്ക് എപ്പോഴാണ് കാൽപിഴയ്ക്കുകയെന്ന് ആരറിഞ്ഞു? എന്റെ സ്വന്തം ശക്തിയാലാണോ വല്ലതും നടക്കുന്നത്? എന്റെ ആഗ്രഹങ്ങൾ പോലും."

മനോഹർബാബു: "രാമരാമ! ഷിരീ! നിന്റെ ആഗ്രഹം ഒന്നും നടക്കാറില്ലേ? നിന്റെ ആഗ്രഹങ്ങൾക്കെതിരായി ഞാൻ വല്ലപ്പോഴും നടന്നിട്ടുണ്ടോ?"

ഷിരീൻ: "കഴിഞ്ഞ രണ്ടുമൂന്നു കൊല്ലത്തെ സംബന്ധിച്ചിടത്തോളം അതു ശരി തന്നെ. എന്നാലും എനിക്കു സ്വതന്ത്രമായ ഒരു വ്യക്തിത്വം ഇല്ല എന്ന് എങ്ങനെ പറയാൻ കഴിയും? എന്റെ തൊഴിൽ ആ വ്യക്തിത്വത്തെ മറച്ചു കളയുന്നു. എല്ലാവരും എന്റെ പറ്റുപടിക്കാർ, അവരുടെ ഇഷ്ടം അനുസരിച്ചു ഞാൻ പീടിക അലങ്കരിച്ചുകൊള്ളണം."

മനോഹർബാബു: "അവരുടെ ഇഷ്ടാനുസരണം ഇനി പീടിക അലങ്കരിക്കാൻ പോകേണ്ടെന്നു ഞാൻ പറഞ്ഞില്ലേ? ഈ കൊള്ള കൊടുക്കലിനു പോകാൻ ഇനി ഞാൻ അനുവദിക്കയില്ല."

ഷിരീൻ: "അവിടെയാണ് എനിക്കും അഭിപ്രായവ്യത്യാസം. നിങ്ങളുടെ ഇച്ഛയ്ക്കൊത്തവണ്ണം നടക്കണമെന്നു പറയുവാൻ നിങ്ങൾ എന്റെ ആരാണ്? എന്റെ പീടിക നിങ്ങൾക്കു ചീത്തപ്പേർ ഉണ്ടാക്കുകയില്ല. കാരണം, നിങ്ങൾ എന്റെ ആരുമല്ല. എന്നാലും ഞാൻ കട അടയ്ക്കുവാൻ പോകയാണ്."

മനോഹർബാബു: "എന്നിട്ട്?"

ഷിരീൻ: "എന്നിട്ട് ഈ നാടുവിട്ടു പോകും."

മനോഹർബാബു: "എന്നെയും വിട്ടുപോവുമോ?"

ഷിരീൻ: "ഇല്ല, നിങ്ങളെ വിട്ടുപോകരുത് എന്നുവെച്ചിട്ടാണ് നിങ്ങളെ വിട്ടുപോകുന്നത്."

മനോഹർബാബു: "മനസിലായില്ല എനിക്ക് ഷിരീ! നീ പറയുന്നത് ഒരക്ഷരംപോലും മനസിലാവുന്നില്ല."

ഷിരീൻ: "എനിക്കും മനസിലാവുന്നില്ല. എന്നാലും നിങ്ങൾക്കു വേണ്ടിത്തന്നെയാണ് നിങ്ങളെ വിട്ടുപോകുന്നത് എന്നുമാത്രം മനസിലാവുന്നുണ്ട്."

മനോഹർബാബു: "നീ ചില നോവലിലെ കഥാപാത്രംപോലെ സംസാരിക്കുന്നു ഷിരീ! എനിക്ക് ഒന്നും മനസിലാവുന്നില്ല. ചുരുക്കത്തിൽ പറയൂ. മനസിലാവുമോ എന്നു നോക്കട്ടെ."

ഷിരീൻ: "കേൾക്കൂ, നിങ്ങൾക്കും ബംഗാളി നന്നായിട്ടറിയാം. ഞാൻ ലഖ്നൗകാരിയുടെ മകളാണെങ്കിലും ബംഗാളിൽ തന്നെയാണു വളർന്നത്. തെളിച്ചുപറയുകയാണെങ്കിൽ നിങ്ങൾ ഇപ്പോൾ രണ്ടാലൊന്നു ചെയ്യേണ്ടിയിരിക്കുന്നു. ഒന്നുകിൽ നിങ്ങളുടെ സമുദായത്തെ ഉപേക്ഷിക്കുക, അല്ലെങ്കിൽ എന്നെ. എനിക്കാണെങ്കിൽ രണ്ടുകാര്യങ്ങളിലൊന്നാണ് ചെയ്യാനുള്ളത്. ഒന്നുകിൽ നിങ്ങളെ വിടുക, അല്ലെങ്കിൽ നിങ്ങൾ ഇരിക്കുന്ന നാട്. എന്നാൽ എന്റെ വ്യവസായത്തിൽ ഈ വക വിടലും വേർപെടലും ഒന്നും വലിയ കാര്യമല്ല. ഒരുത്തനെ വിടുക, മറ്റൊരുത്തനെ വരിക്കുക — ഇതാണ് നമ്മുടെ നിത്യതൊഴിൽ. എന്നാൽ എല്ലാം ഞാൻ ഇതോടെ അവസാനിപ്പിച്ചിരിക്കുന്നു. ഇനി ഷിരീനെ ആരും വേശ്യസമുദായത്തിൽ കാണുകയില്ല. നിങ്ങൾ എനിക്കു വിട തരൂ. എന്റെ രണ്ടു വീടുകളും സ്വീകരിച്ച് എന്റെ ഭാരം ഒഴിക്കൂ."

അവളുടെ കണ്ണിൽ വെള്ളം നിറഞ്ഞു. കൺമഷിയുടെ മായമല്ല. വിഷാദത്തിന്റെ നിഴൽ രണ്ടു കണ്ണിലും വ്യാപിച്ചു. അവയിൽ ലോഭമല്ല, മമതയാണു സ്ഫുരിച്ചത്.

മനോഹരന്റെ കണ്ണുകളും നിറഞ്ഞു. ദീനതാബോധകമായിട്ടല്ല, ദൃഢതാബോധകമായിട്ട്. അയാൾ പറഞ്ഞു: "എനിക്ക് ഇനി ഇതുകൂടിയേ ചെയ്യുവാൻ ബാക്കിയുള്ളൂ. എത്രയോ ബിസിനസുകാരെ പല മന്ത്രങ്ങളും തന്ത്രങ്ങളുംവഴി തോൽപ്പിച്ചു പണം നേടി. ഇനി നിന്റെ രണ്ടു വീടുകൾകൂടി കയ്യേറി മുതൽ കൂട്ടുകയേ വേണ്ടൂ. സമുദായം എന്നെ ഉപേക്ഷിച്ചിരിക്കുന്നു. ഞാനും അതിനെ ഉപേക്ഷിക്കുവാൻ

പോകയാണ്. എന്നാൽ അങ്ങനെ ചെയ്യുന്നതു നിന്നെ അടുക്കൽ വെയ്ക്കുവാൻ വേണ്ടിയാണ്, നിന്റെ മുതലിനുവേണ്ടിയല്ല."

ഷിരീൻ: "എന്തുകൊണ്ട്? എന്റെ മുതലിനു വേശ്യയുടെ ഗന്ധമുണ്ടോ? ഞങ്ങളുടെ പണത്തിൽ ഞങ്ങളുടെ സമുദായമുദ്രയാണോ അടിച്ചിട്ടുള്ളത്?"

മനോഹർബാബു: "അതുകൊണ്ടല്ല പറയുന്നത്. സമുദായം പറയുക എന്താണെന്നോ? ഞാൻ പെണ്ണുങ്ങളെ പറഞ്ഞു പറ്റിച്ച് അവരുടെ മുതൽ കൈയേറി എന്ന്. നീ ഇവിടം വിട്ടുപോയാൽ നിന്നെ ഞാൻ ഉപേക്ഷിച്ചു എന്നാണ് അവർ വ്യഖ്യാനിക്കുക. എന്നാൽ നിന്റെ മുതൽ ഞാൻ തട്ടിയെടുത്തുവെന്നു പറയാൻ തുടങ്ങിയാലാണ് എനിക്കു തീരെ സഹിച്ചുകൂടാതാവുക."

ഷിരീൻ: "ആളുകൾ എങ്ങനെയാണ് അറിയുക?"

മനോഹർബാബു: "അറിയും. ഉടൻ അറിയും. എന്റെ മനസ്സ് അറിയാതെയിരിക്കയില്ല, തീർച്ച.

ഷിരീൻ: "എന്നാൽ —"

മനോഹർബാബു: "എന്നാൽ പണം അത്ര വലിയ കാര്യമല്ല. എനിക്കുനിന്നെ വിട്ടുപിരിയാൻ വയ്യ. നീ എന്റെ അടുക്കൽത്തന്നെ പാർക്കണം."

ഷിരീൻ ദൃഢസ്വരത്തിൽ പറഞ്ഞു: "ഞാൻ നിങ്ങളുടെ സ്വത്തല്ല, നിങ്ങൾ വിവാഹം ചെയ്ത പത്നിയല്ല, ഈ ജീവിതമാർഗം വിട്ടുപോകാനാണ് ഞാൻ വിചാരിക്കുന്നത്. വിദേശത്തേക്കു പോവുകയാണ് ഞാൻ. അതു തടയാൻ നിങ്ങൾക്കെന്തധികാരം?"

ഒരുനിമിഷം മൗനമായിരുന്നശേഷം മനോഹരൻ പറഞ്ഞു: "അധികാരം ഒന്നും ഇല്ല. ശരിതന്നെ. പണത്തിനെ സംബന്ധിച്ചിടത്തോളം അധികാരമൊന്നും ഇല്ല. എന്നാൽ മനസിനുണ്ട് കുറച്ച് അധികാരം. മാനസികമായ അധികാരം നിന്നിൽ എനിക്കുണ്ട് എന്ന കാരണം കൊണ്ടുതന്നെയാണ് നീ ബിലാത്തിക്കുപോകാൻ തുടങ്ങുന്നത്. അല്ലേ? അതില്ലെങ്കിൽ പോവുകയില്ലല്ലോ."

പുസ്തകം അറിവുനൽകുന്നു — തല ബുദ്ധിയേയും. തർക്കിച്ചു തോറ്റ ഷിരീൻ വേറെ വഴി തേടി. അവൾ പറഞ്ഞു: "അതെന്തുമാവട്ടെ. നിങ്ങൾ നിങ്ങളുടെ സമുദായം വിട്ടുപോന്നുകൂടാ. നിങ്ങൾക്കു ഭാര്യയുണ്ട്, കുട്ടികളുണ്ട്. ഞാൻ ഒരു വേശ്യയാണ്. എനിക്കുവേണ്ടി അതൊക്കെ ഉപേക്ഷിച്ചു കൂടാ."

മനോഹരന്റെ മനസിൽ അതിനുള്ള സമാധാനവും തയാറായിരുന്നു. അയാൾ പറഞ്ഞു: "നീ എനിക്കു വെറും ഒരു വേശ്യയായിരുന്നെങ്കിൽ ഞാൻ മറ്റു വേശ്യമാരുടെ അടുക്കലും പോകാതിരുന്നത് എന്തുകൊണ്ടാണ്? അങ്ങനെ ചെയ്തിരുന്നുവെങ്കിൽ സമുദായത്തിനും ആക്ഷേപം ഉണ്ടാകുമായിരുന്നില്ല. പക്ഷേ, 'നീ'യാണെന്നതുകൊണ്ടാണ് ബുദ്ധിമുട്ടെല്ലാം."

ഷിരീൻ: "അതിനാണല്ലോ എളുപ്പവഴി പറഞ്ഞത്."

മനോഹർബാബു: "ഇല്ല, നീ 'നീ'യായതുകൊണ്ടതുതന്നെയാണ് സഹിക്കുവാൻ ബുദ്ധിമുട്ടു തോന്നാത്തതും. നീ എന്റെ വീട്ടുകാരേക്കാൾ അടുത്തവളാണ്. നിന്നിൽനിന്നാണ് എനിക്കു കൂടുതൽ സുഖം കിട്ടുന്നത്."

ഷിരീൻ: "അങ്ങനെ പറയരുത്. പാപമുണ്ട്. വൈദ്യുതദീപത്തിന്റെ വെട്ടിത്തിളങ്ങൽ കണ്ടിട്ടു ഗൃഹസ്ഥ കുടുംബത്തിലെ അന്തിത്തിരി അതിനേക്കാൾ മോശമാണെന്നു പറയുന്നതു പാപമാണ്. നിങ്ങളുടെ ഗൃഹത്തിൽ എനിക്കു കൊളുത്തുവാൻ കഴിയാത്ത വിളക്ക് എന്റെ ഹൃദയത്തിൽ ചിരകാലം പൊലിയാതെ കത്തിക്കൊണ്ടിരിക്കട്ടെ — അങ്ങനെ പ്രാർഥിക്കൂ നിങ്ങളും."

മനോഹർബാബു തലയാട്ടിക്കൊണ്ട് ഉറപ്പിച്ചു പറഞ്ഞു: "ഇല്ലില്ല, ഞാൻ ബിസിനസുകാരനാണ്. എന്നെ വെറും വാക്കുകൾക്കൊണ്ടു മയക്കാൻ പറ്റില്ല. ഞാൻ നിന്നോടൊപ്പം പുതിയ ഒരു ലോകം കെട്ടിയുണ്ടാക്കും. ഈ രാജ്യം വിട്ടുപോകും. സിംഗപ്പൂരിൽപ്പോയി അവിടെ ഒരു പുതിയ വ്യവസായം ആരംഭിക്കും. നീയും പോരും എന്റെ കൂടെ."

ഷിരീൻ ഇതുകേട്ടിട്ടും ഇളകിയില്ല, പറഞ്ഞു: "നിങ്ങൾ എവിടെപ്പോയാലും ഭാര്യാപുത്രാദികൾ ഇല്ലാതെ പോവില്ല. അതെല്ലാം വിട്ടിട്ടു പോകാൻ ഞാൻ അനുവദിക്കില്ല. നിങ്ങൾക്കു പോകണമെന്നുണ്ടെങ്കിൽ ഒറ്റയ്ക്കു പോകാം. ഞാൻ വരികയില്ല."

മനോഹരൻബാബു: "നീയും പോരണം. നിനക്കുവേണ്ടി തന്നെയാണ് ഞാൻ പോകുന്നത്."

ഷിരീൻ: "അല്ല എനിക്കുവേണ്ടിയല്ല. നിങ്ങൾ ഇവിടെയുണ്ടാവണം എന്നുവച്ചിട്ടുതന്നെയാണ് ഞാൻ പോകുന്നത്."

മനോഹർബാബു: "ഞാൻ എന്തിനാണ് ഇവിടെത്തന്നെ ഇരിക്കുന്നത്? നീ എനിക്കുസ്വന്തമാണെന്നും എന്റെ പത്നിയെക്കാൾ ഏറെ സുഖം നീമൂലം എനിക്ക് ഉണ്ടാകുന്നുണ്ടെന്നും പറഞ്ഞില്ലേ ഞാൻ."

ഷിരീൻ ക്ഷോഭിക്കാതെ സഹതാപത്തോടെ മനോഹരന്റെ തലയിൽ തടവിക്കൊണ്ടു പറഞ്ഞു: "അങ്ങനെ പറയാറില്ല ആരും. ഞാൻ നിങ്ങൾക്കു സർവത്താണു തരുന്നതെങ്കിൽ നിങ്ങളുടെ പത്നി നിങ്ങൾക്കു തരുന്നത് ദാഹം തീർക്കാനുള്ള വെള്ളമാണ്. ഇതു നിങ്ങൾക്ക് ഇന്ന് അറിയുകയില്ല. ആയമ്മ അടുത്ത് ഇല്ലാതാവുമ്പോൾ മാത്രമേ അറിയൂ. എന്നിൽനിന്നു കൂടുതൽ സുഖം കിട്ടുന്നുണ്ടെങ്കിൽ അതിനു കാരണം സുഖിപ്പിക്കലാണ് ഞങ്ങളുടെ തൊഴിൽ എന്നതാണ്. അതിലാണ് ഞങ്ങളുടെ തൊഴിലിന്റെ വിജയം."

മനോഹർബാബു: "ഈ വ്യവസായം എല്ലാം വിടു ഷിരീ! ഒരു വ്യവസായിയെന്ന നിലയ്ക്ക് ഏതാണു നല്ല വ്യവസായം, ഏതാണു ചീത്ത എന്ന് എനിക്കു നന്നായിട്ടറിയാം."

ഷിരീൻ മനോഹരന്റെ കൈ രണ്ടുകൈകൊണ്ടും പിടിച്ചിട്ടു പറ

ഞ്ഞു: "എന്തൊക്കെയായാലും എനിക്കു പറയാനുള്ളത് ഇതു മാത്രമാണ്. എന്നെ വിട്ടേക്കൂ, എന്റെ മാർഗം തടസപ്പെടുത്താതിരിക്കൂ. ഞാൻ പോകട്ടെ. എന്നെ പോകാനനുവദിക്കൂ."

അതിനുശേഷം പിന്നെ വർത്തമാനം ഒന്നും പറയുകയുണ്ടായില്ല. തർക്കംകൊണ്ടു ജയിക്കാൻ കഴിയാത്തിടത്തു പ്രാർഥനകൊണ്ടു കാര്യം നേടി.

5

പെട്ടെന്നു മനോഹർബാബു എന്റെ കൈ പിടിച്ചു കുലുക്കിക്കൊണ്ടു പറഞ്ഞു: "മിസ്റ്റർ, ഞാൻ കഥ കെട്ടിച്ചമച്ചു പറയുകയാണെന്നു വിചാരിക്കുന്നുണ്ടോ?"

ഞാൻ പറഞ്ഞു: "ഏയ്, എന്തിനാണ് അങ്ങനെ വിചാരിക്കുന്നത്? ഇതൊക്കെ നടന്ന സംഭവമല്ലെങ്കിൽ പരിചയമില്ലാത്ത ഒരാളോട് എന്തിന് പറയാൻ പോകുന്നു? "എന്നാൽ നിങ്ങൾ ജനാലയിൽക്കൂടെ അങ്ങനെ പുറത്തേക്കു നോക്കിയിരുന്നതെന്തിന്? നിങ്ങൾക്ക് രസം തോന്നിയില്ലെന്നു തോന്നുന്നു."

ഞാൻ വല്ലാതായി, അതിനു കാരണം ഈ മനുഷ്യനോടുള്ള അവിശ്വാസമോ ഇയാളുടെ കഥ കേൾക്കാനുള്ള അനിച്ഛയോ അല്ല. ഈ ബിസിനസുകാരന്റെയും അയാളുടെ വസന്തസേനയുടെയും കഥ ഓർക്കുന്തോറും ഞാൻ ഏതാണ്ട് ദിഗ്ഭ്രാന്തനെപ്പോലെ ആയിക്കൊണ്ടിരിക്കുന്നു. പഴയ സംസ്കൃതയുഗത്തിൽ ആളുകളുടെ മനോവിനോദത്തിനായി അഭിനയിക്കാൻ തുടങ്ങുമ്പോൾ അവർക്ക് ഇങ്ങനെയുള്ള ഒരു സ്ഥിതിയെ അഭിമുഖീകരിക്കേണ്ടി വന്നിരുന്നുവോ? അവർക്ക് അവരുടെ അഭിനയത്തിന്റെ സജ്ജീകരണങ്ങൾ അഴിച്ചെറിഞ്ഞു നിരാഭരണകളായ സീമന്തിനികളുടെ വേഷത്തിൽ തുളസിത്തറയ്ക്കു ശംഖും വിളക്കുമായി വന്നുനിൽക്കാൻ കഴിയാറുണ്ടോ? അവർക്ക് ലോകത്തിന്റെ സിംഹദ്വാരം പ്രവേശനത്തിനു തുറന്നുകൊടുക്കാറുണ്ടോ? ഗൃഹലക്ഷ്മിയുടെ സിന്ദൂരച്ചെപ്പു തുറന്നു വെയ്ക്കാറുണ്ടോ അവരുടെ മുമ്പിൽ?

സലജ്ജമായ ഒരു ചിരിയോടെ ഞാൻ പറഞ്ഞു: "സേട്ട്ജി! നിങ്ങളുടെ കഥ എനിക്കു വളരെ രസിച്ചു. എന്നാൽ അതിന്റെ പരിണാമമാണ് എനിക്കു പിടിക്കാത്തത്. പക്ഷേ, നിങ്ങൾക്കു വളരെ ദുഃഖം സഹിക്കേണ്ടിവന്നിട്ടുണ്ടാവും."

"ഇല്ല മിസ്റ്റർ! എന്റെ ദുഃഖത്തിന്റെ കഥ ഇരിക്കട്ടെ. എന്റെ ഷിരീനിന്റെ ദുഃഖം ഒന്ന് ആലോചിച്ചു നോക്കൂ. വിദേശത്തേക്ക് ഒറ്റയ്ക്കാണു പോയത്. എനിക്കുവേണ്ടിയിട്ടാണ് പോയത്. എനിക്ക് എല്ലാ ദുഃഖത്തിനിടയ്ക്കും അതേയുള്ളു സന്തോഷത്തിന് ഒരു കാരണം."

ഞാൻ വിചാരിച്ചു, മരുഭൂമിയിൽ വിടർന്ന ഒരു പൂവിന്റെ കഥ.

ഞാൻ പറഞ്ഞു: "സേട്ട്ജി, ലോകത്തിൽ അതാണ് ഏറ്റവും വില പിടിച്ചത്. ദുഃഖത്തിനിടയ്ക്കും സന്തോഷത്തിനു വഴി കാണുകയാണെങ്കിൽ അതാണു വലിയ നേട്ടം."

"എന്നാൽ ഏതാനും നിമിഷങ്ങൾക്കു മുമ്പുവരെ ഈ ആനന്ദം അനുഭവപ്പെടുകയുണ്ടായില്ല." അയാൾ പറഞ്ഞു.

ഞാൻ പറഞ്ഞു: "ആ ആനന്ദം മനസിൽ ഒളിഞ്ഞുകിടന്നിരുന്നു. ഇല്ലെങ്കിൽ ഈ വൃത്താന്തം കേൾപ്പിക്കാൻ എന്നെ വിളിച്ചുകൊണ്ടുവരുമായിരുന്നില്ല. ആനന്ദം കൂലംകുത്തി മറിയുമ്പോൾ മറുകരയിലുള്ളവർ അന്യരാണെങ്കിലും അവരുടെ പങ്ക് അവർക്ക് കിട്ടുന്നു."

"പക്ഷേ, ഹരപിയാരിയോ! അതായത് എന്റെ ഭാര്യ?—" ചോദ്യം മുഴുവനാക്കാതെ സേട്ട് എന്റെ മുഖത്തേക്കു നോക്കി.

സാന്ത്വനിപ്പിക്കുവാൻ ശ്രമിച്ചുകൊണ്ട് ഞാൻ പറഞ്ഞു: "നിങ്ങൾക്കു കിട്ടിയ ആനന്ദത്തിൽ നിങ്ങൾക്ക് നിങ്ങളുടെ പത്നിയെയും പങ്കെടുപ്പിക്കുവാൻ കഴിയും."

അങ്ങനെ പറഞ്ഞുവെന്നേയുള്ളൂ ഞാൻ. മനസിൽ വിചാരിച്ചതു മറ്റൊന്നാണ്—അവൾക്ക് ഈ ആനന്ദത്തിൽ പങ്കെടുക്കുവാൻ കഴിയുമോ?

സഹിക്കയല്ലാതെ പങ്കുകാരിയാകാൻ കഴിയുമോ?

എന്നാൽ ഇരുമ്പുകച്ചവടക്കാരനും മനഃശാസ്ത്രത്തിന്റെ ഹരിശ്രീ പോലും അറിയാത്തവനുമായ സേട്ടു പറഞ്ഞു: "ശരിയാണ്, ശരിയാണ് നിങ്ങൾ പറഞ്ഞത്. ഹരപിയാരിക്കു ഞാൻ മോശക്കാരനാണെന്ന് ഇനി തോന്നുകയില്ല. അങ്ങനെ തോന്നിയാൽ ഷിരീനിന്റെ വിദേശയാത്ര വ്യർഥമാവും. ഞാൻ ഇനി തിരിച്ചുചെന്ന് അവളെ സന്തോഷിപ്പിക്കാൻ ആവുന്നതും ശ്രമിക്കും. സാധിക്കും, അതിന് എനിക്ക് സാധിക്കാതെ വരില്ല. ഇത്രനാളും ഞാൻ അവളെ അവഹേളിക്കയാണ് ചെയ്തത്." ഇത്രയും പറഞ്ഞ് അയാൾ എന്തോ ആലോചിച്ചുകൊണ്ടിരുന്നു.

കഥകളും നോവലുകളും വായിക്കാറുള്ള കലാരസികനായ എന്റെ മനസ്സ് സ്തംഭിച്ചപോലെയായി. ഛിപ്-ഛിപ്-ഛിപ് എന്നു ശബ്ദിച്ചുകൊണ്ട് വിരഹവേദനയുടെ നീലസമുദ്രത്തിൽ 'ഒറിയന്റാലിയാ' കപ്പൽ ദൂരെ, ബഹുദൂരെ, വളരെ വളരെ ദൂരെ പാഞ്ഞുപോകുന്നത് ഞാൻ മനസാലെ കണ്ടു. കൺമുന്നിൽ ഒരു ചിത്രം തെളിഞ്ഞുവന്നു. കപ്പലിന്റെ ഒരു വിചിത്രമായ കേബിനിൽ ഒറ്റയ്ക്കിരുന്നു ഷിരീൻ കണ്ണിമയ്ക്കാതെ സന്ധ്യാതാരത്തെ നോക്കിക്കൊണ്ടിരിക്കുന്നു. മുരളീമനോഹരന്റെ തുളസിത്തറയ്ക്കൽ അവൾക്കു കൊളുത്തിവയ്ക്കാൻ കഴിയാത്ത അന്തിത്തിരിയല്ലേ അത്? അതിന്റെ വെളിച്ചം വന്നു വസന്തസേനയുടെ നയനതാരങ്ങളെ ജ്വലിപ്പിച്ചുവോ?

വെളിച്ചം, വെളിച്ചം, ജീവിതത്തിന്റെ ദീപശിഖയിലൂടെ ഇനിയും വെളിച്ചം പകർന്നിട്ടു പോകൂ.

ഡൗൺ ഡൽഹി എക്സ്പ്രസ്

അചിന്ത്യകുമാർ സെൻ ഗുപ്ത

രാജസ്ഥാനിൽനിന്നു തിരിച്ചുവരുന്നവഴി ശ്യാമളൻ ഡൽഹിയിൽ ഇറങ്ങി. നേരം പുലർന്നിട്ട് ഏതാനും നിമിഷങ്ങളായി. ഇനി വൈകുന്നേരം മാത്രമേ കൊൽക്കത്തയ്ക്കു ട്രയിൻ ഉള്ളൂ—ബഹുജനങ്ങൾ തൂഫാൻമെയിൽ എന്നു വിളിക്കാറുള്ള ഏയ്റ്റ് ഡൗൺ. ഇടയ്ക്കുള്ള ഈ എട്ടുപത്തു മണിക്കൂർ അയാൾ എങ്ങനെ കഴിച്ചുകൂട്ടും? ഡൽഹിയിൽ—പഴയതിലും-പുതിയതിലും—അയാൾക്കു വളരെപ്പേരുണ്ട് പരിചയക്കാരായിട്ട്. അതിനാൽ നഗരത്തിൽ പോകാം വേണമെങ്കിൽ. പക്ഷേ, ഡൽഹിയിൽ അയാൾ നല്ലപോലെ കണ്ടുകഴിഞ്ഞിരുന്നു. അതിന് ഭംഗിയുള്ള രൂപമുണ്ട്, പക്ഷേ, നിറമില്ല. ഡൽഹിയിൽ വെളുത്ത ഉദയപ്പൂരല്ല. തവിട്ടുനിറത്തിലുള്ള ചിത്തോർ അല്ല. ചുകന്ന ജയ്പ്പൂർ അല്ല. അതു വളരെ യുഗങ്ങളായി ഭാരതവർഷത്തിന്റെ രാജധാനിയാണ്. അത്രമാത്രം. അതുമല്ല ഡൽഹിയിൽ സാമുദായികലഹള പൊട്ടിപ്പുറപ്പെട്ടതായി പത്രങ്ങളിൽ വാർത്ത വന്നിരിക്കുന്നു. പലരേയും അറസ്റ്റ് ചെയ്തുകഴിഞ്ഞു. ഇതൊക്കെ നിസ്സാരമായി തള്ളി ടാക്സിപിടിച്ച് പൃഥിരാജ് റോഡിൽ താമസിക്കുന്ന ബന്ധുക്കളുടെ അടുക്കൽച്ചെന്നാൽത്തന്നെ വൈകുന്നേരം അവരുടെ പിടി വിടുവിച്ച് ഏയ്റ്റ്ഡൗൺ പിടിക്കാൻ കുറേ വിഷമിക്കേണ്ടിവരും.

വീലരുടെ ബുക്സ്റ്റാളിൽനിന്ന് അഗതാ ക്രിസ്റ്റിയുടെ ഒരു നോവൽ വാങ്ങി അയാൾ നേരെ ലിഫ്റ്റിൽ ചെന്നു നിന്നു. പെട്ടിയും കിടക്കയും എടുത്ത് കൂലിക്കാരൻ കോണി കയറി പോയിക്കഴിഞ്ഞിരുന്നു. രണ്ടാം നിലയിലാണ് സെക്കൻഡ് ക്ലാസ് വെയിറ്റിങ് റൂം. അവിടെയിരുന്നു സമയം കളയുകയല്ലാതെ വേറെ വഴിയില്ല. കൂലിക്കാരനെ സന്തോഷിപ്പിച്ചയച്ച് അയാൾ പെട്ടിതുറന്നു ഷേവ് ചെയ്യുന്നതിനുള്ള

സാമാനങ്ങൾ എടുത്തു നിരത്തി. കണ്ണാടിയെടുത്ത് മുമ്പിൽ ചാരിനിറുത്തി അതിലേക്ക് ഒന്നുനോക്കി. അയ്യേ! മൂന്നുനാലു ദിവസംകൊണ്ട് തന്റെ മുഖം എങ്ങനെയായെന്നു നോക്കൂ. അതിൽ ബംഗാളിച്ഛായ ലേശംപോലും ഇല്ലാതായിരിക്കുന്നു. ഒരുതരം രജപുത്രസഹജമായ കാഠിന്യം, ഒരു ജാതി ആസുരതേജസ്സ് ആണ് അതിനുപകരം. സ്വന്തം മുഖം കണ്ടിട്ട് അയാൾ സ്വയം പരിഭ്രമിച്ചുപോയി. കഴിഞ്ഞ നാലുദിവസം അയാൾ പൂരിയും ചപ്പാത്തിയും മാത്രമേ കഴിച്ചിട്ടുള്ളൂ. പർവതങ്ങൾ കയറിയിറങ്ങുക; കുതിരവണ്ടിയിൽ കയറുക — ഈ നാലുദിവസംകൊണ്ട് അയാളുടെ നവനീതമൃദുവും തൈലചിക്കണവുമായ കാന്തിയിൽ ഒരുതരം പാർവത്യരൂക്ഷത സ്ഥാനം പിടിച്ചിരുന്നു. പ്രതാപാദിത്യസദൃശമായ പൗരുഷം. മുഖം ഒന്നു മനുഷ്യനെപ്പോലെയാക്കണം എന്നു വിചാരിച്ചുകൊണ്ട് അയാൾ ഫ്ളാസ്കിൽനിന്നു വെള്ളം എടുത്ത് സോപ്പു പതപ്പിക്കുവാൻ തുടങ്ങി.

ഭൃത്യൻ വന്ന് ഒരു സലാം വെച്ച് കൽപ്പന കാത്തുനിൽപ്പായി. കണ്ണുയർത്താതെ താടിവടിച്ചുകൊണ്ട് ശ്യാമളൻ പറഞ്ഞു: "ചൂടുവെള്ളം ശരിപ്പെടുത്തൂ കുളിമുറിയിൽ."

ടവ്വൽ, കുപ്പായം, ദോത്തി, സോപ്പ് മുതലായവ എടുത്തുകൊണ്ട് അയാൾ കുളിമുറിയിലേക്കു പോയി. ടബ്ബിൽ വെള്ളം നിറച്ചുവെച്ചിരുന്നു. എന്തൊരു തണുപ്പ്! നല്ല സുഖം തോന്നുന്നു. സോപ്പിട്ടു തല തേച്ചുതേച്ച് ശ്യാമളൻ അയാളുടെ ദേഹത്തെ രൂക്ഷതയും കാഠിന്യവും കളഞ്ഞു. അതിനുശേഷം മുടിചീകി സിൽക്കുകുപ്പായം ഇട്ടു. ആ സമയം അയാളുടെ മുഖത്ത് ബംഗാളിത്വം വീണ്ടും സ്ഫുരിച്ചുതുടങ്ങി. മണ്ണിന്റെ ശ്യാമളതയും ആകാശത്തിന്റെ പ്രസന്നതയും.

കുളികഴിഞ്ഞപ്പോഴേക്ക് സഹിക്കവയ്യാത്ത വിശപ്പുതുടങ്ങി. വയറു നിറയെ ചോറ് ഉണ്ണുകതന്നെ വേണം ഇന്ന്. ജയ്പ്പൂരിൽ ചന്ദ്രശേഖരന്റെ ശ്വശൂരഗൃഹത്തിൽവെച്ച് അയാൾ അബദ്ധത്തിനു തനിക്കു ചോറുണ്ടാൽ ക്കൊള്ളാമെന്നു പറഞ്ഞുപോയി. എന്നിട്ട് അവർ മുന്നിൽ കൊണ്ടുവന്നു വിളമ്പിവെച്ച ചോറ് മറ്റൊരു കുത്തബ്മീനാറാണെന്നു പറഞ്ഞാൽ അതിശയോക്തിയാവില്ല. അതിന്റെകൂടെ വിളമ്പിത്തന്ന കറികളോ? രണ്ടിലയിട്ടു വേവിച്ച കൂട്ടാൻ. ഒരു കഷണം അച്ചാറും. തീർന്നു. ഒപ്പം ഒരു ഗ്ലാസ് വെള്ളവും തന്നു. അത് ഭാഗ്യം. വെള്ളത്തിൽ വല്ല ജീവിയും ഉണ്ടാവും. അതിനാൽ വെള്ളംകുടിച്ചാൽ മാംസഭക്ഷണമാവും എന്നു പറഞ്ഞു വെള്ളം കുടിക്കണ്ട എന്നുവെച്ചിട്ടില്ലല്ലോ അവർ.

ഭൃത്യൻ പറഞ്ഞു: "ആഹാരം ഇവിടേക്കു വരുത്തട്ടെ?"

പെട്ടിപൂട്ടി തക്കോൽ വിരലിലിട്ടു ചുറ്റിച്ചുകൊണ്ട് ശ്യാമളൻ പറഞ്ഞു: "വേണ്ട. ഞാൻ താഴത്തേക്കു പോവുകയാണ്."

അഴിച്ചിട്ടിരിക്കുന്ന ഷർട്ടിന്റെ കീശയിൽനിന്നു പണസഞ്ചിയും സിഗരറ്റ്കേസും തീപ്പെട്ടിയും എല്ലാം എടുത്തു കീശയിൽ ഇട്ട് പെട്ടി പൂട്ടി. റിസ്റ്റ് വാച്ച് കൈയിൽ കെട്ടി, വീണ്ടും അഴിച്ചു കീ കൊടുത്തു

ചെവിയിൽ വച്ചുനോക്കി – എന്നിട്ട് കൈയിൽത്തന്നെ കെട്ടി ഒരു സിഗരറ്റ് കൊളുത്തി ചുണ്ടിൽവെച്ച് ലിഫ്റ്റിൽക്കൂടെ അരനിമിഷം കൊണ്ട് പ്ലാറ്റ്ഫാറത്തിലെത്തി.

ഇടതുവശത്തായിട്ടാണ് ബുക്കിങ് ആഫീസ്. ഒരു ബർത്ത് റിസർവ് ചെയ്തു വന്നാലോ എന്ന് അയാൾ ആലോചിച്ചു. റിട്ടേൺ ടിക്കറ്റ് വാങ്ങിയിട്ടുണ്ട്. ഹൗറയ്ക്കുള്ളത്. വരട്ടെ, ആദ്യം വിശപ്പടക്കുകതന്നെ. എന്നിട്ടാവാം മറ്റു പരിപാടികൾ. റിഫ്രെഷ്മെന്റ് റൂമിനുനേരെ രണ്ടടി വെച്ചിട്ട് അയാൾ വീണ്ടും തിരിഞ്ഞുനിന്നു. ബുക്കിങ് ആഫീസിന്റെ മുമ്പിൽ ആളുകൾ നീണ്ട ഒരു ക്യൂവിൽ നിൽക്കുന്നു – ഇല്ല ഇപ്പോൾ ത്തന്നെ അതു കഴിച്ചുകളയാം. മണിബാഗ് തുറന്ന് ശ്യാമളൻ അതിൽ നിന്ന് ഒരു ടിക്കറ്റും എട്ടണയും എടുത്തു.

“വിചാരിച്ചതുപോലെതന്നെ, ഏയ്റ്റ് ഡൗണിൽ ഇന്നു ബർത്ത് കിട്ടുകയില്ല. എല്ലാം ബുക്ക്ഡ്. രാത്രി പത്തരയ്ക്ക് മെയിൻ ലെയിനിൽ ക്കൂടെ പോകുന്ന എക്സ്പ്രസിൽ ഒരു ലോവർ ബർത്ത് കിട്ടിയേക്കും.”

ദുർവാർത്ത കേട്ടതോടെ ശ്യാമളന്റെ വിശപ്പും ദാഹവുമൊക്കെ പോയി.

“ഏതെങ്കിലും തരത്തിൽ ഒന്നു ശ്രമിച്ചുനോക്കിയാലോ?”

“പ്രയോജനമില്ല.”

അപ്പോൾ സിക്സ്റ്റീൻ ഡൗണിൽത്തന്നെ പോകാതെ വേറെ ഗതിയില്ലേ? മുഗൾസരായിയിൽ എത്തുമ്പോഴേക്ക് ഏതാണ്ട് മൂന്നര മണി വൈകുന്നേരം. ഇല്ല, ഈ വണ്ടിക്കുതന്നെ ഏതെങ്കിലും ഒരു മുറ യിൽ കയറിപ്പറ്റണം. രാത്രി ഉറങ്ങാൻ കഴിയുകയില്ലായിരിക്കും. സാര മില്ല. ഒരുത്തന്റെ ഉറക്കത്തിന് വിഘ്നം വരുത്തേണ്ടിവന്നേക്കാം. കുറച്ചു പിടിയും വലിയും വേണ്ടിവന്നുവെന്നും വരും. അതിനുവേണ്ട ശക്തി തന്റെ ദേഹത്തിന് ഇല്ലാതായിട്ടില്ല. റെയിൽവേക്കാർ പോകുന്ന വഴിമുഴുവൻ ഒരു ബർത്തിൽ അധികാരം ആർക്കും ഗ്യാരണ്ടിചെയ്തി ട്ടില്ല. പുതിയ ഒരു എഡ്വൻചറിനുള്ള സന്നദ്ധത അയാളിൽ വീണ്ടും ഉത്സാഹം ഉളവാക്കി. അതോടെ കെട്ട വിശപ്പ് വീണ്ടും കത്തിത്തുടങ്ങി.

വെറും ചോറും കറിയുംമാത്രം – തരക്കേടില്ല. മുള്ളും സ്പൂണും കൊണ്ടു കഴിച്ചാൽ മതിയാവില്ല. കൈകൊണ്ടു വാരിത്തിന്നണം– എന്നാൽ മാത്രമേ ഈ വിശപ്പിനു തക്ക പ്രതിവിധിയാവുകയുള്ളൂ. അയാൾ കുപ്പായത്തിന്റെ കൈമുട്ടുവരെ വലിച്ചുകയറ്റി. മടിയിൽ തൂവാല നിവർത്തിയിട്ടു.

വയറുനിറച്ചിട്ട് ഉണ്ടിട്ട് ഒരു സിഗററ്റ് വലിക്കുന്നതുപോലെ രസം മറ്റുവല്ലതിനുമുണ്ടോ എന്നു സംശയമാണ്. മഞ്ഞുകാലത്തെ വെയിൽ, ചൈത്രമാസത്തിലെ കാറ്റ്, വെളുപ്പാൻ കാലത്തെ ഉറക്കം– ഒന്നും തന്നെ ഈ നേർത്ത് നീലനിറത്തിലുള്ള പുകയ്ക്കു ശരിയാവില്ല. പരമ മധുരമാറ ഒരു ആലസ്യത്തിന്റെ ഗാഢാവേശം സ്നായുക്കളിൽ കനത്തു കിടക്കുന്ന ഒരു നീഹാരം. ഊണു കഴിഞ്ഞാൽ സിഗരറ്റ് വലിക്കാമല്ലോ

എന്നോർത്തിട്ടാണ് ശ്യാമളന് ഉണ്ണാൻതന്നെ ഉത്സാഹം. മനുഷ്യൻ ഇത്രയെല്ലാം കഷ്ടപ്പാടുകൾ നേരിട്ടിട്ടും ജീവിക്കുന്നത് ഈ സിഗരറ്റ് എന്ന ഒരു സാധനം ഉള്ളതുകൊണ്ടുതന്നെയാണ്. ചെറുകഥയുടെ ആർട്ടുപോലെയാണ് ഇത്.

സിഗരറ്റ് വലി കഴിഞ്ഞു ശ്യാമളൻ പുറത്തേക്കു വന്നപ്പോൾ ഒരു ആംഗ്ലോ-പേർഷ്യൻ ചെക്കറെക്കണ്ടു. അയാൾ ചോദിച്ചു:

"നിങ്ങൾ എവിടെയാണ് പാർക്കുന്നത്?"

"രണ്ടാംനിലയിൽ. വെയിറ്റിങ്റൂമിൽ," ശ്യാമളൻ ചിരിച്ചു: "വല്ല ഹോട്ടലിലും ആണ് താമസമെങ്കിൽ ആരെങ്കിലും സ്റ്റേഷനിൽ ഉണ്ണാൻ വരുമോ?"

"ഇന്നുതന്നെ പോക്കുണ്ടോ?"

"കഴിയുമെങ്കിൽ ഈ നിമിഷം."

"വൈകുന്നേരംവരെ മുകളിൽത്തന്നെ കാണുമോ നിങ്ങൾ?"

"എന്തിനാണത്?"

"ഏയ്റ്റ്ഡൗണിൽ സെക്കന്റ്ക്ലാസ് ബർത്തു മുഴുവൻ റിസർവു ചെയ്തു കഴിഞ്ഞുവെങ്കിലും ഞാൻ ഒന്നുശ്രമിച്ചുനോക്കാം."

ശ്യാമളൻ സന്തോഷപൂർവം ചോദിച്ചു: "എങ്ങനെ?"

"ഇടയ്ക്കു റിസർവ് ചെയ്യിച്ച എല്ലാ പാസഞ്ചേർസും വന്നില്ലെന്നു വരും. ഒന്നുരണ്ടു ബർത്ത് ഒഴിഞ്ഞുകിട്ടിയെന്നു വരാം."

"കിട്ടിയില്ലെങ്കിലോ?"

"രണ്ടുമൂന്നുപേരെക്കൂടി കിട്ടിയാൽ ഒരു ഫസ്റ്റ്ക്ലാസ് കൺവർട്ടു ചെയ്യാമെന്നു നിയമമുണ്ട്. നിങ്ങൾ ഒരുങ്ങിയിരുന്നോളൂ."

"ഷുവർ! ഏതുനിമിഷവും ഒരുങ്ങിയിരിക്കാം. തരമുണ്ടെങ്കിൽ ഒരു ഫസ്റ്റ് ക്ലാസിൽത്തന്നെ കടത്തിവിടു എന്നെ. ഇനി കേറാൻ എന്നാണാവോ സംഗതിയാവുക."

മനസിനു വീണ്ടും ഉത്സാഹം തോന്നിയതിനാൽ ഒരു സിഗരറ്റ് കൂടി കത്തിച്ചു.

നവരാത്രി കഴിഞ്ഞ സമയം. ഹേമന്തത്തിലേക്ക് കടക്കാറായി കാലം. മേൽ ഒരു പുതപ്പ് എടുത്തിട്ട് ഒരു ഈസിചെയറിൽ കിടന്നു ശ്യാമളൻ. പന്ത്രണ്ടുമണിയായി. ചുറ്റും ഇരുമ്പുസാമാനങ്ങളുടെയും വണ്ടിച്ചക്രങ്ങളുടെയും ശബ്ദം, മറുവശത്ത് കുതിരവണ്ടികളുടെയും ടാക്സികളുടെയും ബഹളം. അതോടൊപ്പം പോർട്ടർമാരുടെയും പാസഞ്ചർമാരുടെയും 'വിളിയും, വെപ്രാളവും.' അകലെ വെയിലിൽ വെട്ടിത്തിളങ്ങുന്ന ഡൽഹിയുടെ അവ്യക്ത ചിത്രം. കുളി, ആഹാരം, സിഗരറ്റുപുക—എല്ലാംകൂടി ചേർന്ന് ഏതാണ്ട് ഒരു സ്വപ്നം കാണുന്നതുപോലെ തോന്നി. ഇത്രദൂരം യാത്രചെയ്തതുകൊണ്ട് ഉണ്ടായ മടുപ്പല്ല അയാൾക്ക് ആ സമയം തോന്നിയത് — നേരെ മറിച്ച് സ്വന്തം വീട്ടിൽ ഒഴിവുദിവസം കസാലയിൽക്കിടന്ന് പത്രം വായിക്കുന്നതിനിടയ്ക്ക് അറിയാതെ കണ്ണുകൾ അടഞ്ഞുമയങ്ങുകയാണ് എന്നാണ്. വണ്ടിക്കു

കുറച്ചുസമയം കാത്താൽ മതിയെങ്കിൽ അയാൾ ടൈംടേബിൾ കൊണ്ട്, കാര്യം നടത്തുമായിരുന്നു. എന്നാൽ ഇവിടെ സമയം തട്ടിനീക്കേണ്ട ഒരു സ്ഥിതിയിലാണ് അയാൾ എത്തിയിരിക്കുന്നത്. അതിനാൽ അഗതാക്രിസ്റ്റിയുടെനോവൽതന്നെഎടുത്തുനിവർത്തേണ്ടിവന്നു.

അങ്ങനെ സൂക്ഷ്മദൃഷ്ടിയോടെ ഡിറ്റക്ടീവിന്റെ പ്രവർത്തനങ്ങളെ പിന്തുടർന്നുകൊണ്ടിരിക്കെ പെട്ടെന്ന് അയാളുടെ കണ്ണുകൾ അടഞ്ഞു. അഗതാക്രിസ്റ്റി ചെയറിന്റെ കൈയിൽ കമിഴ്ന്നുവീണു.

ആരോ വന്നു കുലുക്കിയപ്പോൾ ഞെട്ടിയുണർന്നു നോക്കി. ആ ആംഗ്ലോപേർഷ്യൻ ചെക്കർ ഉണ്ട് മുമ്പിൽ നിൽക്കുന്നു.

"എഴുന്നേൽക്കൂ. നിങ്ങൾക്കു ബർത്ത് കിട്ടിപ്പോയി."

"കിട്ടിയോ? ഫസ്റ്റ് ക്ലാസ് തന്നല്ലോ?"

"അതു വേണ്ടിവന്നില്ല. സെക്കന്റിൽത്തന്നെ ഒരു അപ്പർബർത്ത്. എഴുന്നേൽക്കൂ, ഇനി ഏറെ താമസമില്ല. വണ്ടി 'ഇൻ' ആയിട്ട് എത്ര നേരമായെന്നോ!"

"എന്ത്?" ഞാൻ വാച്ചുനോക്കി. നാലരമണി. നാല് നാൽപ്പത്തഞ്ചിനു വണ്ടി വിടും. ശ്യാമളൻ ഉറക്കെ വിളിച്ചു: "കൂലി കൂലി!"

"ഏമാനേ!"

എടുത്തുവച്ച അതേ കൂലിക്കാരൻ. അയാൾ ഉറക്കം ഉണരുന്നതും കാത്ത് അവൻ അവിടെ നിൽക്കുകയായിരുന്നു.

"ഉം, വേഗം, നിക്ക് നിക്ക് ഇതുകൂടി, ഉം എല്ലാമായില്ലേ?"

എല്ലാമായി — ഭൃത്യന് നല്ലൊരുതുക 'ബക്ഷീഷ്' വരെ. ഒരു കപ്പു ചായമാത്രം കുടിക്കാൻ സമയം കിട്ടിയില്ല.

"ഊഹും, അവിടെയല്ല." ചെക്കർ എന്നെ തടഞ്ഞു.

"ഏയ്റ്റ്ഡൗൺ അവിടെയാണല്ലോ നിൽക്കാറ്?"

"നിങ്ങളുടെ സൗകര്യം പ്രമാണിച്ച് ഇന്ന് ഇവിടെത്തന്നെയാണു വന്നുനിന്നത്—" ചെക്കർ ചിരിച്ചുകൊണ്ടു പറഞ്ഞു: "വരൂ, നിങ്ങളെ മുറിയിൽ കയറ്റി ഇരുത്തിയിട്ടു പോകാം ഞാൻ."

"ആഹാ, നിങ്ങളെത്ര നല്ല ആൾ! എനിക്കുവേണ്ടി ഇത്രയൊക്കെ—"

"ഇടയ്ക്ക് ഒഴിഞ്ഞുകിട്ടാറുണ്ട് ഒന്നുരണ്ടു സീറ്റ്. ആ വിവരം വന്ന് അറിയിക്കുകമാത്രമാണ് ഞാൻ ചെയ്തത്. ഇതാ നിങ്ങളുടെ മുറി. വേഗം കയറിക്കോളൂ."

വാതിൽ തുറന്ന് അകത്തേക്കു കടന്നപ്പോൾ ശ്യാമളൻ ഒന്നു പരുങ്ങി നിന്നുപോയി. അതു തീവണ്ടിമുറിയോ കല്യാണവീട്ടിലെ കലവറയോ എന്ന് അയാൾക്ക് ആദ്യം തീരുമാനിക്കുവാൻ കഴിഞ്ഞില്ല. പെട്ടിയും ഭാണ്ഡവും പാത്രങ്ങളും പിഞ്ഞാണങ്ങളും കൊണ്ടു നിറഞ്ഞിരിക്കുന്നു അവിടം. അയാളുടെ ബർത്തിൽക്കൂടി പല ചില്ലറ സാധനങ്ങളും കടന്നുകൂടിയിട്ടുണ്ട്. ഒരു പഴന്തുണിയിൽ പൊതിഞ്ഞുവെച്ചിരുന്ന കുറച്ചു കനത്ത എന്തോ ഒരു സാധനം അയാൾതന്നെ പതുക്കെയെടുത്തു മാറ്റാൻ തുടങ്ങുമ്പോഴേക്ക് മറുവശത്തുനിന്ന് ഒരു മാന്യൻ

"അരുതരുത്" എന്നു പറഞ്ഞു തടഞ്ഞു: "അതിൽ നെയ്യാണു മിസ്റ്റർ!"

"ഓഹോ, അങ്ങനെയോ?" ശ്യാമളൻ ചിരിച്ചുകൊണ്ടു പറഞ്ഞു: "ഇതോ, ഇതു കടുമാങ്ങയാണെന്നു തോന്നുന്നു. ദയവുണ്ടായിട്ട് ഇതൊക്കെ ഒന്നിറക്കിവയ്ക്കൂ. ഇല്ലെങ്കിൽ നെയ്യും അച്ചാറും എല്ലാം കൂടിക്കലർന്ന് ഒരു കുഴമ്പാവും."

"എന്തുകുഴമ്പാവും ഹേ!" ആ മാന്യൻ അൽപ്പം ചൊടിച്ചുകൊണ്ടു ചോദിച്ചു.

ശ്യാമളനും അതിനു ചേർന്ന ഒരു മറുപടിയാണ് നാക്കത്തുവന്നത്. എന്നാൽ എന്തോ ഒന്നു കണ്ടിട്ട് അയാൾ സ്വരമൊന്നു മാറ്റിപ്പറഞ്ഞു: "ഒന്നുമില്ല. എന്താപറഞ്ഞതെന്നോ? എനിക്കിവിടെ എന്റെ കിടക്ക വിരിക്കണ്ടേ? എന്റെ ബർത്ത് 'മിട്സേഫ്' അല്ലല്ലോ."

"എന്നാൽ നേരത്തേ വരാമായിരുന്നില്ലേ?"

"ഞാൻ വരുന്നതിനുമുമ്പു വണ്ടിക്കും പോകാമായിരുന്നല്ലോ." ശ്യാമളൻ കൃത്രിമമായ ഒരു ചിരിയോടെ പറഞ്ഞു: "എന്റെ വരവു കാണാത്തതുകൊണ്ട് 'ഹോഹോ' എന്നുവിലപിച്ചുകൊണ്ട് വണ്ടി പോകേണ്ടതായിരുന്നു." ഇതും പറഞ്ഞുകൊണ്ട് അയാൾ വീണ്ടും നെയ്യും മാങ്ങാക്കറിയും എടുത്തു നീക്കാൻ തുടങ്ങി. ഇത്തവണ ഇതിൽ പ്രതിഷേധിച്ചത് ഒരു മഹിളയാണ്. ആ മാന്യന്റെ പത്നി—സംസ്കൃതത്തിൽ പറഞ്ഞാൽ അർധാംഗിനി.

മഹിള എന്ന വാക്കിൽ സ്ഫുരിക്കുന്ന ആഭിജാത്യം അവളുടെ ആകൃതിയിൽ തികച്ചും നിഴലിക്കുന്നുണ്ടായിരുന്നു. ശ്യാമളൻ മുറിയിലേക്കു കയറിയപ്പോൾതന്നെ അവളുടെ മുഖത്തു കാണപ്പെട്ട വരകൾക്കും ചുളിവുകൾക്കും ഒന്നുകൂടി ആഴം കൂടി. അവൾ അടക്കിയ സ്വരത്തിൽ ആവലാതി പറഞ്ഞു:

"എല്ലാം നിലത്തിടും. കൂലിക്കാരനോടു പറയരുതേ?"

"ഏയ് കൂലി, പതുക്കെയിറക്ക് സാമാനം." മാന്യൻ ഗർജിച്ചു.

"എന്റെ കൂലിക്കാരനാണ്." ശ്യാമളൻ സവിനയം പറഞ്ഞു.

"എന്നാൽ മാറിനിൽക്കിൻ." മാന്യൻ കാലിൽ കാലും കേറ്റി ചടഞ്ഞിരിക്കുകയായിരുന്നു ബഞ്ചിൽ. അയാൾ ചാടിയെഴുന്നേറ്റിട്ടു പറഞ്ഞു: "എന്റെ സാധനങ്ങൾ തൊടാൻ നിങ്ങൾക്ക് അധികാരമില്ല."

"അയ്യോ, നിങ്ങൾ എന്തിനു ബുദ്ധിമുട്ടുന്നു? സാധനങ്ങൾ നിങ്ങളുടേതായിരിക്കാം. സ്ഥലം എന്റേതാണ്. നിയമാനുസാരം എനിക്കാണ് ഒന്നാമത്തെ അധികാരം." ശ്യാമളൻ കൂലിക്കാരന്റെ സഹായത്തോടെ വേഗം വേഗം എല്ലാ സാധനങ്ങളും ഇറക്കി വെച്ചു.

ഗാർഡ് പച്ചക്കൊടി കാട്ടി ഒരു നീണ്ടവിസിൽ വിളിച്ചു. പോർട്ടർ ചവിട്ടുപടിയിൽ നിന്നുകൊണ്ട് ഒരു ലക്ഷണമൊത്ത സലാം വെച്ചു.

"ഏമാനേ!"

"ഷുവർ." എട്ടണ മണിബാഗിൽനിന്നെടുത്തു കൊടുത്തുകൊണ്ട് ശ്യാമളൻ പറഞ്ഞു: "ന്നാ നാലണ ചുമട്ടുകൂലി. രണ്ടണ ശരിക്ക് ഓർമ

വെച്ചു മുകളിൽ വന്നതിന്. ബാക്കി മുകളിലത്തെ ബർത്തിൽനിന്ന് ഇക്കണ്ട ചപ്പുചവറു സാധനങ്ങൾ നീക്കം ചെയ്തതിന്."

"സലാം ഏമാനേ."

"സലാം. ഇനി വല്ലപ്പോഴും ഈ പാപക്കുഴിയിൽ വരികയാണെങ്കിൽ ആദ്യം നിന്റെ നമ്പർ ഓർത്തോളാം."

വണ്ടി ഓടിത്തുടങ്ങി. ഷെഡിൽനിന്നു പുറത്തു കടന്നപ്പോഴേക്കും പകൽവെളിച്ചം മങ്ങിക്കഴിഞ്ഞിരുന്നു. കാറ്റു തടവുന്നതുമതിയാക്കി കുത്തിത്തുളയ്ക്കാൻ തുടങ്ങി. കൊയ്ത്തു കഴിഞ്ഞ പാടത്ത് ആസന്ന സന്ധ്യയുടെ നിബരീസകാന്തി ചിതറി.

അതൊക്കെ നല്ലതുതന്നെ. പക്ഷേ, ഒരു കപ്പ് ചായ കുടിച്ചില്ലെങ്കിൽ എങ്ങനെ കഴിഞ്ഞുകൂടും? റിഫ്രഷ്മെന്റ് റൂം ഗാജിയാബാദിലെത്തിയാലേ ഉള്ളൂ. അടുത്ത സ്റ്റേഷൻ ഗാജിയാബാദ് ആയി. എന്നാലും എട്ടു മിനിട്ടു മാത്രമേ അവിടെ വണ്ടി നിൽക്കുകയുള്ളൂ. അതിനിടയ്ക്കു ചായകുടി നടക്കുകയില്ല. വേണമെങ്കിൽ ചായ വിഴുങ്ങിയെന്നു വരുത്താം. അതിരിക്കട്ടെ, അതിനൊക്കെ ഇനിയും സമയമുണ്ടല്ലോ. തൽക്കാലം മുറിയിലേക്കു മുഖംതിരിച്ച് ഒന്നു നോക്കാം.

അയാളുടെ ബർത്തിന്റെ താഴെയാണു മഹിളയുടെ സ്ഥാനം. മുകളിൽ അവരുടെ മകനാകാൻ പ്രായമുള്ള പത്തുപന്ത്രണ്ടുവയസായ ഒരു കുട്ടി– കണ്ടാൽ രോഗിയാണെന്നു തോന്നും. അപ്പുറത്തുള്ള അപ്പർബർത്തിലാണു മാന്യൻ സ്ഥലം പിടിച്ചിരിക്കുന്നത്. തൽക്കാലം ബഞ്ചിൽ ഇരിക്കയാണെങ്കിലും യഥാസമയം അവിടെക്കയറി കിടക്കും. നടുവിലത്തെ ബഞ്ചിൽ അയാളുടെ അവിവാഹിതയായ മകൾ, അലസമായി തലവഴി ഇട്ടിരിക്കുന്ന സാരിത്തുമ്പും തലക്കെട്ടുംവഴി പുതിയ പരിഷ്ക്കാരത്തെ പ്രദർശിപ്പിക്കാനുള്ള പഴയ പരസ്യസമ്പ്രദായം അംഗീകരിച്ചുകൊണ്ട് അങ്ങനെ ഇരിക്കുന്നു. മുഖത്ത് ആധുനികത്വം വരുത്താൻ അവൾ പ്രയത്നിച്ചിരുന്നുവെന്നേയുള്ളൂ. വാസ്തവത്തിൽ അതുകൊണ്ട് അവളുടെ ആ സനാതനസൗന്ദര്യത്തിൽ ഒരു മാറ്റവും കാണപ്പെട്ടില്ല. നീണ്ടുമെലിഞ്ഞ ദേഹം താരുണ്യലീലയുടെ ഒരു നിശ്ശബ്ദതരുണിയാണെന്നു തോന്നും. വളച്ചുചുറ്റിയ സാരിയിൽക്കൂടെ പ്രകടമായിക്കൊണ്ടിരുന്ന ആ രൂപമാധുരി വാട്ടർകളറിൽ ഉല്ലിഖിതമായ ചിത്രത്തെക്കാൾ കോമളമത്രെ. ശ്യാമളൻ അവളെ സൂക്ഷിച്ചു നോക്കി. അയാൾക്ക് അവളുടെ പ്രായം ഊഹിക്കാൻ കഴിഞ്ഞില്ല. അവൾക്കു പതിനേഴുമുതൽ ഇരുപത്തിമൂന്നുവരെ വയസ്സ് എത്രവേണമെങ്കിലും ആകാം. ഇരുപത്തഞ്ചിൽ കുറവാണെങ്കിൽ അതാണു നല്ലത്. കാരണം അതിലധികം പ്രായമായ പെൺകുട്ടികൾ അവിവാഹിതകളാകുമെന്ന് ഊഹിക്കാൻകൂടി വയ്യ.

മാന്യൻ മകളോടായിട്ടു പറഞ്ഞു: "ഗോബരാ കൂജയിൽ വെള്ളം തന്നിട്ടല്ലേ പോയത്; രേണു?"

രേണു കത്തികൊണ്ട് ആപ്പിൾ ചെത്തുകയായിരുന്നു. അവൾ പറഞ്ഞു:

"അതെ."

"എന്നാൽ അമാന്തിക്കണ്ട. ചായയ്ക്കു വെള്ളം വച്ചോളൂ." ഇതു പറഞ്ഞത് മഹിളയോടാണ്.

'ചായ' എന്നുകേട്ടപ്പോൾ ശ്യാമളന്റെ നാവിൽ വെള്ളം വന്നു. അയാൾ മാന്യന്റെ മുമ്പിൽവന്നു സവിനയം പറഞ്ഞു: "ദയവുചെയ്തു ലേശം നീങ്ങിയിരിക്കൂ. ഞാനും ഒന്ന് ഇരിക്കട്ടെ."

മാന്യൻ രോഷത്തോടെ പറഞ്ഞു: "സ്വന്തം ഇരിപ്പിടത്തിൽ പോയിരിക്കരുതോ?"

"അവിടെ തലപൊക്കി ഇരിക്കാൻ നിവൃത്തിയില്ല. കാൽ നീട്ടി കിടക്കാനേ പറ്റുള്ളൂ."

"എന്നാൽ കിടന്നോളൂ. ആര് അരുതെന്നു പറഞ്ഞു?"

"എന്റെ വിവേകം" ശ്യാമളൻ പറഞ്ഞു: "എന്റെ മുഖം കണ്ടാൽ ത്തന്നെ അറിയാമല്ലോ ഞാൻ അന്തിയാകുമ്പോഴേക്കു കിടന്നുറങ്ങുന്ന കുട്ടി അല്ലെന്ന്. അതുമല്ല ഒരു കപ്പ് ചായ കുടിച്ചില്ലെങ്കിൽ എനിക്ക് ഉറക്കം വരില്ല. ഒന്നു നീങ്ങിയിരിക്കൂ, ദയവുണ്ടായിട്ട്."

മാന്യൻ അനങ്ങാതിരിക്കുന്നതുകണ്ടിട്ട് ശ്യാമളൻ വീണ്ടും പറഞ്ഞു: "അറിയാമോ, എനിക്കു സ്ഥലം തരാൻ നിങ്ങൾ നിർബന്ധിതനാണ്. രാത്രി പത്തുമണിവരെ താഴെ ബഞ്ചിൽ ഇരിക്കാൻ എനിക്ക് അധികാരമുണ്ട്. എനിക്ക് വേണമെങ്കിൽ അതിനായി നിർബന്ധിക്കാം. നിങ്ങൾ സ്ഥലം തന്നില്ലെങ്കിൽ എനിക്ക് ആ ബഞ്ചിൽ ചെന്ന് ഇരിക്കാവുന്നതാണ്." അയാൾ പെൺകുട്ടിയിരിക്കുന്ന ബഞ്ചു ചൂണ്ടിക്കാട്ടി.

മാന്യൻ നന്നെ മനസില്ലാമനസോടെ ഒന്നു പതുക്കെ നീങ്ങിക്കൊടുത്തു.

മഹിള — ഭാര്യയെ പേർപറഞ്ഞു വിളിക്കുന്ന പതിവു തുടങ്ങിക്കഴിഞ്ഞിട്ടില്ലാതിരുന്ന കാലമായതിനാൽ അവളുടെ പേർ അറിയാൻ കഴിഞ്ഞില്ല — പഴയപടി മുഖത്തെ അതൃപ്തിയുടെ രേഖകൾ മായാത്ത മുഖഭാവത്തോടെ തന്നെയാണ് ഇരിക്കുന്നത്. അതിനാൽ രേണുവാണ് പിന്നീട് സംസാരിച്ചത്. വാക്കുകൾക്കു ലേശം കടുപ്പം കൂട്ടിക്കൊണ്ട്. "അപ്പോഴേ ഞാൻ പറഞ്ഞില്ലേ അച്ഛാ, ഒരു മുറി മുഴുവൻ റിസർവു ചെയ്യിക്കുന്നതാണു നല്ലതെന്ന്."

"അയ്യോ!" ശ്യാമളൻ ചാടിയെഴുന്നേറ്റിട്ടു പറഞ്ഞു: "അങ്ങനെ ചെയ്തിരുന്നുവെങ്കിൽ ഇന്നത്തെ എന്റെ പോക്കു മുടങ്ങിപ്പോകുമായിരുന്നു. വേണ്ട വേണ്ട. നിങ്ങളൊക്കെ ഇരുന്നോളിൻ ഞാൻ നിന്നുകൊണ്ടു ഡൽഹിയിലെ ഇരുട്ടിന്റെ ശോഭ ആസ്വദിച്ചുകൊള്ളാം."

മാന്യൻ വീണ്ടും കാൽപരത്തിയിരുന്നിട്ട് പത്നിയോടു പറഞ്ഞു: "എന്നാൽ ഇനി വൈകിക്കണ്ട. ചായ ഉണ്ടാക്കാൻ സ്റ്റൗ കത്തിക്കൂ."

അല്ലാ, വണ്ടിയിൽ തീ കത്തിക്കാൻ ഭാവമുണ്ടോ? ശ്യാമളൻ കാര്യം തിരിയാതെ പരുങ്ങിനിന്നു.

മഹിള സബർജില്ലിന്റെ തൊണ്ടു കളയുകയായിരുന്നു. അതിനാൽ

രേണുതന്നെ സാരി ഒതുക്കിയുടുത്തു ചായ ഉണ്ടാക്കാൻ എഴുന്നേറ്റു സ്റ്റൗ എടുത്തുവെച്ചു.

"ചതിച്ചു." ശ്യാമളൻ ഉറക്കെ പറഞ്ഞു; "വരട്ടെ, വരട്ടെ." അയാൾ മാന്യന്റെ മുമ്പിലേക്കു രണ്ടടിവെച്ചിട്ടു പറഞ്ഞു: "അവരോട് അവിടെപ്പോയി ഇരിക്കാൻ പറയൂ. ഞാൻ കത്തിക്കാം സ്റ്റൗ."

മാന്യൻ മുഖം ചുളിപ്പിച്ചുകൊണ്ടു പറഞ്ഞു. "നിങ്ങൾ നിങ്ങളുടെ പണി നോക്കൂ."

സ്പിരിറ്റിൽ കത്തുന്ന തീപ്പെട്ടിക്കോൽ പതിച്ചു. ശ്യാമളൻ വേഗം ജനാലപ്പലകകൾ വലിച്ചിട്ടു.

ആൺകുട്ടി പേടിച്ചു നിലവിളിച്ചു: "എന്താണിത്?"

"കണ്ടില്ലേ, കാറ്റ്? എങ്ങനെ സ്റ്റൗ കത്തിക്കും ഈ കാറ്റത്ത്? കഴുത്തിൽ ഇത്ര വലിയ മഫ്ളർ ചുറ്റിക്കെട്ടിവെച്ചിട്ടുണ്ടല്ലോ. ഈ കാറ്റു കൊള്ളുന്നതു നിങ്ങൾക്ക് നല്ലതാണോ?"

"പക്ഷേ, ഇരുട്ടായല്ലോ" ആൺകുട്ടി അച്ഛന്റെ നേരെ ഇതിനൊരു തക്കമറുപടി പറയൂ എന്ന അർഥത്തിൽ നോക്കിക്കൊണ്ടു പറഞ്ഞു.

അഭയം നൽകുന്ന സ്വരത്തിൽ ശ്യാമളൻ പറഞ്ഞു: "എത്ര നേരത്തേക്ക്? ഈ സ്റ്റൗ ഒന്നുകത്തിക്കുന്നതുവരെ. വൈകുന്നേരം തണുത്ത കാറ്റത്ത് ഇരുന്നു ചായകുടിക്കാനാണു രസം."

"നിറുത്തൂ കുറെ ഏറെയായി. ഞങ്ങൾക്കുവേണ്ടി നിങ്ങൾ അധികം കഷ്ടപ്പെടേണ്ട." മാന്യൻ തന്റെ രോമശമായ നാസാരന്ധ്രത്തിൽ കൂടെ വികടമായ സ്വരത്തിൽ പറഞ്ഞു.

"ഏയ്, സാരമില്ല." ശ്യാമളൻ ദേഹം ഒന്നു വളച്ചു പിരിഞ്ഞു ചെറിയ ഒരു ചിരിയോടെ പറഞ്ഞു: "എനിക്കൊരു കഷ്ടപ്പാടുമില്ല. ഇവർക്കാണു കഷ്ടപ്പാട്. ഈ സ്റ്റൗവും ടൗവും മറ്റും കത്തിക്കാൻ ഇവർക്കാവുമോ? നിങ്ങൾ കയ്യും കാലും നിവർത്തി ഒരിടത്ത് ഇരുന്നാൽ മതിയല്ലോ. എന്തിനീ വേണ്ടാത്ത പണി? എന്നോടു പറഞ്ഞാൽ രണ്ടു മിനിട്ടിൽ പണികഴിഞ്ഞു. നമ്മൾ സ്ത്രീകളുടെ പാചകവിദ്യയെ എത്ര തന്നെ പ്രശംസിച്ചാലും 'ബാവച്ചി' (ദേഹണ്ണം തൊഴിലാക്കിയവർ)കളുടെ കൈവേഗം അവർക്കു കിട്ടുകയില്ല. അതുകൂടി ഉണ്ടായിരുന്നെങ്കിൽ നാട്ടിലെ ഹോട്ടൽ എല്ലാം പൂട്ടിയിടേണ്ടി വന്നേനെ."

മാന്യൻ വളരെ ബുദ്ധിമുട്ടിയാണ് എല്ലാം സഹിച്ചുകൊണ്ടിരുന്നത്. അയാളുടെ നാസാരന്ധ്രങ്ങൾകൂടി വീർത്തു.

സ്റ്റൗവിന്റെ പമ്പ് അടിച്ചുകൊണ്ടു രേണു പറഞ്ഞു: "അച്ഛൻ മിണ്ടാതിരുന്നോളൂ. എന്തുവേണമെങ്കിൽ പറയട്ടെ."

"പിന്നെയൊരു കാര്യം" കുറെ നിമിഷം മിണ്ടാതിരുന്നശേഷം ശ്യാമളൻ വീണ്ടും പറഞ്ഞു: "ചായയ്ക്കു പഴങ്ങൾ ചേരില്ല."

"അതു ഞങ്ങടെ ഇഷ്ടം. ഞങ്ങൾക്കു തോന്നിയതു വാങ്ങും. തോന്നിയതു തിന്നും. നിങ്ങൾക്കെന്താണതിൽ കാര്യം?" മാന്യനു തന്നെ നിയന്ത്രിക്കാൻ കഴിയാതായതുകൊണ്ടു പറഞ്ഞു.

ശ്യാമളൻ ഗൗരവത്തോടെ പറഞ്ഞു: "അതുശരിതന്നെ. ഒരു കഥ പറയാറില്ലേ, 'ആഹാരം പിടിച്ചപോലെ.' അതിരിക്കട്ടെ. ചായയുടെ കൂടെ തണുത്ത സാധനങ്ങൾ തിന്നാൻ എനിക്കു തീരെ പറ്റില്ല. നിങ്ങൾ നിങ്ങളുടെ ഇച്ഛയ്ക്കൊത്തവണ്ണം തിന്നും. അതിൽ സംശയമില്ല."

എന്നിട്ടും ഇത്രയെല്ലാം ശ്രമിച്ചിട്ടും ശ്യാമളന് ഒരു കപ്പ് ചായ കിട്ടുകയുണ്ടായില്ല. ട്രേയിൽ നാലുകപ്പു ചായ നിരത്തിവെച്ചു ബംഗാളിമാന്യൻ കുടുംബക്കാരോടൊപ്പം ചായ കുറേശ്ശെ കുറേശ്ശെയായി മോന്തി കുടിക്കാൻ തുടങ്ങി. ഒപ്പം ആപ്പിളും സബർജിലും.

ശ്യാമളൻ ആദ്യം കുറേനേരം 'വായും പൊളിച്ച്' നിന്നു. പിന്നെ ഇതിന് എന്തെങ്കിലും ഒരു പ്രതികാരം ചെയ്യണം. എന്നു വിചാരിച്ചു ജനാലകൾ മുഴുവൻ തുറന്നിട്ടിട്ട് പറഞ്ഞു: "ഹൗ, എന്തൊരു ചൂട്!" പിന്നെ ഒരു സിഗരറ്റ് കൊളുത്തി നീട്ടി ഒരു വലി വലിച്ചിട്ടു പറഞ്ഞു: "ആഹാ, എന്തു തണുപ്പ്!"

മാന്യൻ കടുത്ത സ്വരത്തിൽ പറഞ്ഞു: "സ്ത്രീകളുടെ മുമ്പിൽ തന്നെ നിന്നുകൊണ്ടു സ്മോക്ക് ചെയ്യുകയാണ് അല്ലേ?"

സിഗരറ്റ് ഒന്നുകൂടി വലിച്ചിട്ട് ശ്യാമളൻ പറഞ്ഞു: "അല്ലാതെ എന്താണു ഗതി? സ്ത്രീകൾക്ക് എന്റെ മുമ്പിൽത്തന്നെ ഇരുന്നുകൊണ്ട് ചായ കുടിക്കാമെങ്കിൽ എനിക്കു സിഗരറ്റ് വലിക്കാൻ എന്തിനാണു മടി? തണുപ്പിന് എന്തെങ്കിലും ഒരു പ്രതിരോധനടപടിചെയ്യാതെ തരമില്ലല്ലോ."

"എന്നാൽ ജനാല തുറക്കാൻ നിങ്ങൾക്ക് എന്തു 'റൈറ്റ്' ആണ് ഉള്ളത്?

"ആദ്യം ജനാല അടയ്ക്കാൻ ഉണ്ടായിരുന്ന റൈറ്റ് തന്നെ."

"ജനാല അടയ്ക്കാനും തുറക്കാനും താഴത്തെ ബർത്തിൽ ഇരിക്കുന്നവർക്കാണ് അധികാരം."

"എന്നാൽ അടച്ചോളൂ" എന്നുപറഞ്ഞ് ശ്യാമളൻ മഹിളയുടെ കിടക്കയിൽ ചെരിപ്പിട്ട കാൽ ചവിട്ടി മുകളിലേക്ക് കുതിച്ചു കയറി.

മാന്യൻ ചാടിയെഴുന്നേറ്റിട്ടു പറഞ്ഞു: "കിടക്കയിൽ ചവിട്ടി."

ശ്യാമളൻ കിടക്കവിരിച്ചുകൊണ്ടു പറഞ്ഞു: "എവിടെയെങ്കിലും ഒന്ന് ചവിട്ടാതെ കയറാൻ പറ്റില്ലല്ലോ ആകാശത്തിൽ കാൽ ഉറയ്ക്കില്ല ചവിട്ടിയാൽ."

"എന്നാൽ ചെരിപ്പ് അഴിച്ചിട്ടു ചവിട്ടണം."

"അങ്ങനെചെയ്തിരുന്നുവെങ്കിൽ രണ്ടു ചെരിപ്പും കേടുപാടുകൾ കൂടാതെ നിങ്ങൾ മുകളിലേക്ക് പൊക്കിയെടുത്തുതരുമായിരുന്നു. അല്ലേ? ഓ, അത്രയ്ക്കു പോയില്ല എന്റെ ആലോചന."

രേണു സന്ധിക്ക് ഒട്ടുംതന്നെ ഒരുക്കമില്ലാത്ത മട്ടിൽ പറഞ്ഞു: "അച്ഛനെന്തിനാണു കണ്ടവരോടൊക്കെ വർത്തമാനത്തിനു പോണു? വരൂ, ചായ തണുത്തുതുടങ്ങി."

മാന്യൻ സ്വസ്ഥാനത്തു ചെന്നിരുന്നിട്ടു ചായപ്പാത്രം മുഖത്തേക്ക്

അടുപ്പിച്ചുകൊണ്ടു പറഞ്ഞു: "ആഭാസൻ!"

"അതേയതെ." ശ്യാമളൻ മുകളിൽ ഇരുന്നുകൊണ്ടുതന്നെ പറഞ്ഞു: മാന്യന്മാർക്കു വേണ്ടസമയത്തു ചായ കിട്ടിയില്ലെങ്കിൽ ആഭാസന്മാരായെന്നു വരും. എന്നാൽ.....വേണ്ട പോട്ടെ. അല്ലാ, ഗാജിയാബാദ് എത്തിപ്പോയെന്നു തോന്നുന്നു. ഞാനൊന്നിറങ്ങിക്കോട്ടെ താഴത്തേക്ക്."

മഹിള മുഖം വീർപ്പിച്ചുകൊണ്ടു പറഞ്ഞു: "ഇതു വല്ലാത്ത വിഷമമായി."

മാന്യൻ തട്ടിക്കേറുന്ന ഭാവത്തിൽ ചോദിച്ചു: "നിങ്ങൾ ഇങ്ങനെ ഒരു നൂറുവട്ടം ഇറങ്ങാനും കയറാനുമാണോ ഭാവം?"

"അതുകൊള്ളാം." ശ്യാമളൻ പറഞ്ഞു: "ആവശ്യമായി വന്നാൽ ഇറങ്ങാതെ കഴിയുമോ?"

"ഇതിനിടയ്ക്ക് ഇറങ്ങാൻ എന്താണുണ്ടായത്?"

"ഒരു കപ്പുചായ കിട്ടുമോ എന്നു നോക്കണം. റെസ്റ്റാറന്റ് കാറിൽ ഒരു ആർഡർ കൊടുത്തിട്ടു വന്നാൽ—"

രേണു അവളുടെ അച്ഛനുവേണ്ടി പറഞ്ഞു. "അതൊക്കെ ഒന്നിച്ചങ്ങോട്ടു കഴിച്ചിട്ടു മുകളിൽ കയറിയാൽ പോരേ?"

ശ്യാമളൻ രേണുവിന്റെ നേരെ തിരിഞ്ഞിട്ടു പറഞ്ഞു: "ആ, അതു ശരിതന്നെ. ശരി, ചായകൂടി കഴിഞ്ഞു എന്നു വിചാരിക്കുക. എന്നിട്ടു പത്തുമണിക്കു മുകളിലത്തെ ബർത്തിൽ കയറിക്കൂടിയാൽ പിന്നെ പുറം ലോകവുമായി എനിക്കു ബന്ധമൊന്നുമില്ലെന്നാണോ വിചാരം?"

മാന്യൻ അയാളുടെ പത്നിയോടു പറഞ്ഞു: "നീ അവിടെ കിടന്നാൽ പറ്റില്ലെന്നു തോന്നുന്നു. ഞാൻ തന്നെ കിടക്കാം അവിടെ. രമണീബാബു വന്നിരുന്നെങ്കിൽ ഈ കുഴപ്പമെന്നും ഉണ്ടാവുമായിരുന്നില്ല. ബർത്ത് മുഴുവൻ റിസർവ് ചെയ്തപോലെ ആയേനെ. അവസാനം അയാൾക്കു തലതിരിഞ്ഞു. ഒന്നിനുമില്ല അയാൾക്ക് ഒരു സ്ഥിരത. നീ എണീറ്റ് ഇങ്ങോട്ടു വന്നോളൂ."

മാന്യൻ അയാളുടെ കിടക്ക തെറുക്കാൻ തുടങ്ങുന്നതു കണ്ട് ശ്യാമളൻ പരിഭ്രമത്തോടെ പറഞ്ഞു: "വേണ്ട വേണ്ട, അവിടെത്തന്നെ ഇരുന്നോളൂ. ഞാൻ ഇറങ്ങേണ്ടെന്നുവെച്ചേക്കാം. വേണമെങ്കിൽത്തന്നെ വെളുപ്പിനേ എഴുന്നേൽക്കുള്ളു. ദാ, അനങ്ങാതെ കിടന്നേക്കാം. ഇറങ്ങിയിട്ട് എന്തുചെയ്യാനാണ്?"

അടുത്തുള്ള തേഡ്ക്ലാസ് മുറിയിൽനിന്നു ഗോബര ഇറങ്ങിവന്നു ചായപ്പാത്രങ്ങളും മറ്റും കഴുകിവെച്ചു. വീണ്ടും കൂജ നിറയെ വെള്ളം നിറച്ചുവെച്ചു. വേറെയും ചില ചില്ലറ ആവശ്യങ്ങൾ നിറവേറ്റിക്കൊടുത്തു.

ശ്യാമളൻ അറിയാതെ പറഞ്ഞുപോയി: "ഹാ! ഒന്നാന്തരം വേലക്കാരൻ."

അൽപ്പനേരം കഴിഞ്ഞു വണ്ടി വിട്ടപ്പോൾ അയാൾ ചോദിച്ചു: "ഇനി എവിടെയാണ് വണ്ടി നിൽക്കുക, അറിയാമോ?"

കുറെക്കഴിഞ്ഞുവീണ്ടും ചോദിച്ചു: "നിങ്ങളെല്ലാവരും കൊൽക്കത്തയ്ക്കായിരിക്കും പോകുന്നത്?"

ഒരു ചോദ്യത്തിനും ഉത്തരം കിട്ടിയില്ല. എല്ലാവരുടെയും മുഖം കല്ലിൽ കൊത്തിവെച്ചപോലെയിരുന്നു.

അടുത്തടുത്തുള്ള രണ്ടു ബർത്തുകളിൽ നാലുപേർ അഭിമുഖമായി ഇരിക്കുന്നു. മാന്യന്റെ കൈയിൽ ഒരു പുതിയ ജോഡി ചീട്ട്. രണ്ടു ബർത്തുകളുടെയും നടുക്ക് ഒരു കമ്പിളി വിരിച്ചിരിക്കുന്നു.

ശ്യാമളൻ കുനിഞ്ഞുനോക്കിയിട്ടു ചോദിച്ചു: "എന്തു കളിയാണ്. ഡിക്ലയറോ? അതോ--?"

ആൺകുട്ടി ഉത്സാഹത്തോടെ പറഞ്ഞു; "ബ്രിഡ്ജ്!"

രേണു കൈയിൽ ഒന്നു തോണ്ടിയിട്ടു പറഞ്ഞു: "മിണ്ടാതിരിക്കൂ. ടുകു! വേണ്ടാതെ ആരോടും സംസാരിക്കാൻ പോകേണ്ടാ?"

ശ്യാമളൻ പറഞ്ഞു: "നിന്റെ ഓമനപ്പേരു കൊള്ളാം, ടുകു. ആട്ടെ ടുകു, നിനക്കു ശീട്ടുകളി എത്രത്തോളം അറിയാം?"

ജ്യേഷ്ഠത്തിയുടെ ശാസന മറന്ന് ടുകു ഉടൻ മറുപടി പറഞ്ഞു: "നിങ്ങളെക്കാൾ നന്നായിട്ടു കളിക്കും."

ഇത്തവണ ശാസിച്ചത് ടുകുവിന്റെ അമ്മയാണ്: "പിന്നെയും വേണ്ടാത്തതു പറയാൻ തുടങ്ങിയോ?"

ശ്യാമളൻ പറഞ്ഞു: "മിണ്ടാതിരിക്കൂ ടികു. കോമ്പിറ്റേഷനിൽ തല ഒന്നു ചൊറിയുന്നതുതന്നെ നിയമവിരുദ്ധമാണ്. അരുതരുത്. എന്താണീ കാട്ടണത്? ആ സ്പെയിഡു രാജാവ് ഇറക്കൂ."

ടുകു അതുതന്നെ ഇറക്കി.

രേണു ഉറക്കെ ശാസിച്ചു: "നീ നിന്റെ കൈനോക്കിക്കളിച്ചാൽ മതി."

"കൊള്ളാം." ടുകു പ്രതിഷേധിച്ചു: "രാജാവല്ലാതെ ഞാനെന്താണിറക്കുക? അച്ഛനു നോ ട്രാംപ്സ് ആണ്. എന്റെ കൈയിലുള്ള ചീട്ടുകൾ എന്തൊക്കെയാണെന്നു നിങ്ങൾക്കറിയാമോ?"

"അതുതന്നെ." ശ്യാമളൻ പറഞ്ഞു: "ഇനി ഈ മൂന്നാം കൂലി ഇട്ടുകൊടുക്കൂ."

കൈയിലെ ചീട്ടുകൾ കൂട്ടിപ്പിടിച്ചിട്ട് മാന്യൻ അലറി: "നിങ്ങൾ ഒന്നു മിണ്ടാതിരിക്കാമോ?"

"ഒരു വിരോധവുമില്ല." ശ്യാമളൻ കമ്പിളിയിൽ മുഖം മറച്ചിട്ടു പറഞ്ഞു.

ടുകുവിനെ പിടിച്ചുവലിച്ചു തിരിച്ചിരുത്തിയിട്ട് രേണു പറഞ്ഞു: "കൈ ആരേയും കാട്ടാതെ പിടിക്ക്."

വണ്ടി പാഞ്ഞുകൊണ്ടിരുന്നു. ഖുർജാസ്റ്റേഷൻ പിന്നിട്ടു കഴിഞ്ഞിരിക്കുന്നു.

"ഞാൻ ജയിച്ചു" ടുകു ആനന്ദംകൊണ്ടു ചാഞ്ചാടിക്കൊണ്ടു പറഞ്ഞു.

"അതു തീർച്ചയല്ലേ" ശ്യാമളൻ തലപൊക്കി പറഞ്ഞു: "ആരാണു കാണിച്ചുതന്നതെന്ന് ഓർക്കണം. ജയിക്കാതെ തരമില്ല."

“മണ്ണാങ്കട്ടയാണു കാണിച്ചുതന്നത്.” തന്റെ വിജയത്തിന് ഒരു പങ്കാളിയുണ്ടായത് ടുകുവിനു സഹിച്ചില്ല. അവൻ പറഞ്ഞു: “വരൂ തഴേക്കിറങ്ങി. ഒരു കൈ കളിച്ചു നോക്കൂ എന്നോട്. തോൽപ്പിച്ചു തുന്നം പാടിച്ചില്ലെങ്കിൽ......”

അഗ്നി, നിരൃതി, ഈശാന കോണുകളിൽനിന്ന് മൂന്നു വജ്രങ്ങൾ ഒന്നിച്ച് ടുകുവിന്റെ തലയിൽ പതിച്ചു: “ടുകു! പിന്നെയും......”

ടുകു പേടിച്ചു വിറച്ചുപോയി ശ്യാമളൻ ഒരു ദീർഘനിശ്വാസത്തോടെ പറഞ്ഞു: “ടുകു, ഞങ്ങൾ നിന്റെ ജനറേഷനെയാണ് ആശയോടെ നോക്കിയിരിക്കുന്നത്. നിന്റെ ആതിഥ്യം, നിന്റെ ഔദാര്യം.......”

രേണു അവളുടെ വെറുപ്പുകൊണ്ടു കലങ്ങിയ കണ്ണുകൾ ശ്യാമളന്റെ മുഖത്തു പതിപ്പിച്ചു. കുടിലമായ ആ നോട്ടം കത്തിയുടെ മുന പോലെ തുളച്ചുകയറുന്നതായിരുന്നു. കോപംകൊണ്ട് അവളുടെ ചുണ്ടു വിറയ്ക്കുന്നുണ്ടെന്നു തോന്നി. സാരിയുടെ തുമ്പ് തോളിൽക്കൂടെ വലിച്ചു തലയിൽ ഇട്ടു. എറിഞ്ഞു എന്നുവേണം പറയാൻ. കാരണം സാരിത്തുമ്പിൽ താക്കോൽക്കൂട്ടം കെട്ടിയിരുന്നെങ്കിൽ അത് അവളുടെ കവിളിൽ ചെന്നുകൊള്ളുമായിരുന്നു.

യുവതിയുടെ ഈ കോപപ്രകടനത്തിന് ശ്യാമളൻ വഴങ്ങിക്കൊടുത്തു. അയാൾ തിരിഞ്ഞുകിടന്നിട്ടു പറഞ്ഞു: “ഇല്ല, ഇനി ഞാൻ ഒരക്ഷരം ഉരിയാടുകയില്ല. ഷുവർ.”

മിണ്ടാതെയിരുന്നെങ്കിലും അഗതാക്രിസ്റ്റിയിൽ മനസു രമിച്ചില്ല. അതിനെക്കാൾ രേണുവിനെ നോക്കുന്നതാണ് അധികം രസമായി തോന്നിയത്. മുകളിൽ കയറിക്കിടന്നതുകൊണ്ടു പ്രകൃതിയുടെ കാഴ്ചകൾ കാണാൻ കഴിഞ്ഞില്ലല്ലോ എന്നോർത്ത് അയാൾക്കു സങ്കടം തോന്നിയില്ല. നേരുപറഞ്ഞാൽ പ്രകൃതിയെക്കാൾ മനുഷ്യനു സൗന്ദര്യമേറും. ആഷാഢമാസത്തിൽ പുതിയ മുകിൽപ്പറ്റം വാനത്തേക്കിറങ്ങിവരുമ്പോൾ ഉണ്ടാകുന്ന ശോഭയെക്കാൾ കുറഞ്ഞതല്ല കോപാഭിമാനങ്ങൾകൊണ്ടു വളഞ്ഞ പുരികക്കൊടികളോടുകൂടിയ മുഖം. തന്റെ ദേശസഞ്ചാരത്തിനിടയിൽ അയാൾ എത്രയോ മാമലകളും മരുഭൂമികളും കാണുകയുണ്ടായി. മഹാനദികളും മഹാക്ഷേത്രങ്ങളും കാണുകയുണ്ടായി. എന്നാൽ അവയുടെ എല്ലാ സൗന്ദര്യങ്ങളും ഒരിടത്തു തന്നെ ഇങ്ങനെ ഏകോപിച്ചു കാണുകയുണ്ടായില്ല. പ്രകൃതിശോഭ കണ്ട് അയാൾ അതിൽ അത്രയേറെ മുഗ്ദ്ധനായിക്കഴിഞ്ഞിരുന്നതുകൊണ്ട് അത് ഒരു മനുഷ്യദേഹത്തിൽ ഒന്നിച്ചു കാണാൻ കഴിയുമെന്ന് അയാൾ ഓർത്തതേയില്ല. രേണു പ്രകൃതിയുടെ സ്വാദിഷ്ടമായ ഒരു 'കോക്ടെയി' ലാണ്. അവളുടെ കപാലത്തിനു മരുഭൂമിയുടെ രൂക്ഷത, കണ്ണിൽ ഗ്രാമത്തിലെ ആകാശത്തിൽ കാണപ്പെടുന്ന കാളമേഘത്തിന്റെ മാധുര്യം, മുടി അഴിച്ചിട്ടാൽ ആരണ്യത്തിന്റെ ഗഹനത, രണ്ടു കൈകളിൽ മിന്നലിന്റെ ദീപ്തി. സുന്ദരമായ ഒരു കവിതപോലെ അവൾ അനിർവചനീയയത്രേ. രൂക്ഷമായ യാഥാർത്ഥ്യത്തിന്റെ അളവു

കോൽകൊണ്ട് അതിനെ അളക്കുക വയ്യ. ശ്യാമളൻ അനങ്ങാതെ കിടന്നു കൊണ്ട് ഈ പ്രകൃതിസൗന്ദര്യം കാണുക മാത്രമല്ല, അതിലെ കവിത കേൾക്കുകയുംകൂടി ചെയ്തു.

വണ്ടി അലീഗഢിൽ ചെന്നു നിന്നു.

ചീട്ട് എടുത്തുവെച്ചിട്ട് മാന്യൻ പറഞ്ഞു: "ഇനി ഊണിനുള്ള ഏർപ്പാടുകൾ ചെയ്യാം."

വണ്ടിനിന്ന ഉടനെ ഗോബര പ്രത്യക്ഷപ്പെട്ടു. അവൻ അവിടെ ഒരുക്കിക്കൊടുത്ത വിഭവങ്ങൾ കണ്ടാൽ ശബ്ദാനുശാസനത്തോട് ലേശമെങ്കിലും ബഹുമാനമുള്ളവർ ഊണ് എന്ന് പറയുവാൻ ധൈര്യപ്പെടില്ല. സദ്യ എന്നേ പറയുകയുള്ളൂ. ഒരു വലിയ തകരപ്പെട്ടിയിൽനിന്ന് ഗോബര പുറത്തെടുത്തു നിരത്തിയ ഭക്ഷണസാധനങ്ങളിൽ ഭക്ഷണത്തിന് ഉപയോഗയോഗ്യമായ എല്ലാം ഉണ്ടായിരുന്നു. എന്നിട്ടും മാന്യൻ അതിൽ ഒരു കുറവു കണ്ടുപിടിച്ചു. അയാൾ പറഞ്ഞു: "ചാപ്സ് കുറച്ചെടുത്തു വറക്ക്, രേണു."

രേണു സാരി മുറുകെ ചുറ്റിക്കെട്ടി എഴുന്നേറ്റിട്ടു പറഞ്ഞു: "ആ ഭാണ്ഡത്തിൽ മുട്ട വെച്ചിട്ടുണ്ട് അമ്മേ — ബിസ്കറ്റിന്റെ പായ്ക്കറ്റും."

മഹിള ഏതാനും പ്ലേറ്റുകൾ പുറത്തെടുത്ത് കിടക്കയിൽ പത്രങ്ങളും ഓയിൽക്ലോത്തുകളും വിരിച്ച് അതിൽ നിരത്തി ചോറു വിളമ്പാൻ തുടങ്ങി. ചാപ്സ് വീട്ടിൽനിന്നും ശരിപ്പെടുത്തിത്തന്നെയാണു കൊണ്ടുവന്നിട്ടുള്ളത്. ഒന്നു ചൂടാക്കിയെടുക്കണം ഇപ്പോൾ, അത്രയേ വേണ്ടൂ. രേണു സ്റ്റൗ കത്തിച്ചു പാത്രം വെച്ചു നെയ്യ് ഒഴിച്ചു. മുട്ടയും ക്രീമും ചാപ്സും എല്ലാം അതിൽ ഇട്ട് ഇളക്കിത്തുടങ്ങി.

മാന്യനു കൊതി സഹിക്കാതായി. വായിൽ വെള്ളം നിറഞ്ഞതിനാൽ ശരിക്കു പറഞ്ഞാൽ തിരിയാത്തമട്ടിൽ അയാൾ പറഞ്ഞു: "ഒരു കഷണം തരൂ, രേണു. സ്വാദു നോക്കട്ടെ."

ശ്യാമളനും സഹിക്കവയ്യാതായി. അയാൾ പറഞ്ഞു: "റെസ്റ്റാറന്റ് കാറിൽ ഫസ്റ്റ് സിറ്റിങ് ഹാഥ്രസ് ജങ്ഷനിൽ ആണ്. നിങ്ങളൊക്കെ എർലി ഈറ്റേഴ്സ് ആണെന്നു തോന്നുന്നു."

ആരും ഒരക്ഷരം പറഞ്ഞില്ല. ശ്യാമളൻ അവിടെ ഇരിക്കുന്നതു വലിയ ബുദ്ധിമുട്ടുണ്ടാക്കുന്ന ഒന്നായി അവർക്കു തോന്നി. രേണു ചാപ്സ് ഓരോന്നായി എടുത്തു മാന്യനു കൊടുത്തുകൊണ്ടിരുന്നു. മാന്യനു കൈയിൽ കിട്ടേണ്ട താമസം തൊണ്ട തൊടാതെ വിഴുങ്ങാൻ. ഈ മത്സരത്തിൽ മാന്യനോടു രേണുവിനു തോൽവി സമ്മതിക്കേണ്ടി വന്നു. ടുകുവിനു ഗുരുത്വമുള്ള ആഹാരം കഴിക്ക വയ്യ. അതിനാൽ ചാപ്സ് തിന്നുന്ന രസം കൊണ്ടുണ്ടായ ശബ്ദം മാന്യന്റെ വായിൽനിന്നുമാത്രമാണു പുറപ്പെട്ടുകൊണ്ടിരിക്കുന്നത്. മഹിള വെറുതെയിരിക്കയാണ് — രേണുവിന്റെ ജോലി കഴിഞ്ഞിട്ട് അവളുടെ ഒപ്പമാവാം എന്നു വിചാരിച്ച്.

ഇരുട്ടിനെ കീറിക്കൊണ്ട് വണ്ടി പായുകയാണ്. മുൻപിലും പിന്നിലും

പരന്നു കിടക്കുന്ന നിശ്ശബ്ദത. നടുക്കുമാത്രം ഒരു നിമിഷനേരത്തേക്കു കളഹുങ്കാരം ലയിനിൻമേൽ ചക്രങ്ങളുടെ വിശ്രമമറ്റ 'കറങ്ങ'ലിന്റെ ബഹളത്തിലും രേണുവിന്റെ കൈവളക്കിലുക്കം കേൾക്കാൻ കഴിഞ്ഞു. അവളുടെ കബരീഭാരം വാർമുടി കെട്ടി കനപ്പിച്ചതല്ല. അവളുടെ മുഖലാവണ്യം കൃത്രിമമായി പൗഡറിട്ടു മിനുപ്പിച്ചതല്ല — ശ്യാമളന് ഇതിൽ തെല്ലും സംശയമില്ല. അവളുടെ മുഖത്തു നിഴലിച്ചു കൊണ്ടിരുന്ന അവളുടെ മനസും ശ്യാമളന്റെ വീട്ടിലെ മാങ്ങപോലെ തന്നെ മാധുര്യവും അമ്ലതയും കലർന്നതാണ്. എന്നിട്ടും എന്തുകൊണ്ടാണ് അവൾ ആഹാരം കഴിക്കുന്ന സമയം തന്റെ നേരെ ഒന്നു നോക്കുകപോലും ചെയ്യാത്തത്? ശ്യാമളൻ പെട്ടെന്നു പൊട്ടിച്ചിരിച്ചു.

പൊട്ടിച്ചിരിയുടെ കാരണം ആർക്കും മനസിലായില്ല. എവിടെയോ ചിരിപ്പിക്കത്തക്ക എന്തോ ഒരു പൊരുത്തക്കേട് ഉണ്ടായിട്ടുണ്ടെന്ന് എല്ലാവരും വിചാരിച്ചു. ചിരി കേട്ടിട്ട് ഏറ്റവുമധികം ക്ഷതപ്പെട്ടതു രേണുവിന്റെ ഹൃദയമാണ് — തന്റെ വസ്ത്രാലങ്കരണങ്ങളിൽ എവിടെയോ എന്തോ തരക്കേടു കണ്ടുപിടിച്ചിട്ടുണ്ടാവും, അല്ലെങ്കിൽ തന്റെ പെരുമാറ്റത്തിൽ എന്തോ വിഡ്ഢിത്തം പിണഞ്ഞിട്ടുണ്ടാവും. അതെന്താണെന്നു കണ്ടുപിടിക്കാൻ രേണു ഒതുക്കിക്കെട്ടിയ സാരിയും ചുറ്റുമുള്ള സാധനങ്ങളും എല്ലാം സൂക്ഷിച്ചുനോക്കി. എന്നാൽ ഒരിടത്തും അവൾ ഒരു പന്തികേട് കാണുകയുണ്ടായില്ല.

കുറച്ചു നിമിഷങ്ങൾക്കുശേഷം ശ്യാമളൻ പിന്നേയും പൊട്ടിച്ചിരിച്ചു.

മാന്യൻ വിചാരിച്ചു: ഇത് ഒരു പുതിയജാതി ഭ്രാന്താണെന്നു തോന്നുന്നു. രാത്രി അതിക്രമിക്കുന്തോറും ഉറക്കെ ചിരിക്കുക. അയാൾ ചിന്താക്രാന്തമായ മുഖഭാവത്തോടെ ചോദിച്ചു: "എന്താണിത്ര ചിരിക്കാൻ കണ്ടത്?"

"ഞാൻ ഒരു കഥ ഓർത്തുപോയി. ഹാ ഹാ ഹാ!"

"എന്തു കഥ?"

"ഒരു ബ്രാഹ്മണന്റെ കഥ."

"എന്താണത്?"

"കേട്ടിട്ടില്ലേ ബ്രാഹ്മണന്റെ കഥ? അതു ശരി," അയാൾ കൈമുട്ടുകൾ തലയിണയിൽ കുത്തി കമിഴ്ന്നുകിടന്നു. എല്ലാവരുടേയും ദൃഷ്ടി കഥ കേൾക്കാനുള്ള ഔത്സുക്യത്തോടെ തന്നിൽ പതിഞ്ഞിരിക്കുന്നതായി അയാൾ കണ്ടു. അയാൾ പറഞ്ഞു: "പറയാം, കേട്ടോളൂ.

"ഏതോ ഒരു നവാബിന്റെ സദസിൽ ശാസ്ത്രജ്ഞനായ ഒരു ബ്രാഹ്മണൻ ഉണ്ടായിരുന്നു. ഒരു ദിവസം ബ്രാഹ്മണൻ നവാബിന്റെ 'ദീവാനെ ഖാസിൽ' (ക്ഷണിക്കപ്പെട്ടവരുടെ സദസ്) ഇരിക്കയായിരുന്നു. കുറച്ചപ്പുറത്തായി മാംസം പൊരിക്കുന്നുണ്ടായിരുന്നു. അതിന്റെ വാസനകേട്ടു ബ്രാഹ്മണനു കൊതി സഹിക്കാതായി. അയാൾ ഒടുവിൽ നവാബിനോടു ചോദിച്ചു: "എന്തിന്റെ വാസനയാണ് ഇത് തിരു

മേനീ' നവാബ് പറഞ്ഞു: "പശുവിറച്ചിയുടെ.' ബ്രാഹ്മണൻ പരുങ്ങി. നവാബ് പറഞ്ഞു: "ഘ്രാണേന അർധഭോജനം എന്നു നിങ്ങൾതന്നെയല്ലേ പറയാറുള്ളത്? നിങ്ങൾ പശുവിറച്ചി തിന്ന ഫലമായി നിങ്ങളുടെ ജാതി പോയി' ഹാ ഹാ ഹാ! ഹോ ഹോ ഹോ!'

മാന്യൻ ശുണ്ഠിയോടെ പറഞ്ഞു: "ഇതിൽ ഇത്രയൊക്കെ ചിരിക്കാൻ ഞാൻ ഒന്നും കണ്ടില്ല."

"ചിരിക്കാൻ ഒന്നും കണ്ടില്ലെന്നോ? പണ്ടൊക്കെ നാറ്റം കേട്ടാൽ ജാതി പോകും. ഇന്നോ? ആരെങ്കിലും പിടിച്ചിരുത്തി തീറ്റിയാലും ജാതി പോകാതായി. ഇതു ചിരിക്കാൻ പറ്റിയ സംഗതിയല്ലേ?"

ഈ പ്രാന്തനോട് വർത്തമാനം പറയാൻ ചെല്ലുന്നതേ ഭോഷത്തമെന്നു വിചാരിച്ചു മാന്യൻ മുഴുവൻ ശ്രദ്ധയും ഭക്ഷണത്തിൽ കേന്ദ്രീകരിച്ചുകൊണ്ടു കിണ്ണത്തിന്റെ മുമ്പിൽ കുനിഞ്ഞിരുന്നു. കഥ കേട്ടിട്ട് ആർക്കെങ്കിലും രസം തോന്നിയതായി തോന്നിയില്ല.

ഇത്രയധികം അർഥവത്തായ ഒരു കഥയുടെ മർമം അറിഞ്ഞു രസിക്കാൻ കഴിയാത്ത ഇക്കൂട്ടർക്ക് പരലോകംപോലും കിട്ടുകയുണ്ടാവില്ലെന്നു ശ്യാമളൻ വിചാരിച്ചു. വയറിന്റെ വിശപ്പ് അടക്കാൻ നിവൃത്തിയില്ലാത്ത സ്ഥിതിക്ക് ആത്മാവിന്റെ വിശപ്പു മാറ്റാൻ നോക്കുകതന്നെ. രേണുവിന്റെ കൈകൊണ്ടുണ്ടാക്കിയ ചാപ്സ്കൊണ്ടു വയറ്റിലെ വിശപ്പുമാറ്റാൻ കഴിയും. അതിനു വഴികാണുന്നില്ല. അതിനാൽ രേണുവിനെ ധ്യാനിച്ച് ആത്മാവിന്റെ നിർജനമായ് ശൂന്യതയെ അകറ്റാൻ ശ്രമിക്കാം. ആജ്മേറിലേക്കു പോകുന്ന വഴി അയാൾ ട്രെയിനിന്റെ ഇരുവശത്തും പർവതങ്ങൾ കാണുകയുണ്ടായി — പർവതനിരകൾക്കു പുറകേ പർവതനിരകൾ — സമുദ്രത്തിൽ തിരമാലകളെന്നപോലെ, അവയ്ക്കുപിന്നിലായി ചന്ദ്രൻ ഉദിച്ചുയർന്നുവരുന്നു. ആ അരണ്യശ്യാമളവും ചാന്ദ്രികാപാണ്ഡുരവുമായ നാടിന്റെ സ്വപ്നനിലച്ഛായ രേണുവിന്റെ അംഗങ്ങൾതോറും ഒളിഞ്ഞുകിടക്കുന്നുണ്ട്.

പെട്ടെന്ന് ആ ശ്യാമളവും മ്ലാനവുമായ അരണ്യം സൂര്യാസ്തമയ സമയത്തെ രശ്മിരേഖകളാൽ ചുവന്ന് കത്തിജ്വലിക്കുന്നതുപോലെ — രേണുവിന്റെ സാരിയിൽ തീപിടിച്ചിരിക്കുന്നു. നേർത്ത സാരിയിൽ തീനാളം നൂറുനൂറു നാവുകൾ നീട്ടിക്കൊണ്ട് മോൽപോട്ടുയരുന്നു. കാറ്റടിയേറ്റ് തീ ക്ഷണനേരംകൊണ്ടു സാരിയിലാകെ പരന്നു.

ശ്യാമളൻ കമ്പിളികൊണ്ടു പുതച്ചുകിടക്കുകയായിരുന്നു — രേണു ഉറക്കെക്കരയുന്നതിനു മുമ്പായി, മാന്യൻ കാര്യമെന്തെന്നറിഞ്ഞ് എന്തെങ്കിലും ചെയ്യാൻ പുറപ്പെടുന്നതിനു മുമ്പായി അയാൾ കമ്പിളിയോടൊപ്പം താഴത്തേക്കു ചാടി. അയാൾ ചാടിയതും തീവണ്ടിമുറിയാകെ കൂട്ടക്കരച്ചിൽകൊണ്ടു വിറച്ചതും ഒന്നിച്ചു കഴിഞ്ഞു — വിചാരിക്കാത്ത ചാട്ടവും ആക്രമണവും കണ്ടിട്ടല്ല. രേണുവിന്റെ നില കണ്ടിട്ട്.

വിചാരിക്കാത്തതായിരുന്നു ആക്രമണം. ശ്യാമളൻ പുതച്ചിരുന്ന കമ്പിളികൊണ്ടു രേണുവിനെ മൂടി കെട്ടിപ്പിടിച്ചു. ലജ്ജ, പരിഭ്രമം, പരി

ചയക്കേട് മുതലായ ശിഷ്ട സമ്പ്രദായങ്ങൾ ആലോചിച്ചുനിന്ന് അയാൾ സമയം കളഞ്ഞില്ല. 'വിപദി നിയമോ നാസ്തി.' രേണുവിനെ രക്ഷിച്ചിട്ടാകാം. ആചാരമര്യാദകൾ നോക്കാൻ.

താൻ ഇത്രനാളും ഫയർ ബ്രിഗേഡിൽ പണിയെടുക്കുകയായിരുന്നുവെന്നു തോന്നും — അത്രവേഗം തീ കെടുത്താൻ അയാൾക്കു കഴിഞ്ഞു. രേണുവിനെ അയാൾ മുറിയുടെ നടുവിൽനിന്നു വാതിൽക്കലേക്കു കൊണ്ടുവന്നു.

മാന്യൻ സ്തംഭിച്ച് ഇരിക്കുകയായിരുന്നു. പെട്ടെന്ന് ഭ്രാന്തനെപോലെ അലാറം ചെയിൻ വലിക്കുവാൻ ചാടിയെഴുന്നേറ്റു.

ശ്യാമളൻ മാന്യന്റെ മുഖത്തുനോക്കി ശാസിക്കുന്ന സ്വരത്തിൽ പറഞ്ഞു: "ക്രിമിനലാണ് മിസ്റ്റർ, ക്രിമിനൽ! വണ്ടിയിൽ തീ കത്തിച്ചു ഭക്ഷണം പാകം ചെയ്യുക — ഇത് അറിയേണ്ട താമസം റെയിൽവേക്കാർ നിങ്ങളുടെ പേരിൽ കേസ് ഫയൽ ചെയ്യും. അൻപതു റുപ്പിക ഉടൻ പിഴയിടും. പുറമേ ക്രിമിനൽ പ്രോസിക്യൂഷനും."

മാന്യൻ നീട്ടിയ കൈ പിൻവലിച്ചു.

"എന്താണു മിഴിച്ചു നിൽക്കുന്നത്? വേഗം സ്റ്റൗ ജനാല തുറക്കാൻ പോണതെന്തിനാണ്? എന്തൊരു കാറ്റ്!"

മഹിള ആദ്യം സ്തംഭിച്ചുപോയി. പിന്നെയാണു കാര്യത്തിന്റെ ഗൗരവം മനസിലാക്കിയത്. അവൾ വേഗം എഴുന്നേറ്റു സ്റ്റൗ കെടുത്തി. സ്പിരിറ്റിന്റെ കുപ്പി അടുക്കൽ കിടന്നിരുന്നു. അതെടുത്ത് ബഞ്ചിന്റെ അടിയിലേക്കു തള്ളി.

മാന്യൻ അനുസരണയുള്ളവനെപ്പോലെ ഓടിച്ചെന്ന് ജനാലകളെല്ലാം അടച്ചു. എന്നിട്ടു ബ്രാക്കറ്റിന്റെ ഹുക്കിൽനിന്നും കോട്ടും തൊപ്പിയും എടുത്തു ധരിച്ചു.

രേണു അപ്പോഴും ശ്യാമളന്റെ കൈകളിൽത്തന്നെയാണ്. പിന്നുകൾ അഴിഞ്ഞ് അവളുടെ മുടി ചിതറിക്കിടന്നിരുന്നു. ഭയംകൊണ്ടു മുഖം വിളറി വിവശമായി. ദേഹമാകെ തളർന്നു.

പതുക്കെപ്പതുക്കെ മുറി തണുത്തു തീ മുഴുവൻ കെട്ടു. ചുറ്റും പരന്നിരുന്ന ഭയവൈവശ്യങ്ങളും കുറെയൊക്കെ അകന്നു. മാന്യനും അയാളുടെ പത്നിയും ശ്യാമളനെനോക്കി. ആ നോട്ടത്തിൽ അനുഭവപ്പെട്ട ഉൾത്താപത്തിൽനിന്നും താൻ വേണ്ടതിൽ അധികസമയം രേണുവിനെ താങ്ങിപ്പിടിച്ചുകൊണ്ടു നിന്നുപോയി എന്നു ശ്യാമളനു തോന്നി. ആ കണ്ണുകളുടെ നോട്ടത്താൽ ശ്യാമളന്റെ ദേഹം ആകെ തളർന്നു. അയാൾ വേഗം രേണുവിനെ നിലത്തു നിറുത്തി.

സാരി പലയിടത്തും കത്തിപോയിരുന്നതല്ലാതെ അവളുടെ ദേഹത്തിനു പൊള്ളൽ ഏറ്റിരുന്നില്ല. വല്ലതും ഏറ്റിട്ടുണ്ടെങ്കിൽ തന്നെ അതു തീപ്പൊള്ളലല്ല.

തീ മുഴുവൻ കെട്ടപ്പോഴാണ് അതു മനസിലായത്. രേണുവിന്റെ ദേഹത്തിൽ ലജ്ജയുടേതായ ആ രക്തവർണം. പരിചയമില്ലാത്ത പുരു

ഷന്റെ അപ്രതിരോധ്യമായ വശ്യതയിൽനിന്നുണ്ടായ ലജ്ജ അയാളുടെ ദേഹസ്പർശനത്തിന് ഉത്തരമെന്നപോലെ ഉള്ളിൽ തോന്നിയ കൃതജ്ഞതാഭാവത്തിന്റെതായ ഒരു ദീപ്തി കാണപ്പെട്ടു.

മാന്യൻ വേഗം ചെന്ന് ശ്യാമളന്റെ രണ്ടു കൈകളും പിടിച്ചുകൊണ്ടു പറഞ്ഞു: "നിങ്ങൾക്ക് എത്ര നന്ദിപറഞ്ഞാലും മതിയാവില്ല. ഒരു നിമിഷം വൈകിപ്പോയിരുന്നെങ്കിൽ എത്ര വലിയ ആപത്തു പിണയുമായിരുന്നു. നിങ്ങളുടെ പ്രസൻസ് ഓഫ് മൈന്റിനെ എത്ര പുകഴ്ത്തിയാലും അധികമാവില്ല."

"അതു ശരിതന്നെ." ഉറുമാൽകൊണ്ടു രണ്ടുകൈയും തുടച്ചുകൊണ്ടു ശ്യാമളൻ പറഞ്ഞു: "മുകളിൽനിന്നു താഴത്ത് ഇറങ്ങരുതെന്നു പറഞ്ഞ് നിങ്ങൾ എല്ലാവരുംകൂടി എന്നെ ഭീഷണിപ്പെടുത്തിയതനുസരിച്ച് ഞാൻ അവിടെത്തന്നെ ഇരിക്കേണ്ടതായിരുന്നു."

മഹിള വന്നേക്കാവുന്ന ആപത്തിനെ ഓർത്ത് നെടുവീർപ്പിട്ടിട്ടു പറഞ്ഞു: "ഹൗ ഭാഗ്യം തന്നെ. നിങ്ങൾ തീപിടിച്ചതു കണ്ടിട്ടും ഇറങ്ങി വന്നില്ലെങ്കിലത്തെ കഥയെന്താ?" പിന്നെ അവൾ രേണുവിനെ ശാസിച്ചുകൊണ്ടു പറഞ്ഞു. "ലേശമെങ്കിലും വീണ്ടു വിചാരം വേണ്ടേ പെണ്ണിന്. ഇത്ര പ്രായമായി. ഇനിയും ഒരു ഒതുക്കം വന്നിട്ടില്ല."

"ഞാൻ അപ്പോഴേ പറഞ്ഞില്ലേ? സ്റ്റൗവും മറ്റും കൊളുത്തുന്നത് സ്ത്രീകളുടെ പണിയല്ല എന്ന്?"

മാന്യൻ ശ്യാമളന്റെ പുറത്തു തട്ടിക്കൊണ്ടു പറഞ്ഞു: "നിങ്ങളെ ഇതിൽ എത്ര വാഴ്ത്തിയാലും അധികമാവില്ല മിസ്റ്റർ, ബ്രേവോ!"

ശ്യാമളൻ ചിരിച്ചു. ലോകത്തിൽ ഒരു പ്രവൃത്തിയേയും നല്ലതെന്നോ ചീത്തയെന്നോ പറഞ്ഞു വേർതിരിക്കാൻ പാടില്ലെന്ന് അയാൾക്കു തോന്നി. അവരവരുടെ ഇഷ്ടംപോലെ ഓരോരുത്തർക്കും നല്ലതെന്നോ ചീത്തയെന്നോ വിശേഷിപ്പിക്കാം. വേണമെങ്കിൽ ഈ തീ കെടുത്തിയതിനെ ഭൂഗുരുത്വാകർഷണനിയമം എന്നു പറയാം. അല്ലെങ്കിൽ പ്രത്യുൽപ്പന്നമതിത്വം എന്നു വിളിക്കാം. ഉപയുക്തമായ പേർ ഇടുന്നതിനാലാണ് ഒരു കാര്യത്തിന്റെ നന്മതിന്മകൾ നിരൂപണം ചെയ്യപ്പെടുന്നത്. അഗ്നിദേവനു നമസ്കാരം!

"ഇരിക്കൂ മിസ്റ്റർ, ഇരിക്കൂ."

"ഇരിക്കാം." ശ്യാമളൻ അവിടെയും ഇവിടെയും ഒക്കെ ഒന്നു നോക്കിയിട്ടു പറഞ്ഞു: "ഇവിടെയൊക്കെ തൊണ്ടും കുരുവും ഒക്കെ വിതറി വൃത്തികേടായിട്ടിരിക്കുന്നുവല്ലോ ഇതിനും നിങ്ങളുടെ പേരിൽ കേസെടുക്കാവുന്നതാണ്."

മാന്യൻ ചിരിച്ചുകൊണ്ട് ഒരറ്റത്തേക്കു നീങ്ങി ശ്യാമളന് ഇരിക്കാൻ സ്ഥലം കൊടുത്തിട്ടു ചോദിച്ചു: "എന്താ പറഞ്ഞേ?

ശ്യാമളൻ പറഞ്ഞു: "ഒന്ന്, വണ്ടിയിൽ തീകത്തിച്ചു. രണ്ട്, എന്നെ നിയമാനുസാരം പത്തുമണിവരെ താഴത്തെ ബർത്തിൽ ഇരിക്കാൻ അനുവദിച്ചില്ല. മൂന്ന്, ഈ ചപ്പും ചവറും. നാല്, പെട്ടെന്ന് രേണുവിന്റെ

നേരെ നോക്കിയിട്ട് അയാൾ ചോദിച്ചു: കൈയോ കാലോ പൊള്ളിയോ?"

രേണുവിനുവേണ്ടി മഹിള ഉത്തരം പറഞ്ഞു: "ഇല്ല. രേണു, നീ പോയി സാരി മാറ്റിയുടുക്കൂ. ഇന്നു പറ്റിയ ആപത്ത് ഓർക്കുമ്പോൾ—"

"ആപത്തെന്നു പറഞ്ഞാൽ ആപത്തുതന്നെ." മാന്യൻ പ്രശംസിക്കുന്ന ഭാവത്തിൽ ശ്യാമളനെ നോക്കിയിട്ടു പറഞ്ഞു: "ഇരിക്കെടോ അവിടെ, ഒപ്പം തന്നെ ഇരിക്കൂ. ഇനി താൻ ഞങ്ങൾക്ക് അന്യനൊന്നുമല്ല. കൊണ്ടുവരൂ രേണു, വേഗം കൊണ്ടുവരൂ ഇനി വൈകിക്കണ്ട." കൂട്ടിയിട്ടിരിക്കുന്ന ചാപ്സിന്റെ നേരെ നോക്കിയിട്ട് അയാൾ പറഞ്ഞു: "ഇതു മതിയാവും. നീ അതിനിടയ്ക്ക് ഇയാൾക്കു ചോറുവിളമ്പ്."

മഹിള ഇരുന്നിടത്തുനിന്ന് എഴുന്നേറ്റു ശ്യാമളൻ പറഞ്ഞു: "ഞാൻ അന്യനല്ലാതായെങ്കിൽ ഇനി സർവനാമംകൊണ്ടു വിളിക്കണ്ട. പേരു പറഞ്ഞുവിളിക്കാം."

മാന്യൻ ചോദിച്ചു: "എന്താ പേര്?"

"ശ്യാമളകൃഷ്ണ്" — പെട്ടെന്ന് കുടുംബപ്പേർ പറയാതെ നിറുത്തിയിട്ട് അയാൾ ചോദ്യം തിരിച്ചു ചോദിച്ചു: "നിങ്ങളുടെ പേര്?"

"എന്റെ പേർ അതുലാനന്ദ് വസു, ഇന്ത്യാഗവൺമെന്റ് സർവീസിലാണ്. ഡൽഹിയിൽ. പിന്നെ — നിങ്ങളുടെ പേർ മുഴുവൻ പറഞ്ഞില്ലല്ലോ."

ശ്യാമളൻ ഗൗരവത്തോടെ പറഞ്ഞു: "ശ്യാമളകൃഷ്ണ ഘോഷ്"

"ഘോഷ്?" മാന്യൻ ആശ്ചര്യത്തോടെ ചോദിച്ചു: "പിന്നെയെന്താണ് ബർത്തിൽ എസ് കെ ഗാംഗുലി എന്നു പേർ എഴുതി വെച്ചിരിക്കുന്നത്?"

ശ്യാമളൻ ഒന്നു പരുങ്ങി. അതുകഴിയുന്നതും പ്രകടിപ്പിക്കാതെ കഴിക്കാൻ ശ്രമിച്ചുകൊണ്ട് അയാൾ പറഞ്ഞു: "ബുക്കിങ് ആഫീസിൽ എസ് കെ ജി എന്നുമാത്രമേ പേർ കൊടുത്തിരുന്നുള്ളൂ. ജി അവർ ഗാംഗുലിയാക്കി അവരുടെ ഇഷ്ടപ്രകാരം. എനിക്ക് അതിൽ ഒരു വിരോധവുമില്ല."

"കൊള്ളാം. കാര്യസ്ഥന്റെ മകൻ ബ്രാഹ്മണനാകുന്നതെന്തിനാണ്?"

"എന്താണ് നഷ്ടം? ബ്രാഹ്മണന്റെ പുത്രനായി പിറന്നിട്ട് കാര്യസ്ഥനാകാനും എനിക്കു വിരോധവുമില്ല. എന്റെ പേർ ഇലാസ്റ്റിക്കാണ്. അത് ഒരിടത്തും തടഞ്ഞു നിൽക്കില്ല. ജാതിവ്യത്യാസം ഞാൻ വകവെയ്ക്കുന്നില്ല. അതാണ്."

വണ്ടി ഹാഥ്രസ് സ്റ്റേഷനിൽനിന്നു. അപ്പോഴേക്ക് രേണു ബാത്റൂമിൽ പോയി സാരി മാറി തിരിച്ചു വന്നതിനാൽ വിഷയം മാറ്റി.

അതുലാനന്ദ് പറഞ്ഞു: "അതാ രേണു വന്നല്ലോ. വേഗം ശ്യാമള ബാബുവിനു ചോറു വിളമ്പ്." പിന്നെ മഹിളയോടു പറഞ്ഞു: "നിന്റെ ആ അച്ചാറുകൂടി എടുക്കൂ."

ശ്യാമളൻ ഒരു കിടക്കയിൽ ഇരിപ്പുറപ്പിച്ചു. രേണു അയാൾക്ക് വിളമ്പിക്കൊടുത്തു. ഒരു മാംസക്കഷ്ണം വിളമ്പിയ ഉടൻ എടുത്തു വായിലിട്ടു ശബ്ദം കേൾക്കുന്നവിധം ചവച്ചുകൊണ്ടു ശ്യാമളൻ

പറഞ്ഞു: "നാലാം വകുപ്പുപ്രകാരം നിങ്ങളുടെ പേരിൽ കേസുകൊടുക്കാൻ ഞാൻ പുറപ്പെട്ടത് ഇവിടം വൃത്തികേടാക്കിയ ഈ ചാപ്സിന്റെ പേരിലാണ്. ഇപ്പോൾ അതുതന്നെ ആ കേസിന് നഷ്ടപരിഹാരമായിട്ട് എനിക്കു കിട്ടിയിരിക്കുന്നു."

അതിനുശേഷം അയാൾ ചവച്ചു ശരിപ്പെടുത്തിയ മാംസം ഇറക്കി. അപ്പോൾ അയാളുടെ തൊണ്ടയ്ക്ക് ഒന്നുകൂടി ഉശിരുണ്ടായി. അയാൾ ഒന്നുകൂടി ഉറക്കെ പറഞ്ഞു: "രാത്രി മുഴുവൻ ഈ പാചകശാലയിൽ വെറുതെ കുത്തിയിരിക്കേണ്ടിവരുമെന്നാണ് ഞാൻ വിചാരിച്ചത്. എന്നാൽ അന്നദാതാവ് എപ്പോൾ എവിടെവെച്ചാണ് ഒരാളോടു തെളിയുക എന്നു പറയുക സാധ്യമല്ല. നിങ്ങൾ ഭിക്ഷയായി എനിക്ക് തരുന്ന ഭക്ഷണമല്ല ഇത്. വേണ്ടവിധം ക്ഷണിക്കപ്പെട്ടശേഷം നൽകപ്പെടുന്നതാണ്. ഈശ്വരൻ സദനായാൽ പിന്നെ എന്തുതന്നെ സംഭവിച്ചുകൂടാ? "ട്രയിനിന്റെ ഒത്ത നടുക്കുതന്നെ സ്റ്റൗ കത്തിയെന്നുവരും, സാരിക്കു തീപിടിച്ചെന്നു വരും." ഇതും പറഞ്ഞ് താൻ പറഞ്ഞ ഫലിതത്തിൽ രസിച്ച് അയാൾ ഉറക്കെ ചിരിച്ചു.

എന്നാൽ അതുലാന്ദനും മറ്റും ലജ്ജിച്ചു തല താഴ്ത്തിയിരിക്കുകയേ ചെയ്തുള്ളൂ. പെട്ടെന്ന് അന്തരീക്ഷമാകെ ഒന്നു നിരുത്സാഹപ്പെട്ടപോലെ.

വിഷയം ഒന്നു മാറ്റാതെ തരമില്ല. അതിനാൽ ശ്യാമളൻ ടുകുവിനോടു പറഞ്ഞു: "ഹലോ മി ടുകു! എന്നെ ആപ്പോനന്റാക്കിയിട്ട് ഒന്നു കളിച്ചു നോക്കണോ ചീട്ട്?"

അതുലാനന്ദ് പറഞ്ഞു: "ഇല്ല ഇനി അവനു കുറച്ച് ഉറങ്ങാതെ വയ്യ. ഉറക്കമിളയ്ക്കുന്നതു തീരെ വിലക്കിയിരിക്കയാണു ഡാക്ടർ. രണ്ടു കഷണം കൂടി വിളമ്പൂ ചാപ്സ് തിന്നോളൂ. എന്താ നാണിക്കാൻ?"

"എനിക്കോ നാണം? വിശപ്പു സഹിക്കാമെന്നുണ്ടായിരുന്നെങ്കിൽ ബ്രാഹ്മണന്റെ കഥ പറയുമോ?" പിന്നെ. "മഹിളയുടെനേരെ നോക്കിയിട്ടു ശ്യാമളൻ പറഞ്ഞു: "നിങ്ങൾ എന്തേ ഉണ്ണാതിരിക്കുന്നു? മതി മതി, എനിക്കിനി ഒന്നും വേണ്ട. ഊണ് ഇഷ്ടമാണ്, എന്നുവെച്ച് അതി ഭക്ഷണം എനിക്ക് ഇഷ്ടമല്ല. നിങ്ങൾ രണ്ടുപേരും ഉണ്ണാനിരിക്കുവിൻ! എന്തിനാണ് സങ്കോചം? ഞാൻ ഉണ്ണാനിരുന്നില്ലെങ്കിൽ നിങ്ങൾ ഇവിടെയിരുന്നു മുറയ്ക്കു ഊണുകഴിക്കുമായിരുന്നു. അപ്പോൾ ഞാൻ ഊണിനു കൂടിയതു തെറ്റ് എന്നാണോ ഭാവം?"

മഹിള പറഞ്ഞു: "നിങ്ങളുടെ ഊണു കഴിഞ്ഞിട്ടു മതി എന്നു വിചാരിച്ചിട്ടാണ്."

"ശരി അങ്ങനെയാവട്ടെ." ശ്യാമളൻ വലിയ വലിയ ഉരുളകൾ ഉരുട്ടിത്തുടങ്ങി. "ഇതാ എന്റെ ഊണ് ഇപ്പോൾ കഴിച്ചേക്കാം. അതിനു കഴിഞ്ഞിട്ടു ഞാൻ തന്നെ നിങ്ങൾക്കു വിളമ്പിത്തരാം. അതിഥി സൽക്കാരത്തിനു പോയിട്ട് തങ്ങൾക്ക് ആരുമില്ല തുണ എന്നുവന്നാൽ പറ്റില്ലല്ലോ."

ഈ പ്രമേയം അതുലാനന്ദന് അത്ര പിടിച്ചില്ല. അയാൾ പറഞ്ഞു: "നിങ്ങളും എന്നാൽ ഉണ്ണാനിരുന്നോളിൻ."

രേണുവും അവളുടെ അമ്മയും ശ്യാമളന് അഭിമുഖമല്ലാതെ ഇരുന്നു ഭക്ഷണം കഴിക്കാൻ തുടങ്ങി.

ട്രെയിൻ തത്സമയംടുണ്ഡലയ്ക്കഭിമുഖമായി പായുകയായിരുന്നു. ആഹാരകാര്യം ഒരു വിധം അവസാനിച്ചു. അതിനുശേഷം സാധനങ്ങളെല്ലാം വീണ്ടും പെട്ടികളിൽത്തന്നെ ഒതുങ്ങി. ഇപ്പോൾ അടുക്കളയുടെ മട്ടെല്ലാം പോയി.

ശ്യാമളൻ ടുകുവിന്റെ ബർത്തിൽ കയറിയിരുന്നു. സ്ത്രീകൾ മറുവശത്തെ ബർത്തിലും. അതുലാനന്ദ് ചോദിച്ചു: "എവിടേക്കാണ്? കൽക്കത്തയ്ക്കോ?"

"ഇല്ല. എന്നാൽ നന്നായിരുന്നു. തൽക്കാലം മുഗൾസരായ് വരെ."

"മുഗൾസരായ്? എന്താണവിടെ?"

"അവിടന്നു കാശിക്കു പോകണം."

"കാശിക്കോ? അതുശരി. അവിടെയാവും സ്ഥിരതാമസം?"

"അല്ലല്ല. സ്ഥിരതാമസം അവിടെയൊന്നുമല്ല. എന്നാലും മുഗൾസരായിവഴി കടന്നുപോകുമ്പോൾ കാശിയിൽ പോകാതിരിക്കാറില്ല."

"എന്തിനാണത്? അവിടെ വല്ല ബന്ധുക്കളും ഉണ്ടോ?"

"ആരുമില്ല. കാശി എനിക്കു പിടിച്ച നാടാണ്." ശ്യാമളൻ കീശയിൽ നിന്നു സിഗരറ്റെടുത്തു വീണ്ടും അവിടെത്തന്നെ വെച്ചിട്ടു പറഞ്ഞു: "ഇല്ല, ഇനി വലിക്കില്ല. കാശി പിടിച്ചുവെന്നുവെച്ചാൽ അവിടെയുള്ള ഗംഗാനദി–"

ഇടയ്ക്ക് ഇറങ്ങിപ്പോകും എന്നറിഞ്ഞപ്പോൾ അതുലാനന്ദന് അൽപ്പം ആശ്വാസം തോന്നി. അയാൾ ചോദിച്ചു: "എന്താണു പ്രവൃത്തി?"

"അതു പറയാനാണ് വിഷമം. എന്റെ ജാതിപ്പേരുപോലെ ഇലാസ്റ്റിക്കല്ല ജോലി. ഞാൻ ഒരു ജോലിയും ചെയ്യുന്നില്ല" ചോദ്യശരങ്ങളിൽ നിന്നു രക്ഷപ്രാപിക്കാൻ ശ്യാമളൻ മറുചോദ്യം ചോദിച്ചു. "നിങ്ങൾ കൽക്കത്തയ്ക്കു നാടുകാണാൻ പോവുകയാണോ? അവധിയെടുത്ത്? എത്ര ദിവസം താമസമുണ്ടാവും?"

മഹിള അതൃപ്തി പ്രകടിപ്പിക്കുന്ന സ്വരത്തിൽ ഭർത്താവിനോടു പറഞ്ഞു: "വയറിനെ പൂജിച്ചുകഴിഞ്ഞില്ലേ? ഇനിക്കിടന്നുറങ്ങരുതോ?"

"അതെ ശ്യാമളബാബു, ഇനിക്കിടന്നുറങ്ങാം."

ശ്യാമളൻ ഈ അഭിപ്രായത്തെ ചെറുത്തു: "എട്ടടിച്ചല്ലേയുള്ളൂ? എട്ടാവാസ്റ്റേഷൻ വരട്ടെ. എന്നിട്ട് റിട്ടയർ ചെയ്യാം."

അതുലൻ പറഞ്ഞു: "ട്രയിനിൽ ഉറങ്ങാതെയിരിക്കുക വയ്യ. വയറു നിറഞ്ഞപ്പോഴെക്കു കണ്ണിനു കനം വെച്ചുതുടങ്ങി."

"ശരി എന്നാൽ ഞാനും എന്റെ ബർത്തിലേക്കു ചാടിക്കയറട്ടെ." ശ്യാമളൻ എഴുന്നേറ്റുനിന്നിട്ടു പറഞ്ഞു.

ശിക്കോഹാബാദ്സ്റ്റേഷൻ കഴിഞ്ഞപ്പോഴേക്ക് ഓരോരുത്തരും അവരവരുടെ ബർത്തിൽ കയറിക്കിടന്നുകഴിഞ്ഞിരുന്നു. അതുലാനന്ദ് മുകളിൽ കയറാൻ വല്ലാതെ പാടുപെടേണ്ടിവന്നു. അയാളുടെ ബർത്തിന്റെ താഴെ രേണു. നടുവിലുള്ള ബർത്തിൽ ടുകു. ശ്യാമളന്റെ താഴത്തേതിൽ മഹിള. തിരിഞ്ഞുകിടന്നാൽ മാത്രമേ രേണുവിനെ കാണാൻ കഴിയുകയുള്ളൂ. അതും അവളുടെ ചുറ്റിക്കെട്ടിവച്ചിരിക്കുന്ന കബരിമാത്രം. ദേഹം മുഴുവൻ കമ്പിളിക്കൊണ്ടു മൂടിയിരിക്കുന്നു. ഒരു ഭാഗവും പുറത്തു കാണാതിരിക്കാൻ അവൾ പ്രത്യേകം ശ്രദ്ധിച്ചിട്ടുണ്ട് എന്നു സ്പഷ്ടം. അവൾ ഉറങ്ങിക്കഴിഞ്ഞുകാണും. ഇനി നേരം പുലരാതെ അവൾ അനങ്ങുമെന്നു തോന്നുന്നില്ല. അവളുടെ അമ്മയുടെ അടയാത്ത കണ്ണുകൾ അവളെ കാവൽനിൽക്കുന്നുണ്ടാവും.

ശ്യാമളൻ പറഞ്ഞു; “എല്ലാവരും ഉറങ്ങിയെങ്കിൽ വിളക്കുകെടുത്താമല്ലൊ.”

മഹിള പരുഷസ്വരത്തിൽ വിരോധം പറഞ്ഞു: “വേണ്ട, വേണ്ട. വിളക്കു കെടുത്തേണ്ടെന്നു പറയൂ. വിളക്കില്ലെങ്കിൽ എനിക്കു ഉറക്കം വരില്ല.”

അതുലൻ പറഞ്ഞു: “വിളക്കിരിക്കട്ടെ. പാറ്റകൾ പറക്കാൻ തുടങ്ങിയില്ലല്ലോ, ഉവ്വോ?”

“ഇരുന്നോട്ടെ.” ശ്യാമളൻ കണ്ണടച്ചു മനസിൽ ഇരുട്ടുവരുത്തുവാൻ ശ്രമിച്ചു. വീണ്ടും എല്ലാവരോടുമുള്ള ബന്ധം അറ്റു. പോയി തുലയട്ടെ. ഉണ്ണണമെന്നുണ്ടായിരുന്നു; അതു മതി.

അയാൾ പെട്ടെന്നു മുറിയിലെ നിശ്ശബ്ദതയോടെന്നവണ്ണം ചോദിച്ചു: “എല്ലാവരും ഉറക്കമായോ?”

അതുലാനന്ദ് മൂക്കിന്റെ സഹായത്തോടെ നീണ്ട ഒരു ശബ്ദം പുറപ്പെടുവിച്ച് ഇല്ലെന്നറിയിച്ചു.

ശ്യാമളൻ പറഞ്ഞു: “നിങ്ങളൊക്കെ ഭാഗ്യവാന്മാർ. കിടന്ന ഉടൻ ഉറക്കം വരികയായി. എനിക്ക് ഉറക്കം വരുന്നില്ല.”

അതുലന് ഒന്നും പറയാതിരിക്കാൻ കഴിഞ്ഞില്ല. അയാൾ പറഞ്ഞു: “എഴുന്നേറ്റിരുന്നു വല്ലതും വായിക്കൂ.”

മഹിള അതിനു സമ്മതിച്ചില്ല: “വേണ്ട. എവിടെയെഴുന്നേറ്റിരിക്കാനാണ് ഭാവം? അവിടെത്തന്നെ കിടക്കുകയാണു വേണ്ടത്?

“അപ്പോൾ നിങ്ങളാരും ഉറങ്ങിയില്ല എന്നു പറയിൻ.” ശ്യാമളൻ ചിരിച്ചുകൊണ്ടു പറഞ്ഞു: “ഒൻപതുമണിയായിട്ടേയുള്ളൂ. ഇതിനിടയ്ക്ക് ആർക്കെങ്കിലും ഉറക്കം വരുമോ? ടുകു ഉറങ്ങിക്കഴിഞ്ഞു. പിന്നെ.”

അതുലൻ ചോദിച്ചു: “മുഗൾസരായയിൽ എത്രമണിക്ക് എത്തും?”

“വെളുപ്പിന്. റെയിൽവേ ടൈം അഞ്ച് അൻപത്തേഴിന്. ഇത്ര വെളുപ്പിന് ഉണരാൻ കഴിയുമോ എന്നാണ് പേടി. ഉണർന്നില്ലെങ്കിൽ ഒടുവിൽ കൽക്കത്തയിൽ നിങ്ങളുടെ അവിടെത്തന്നെ വന്നു താമസിക്കേണ്ടിവരും എന്നു തോന്നുന്നു!”

"ഏയ്! ഒട്ടും പേടിക്കേണ്ട. നിങ്ങളെ കൃത്യസമയത്ത് ഉണർത്തി ത്തന്നേക്കാം. എന്നാൽ പോരെ?" അതുലന്റെ സ്വരത്തിൽ അനുനയം തുളുമ്പുന്നുണ്ടായിരുന്നു: "ഇനി ദയവായി ഒന്നു കിടന്ന് ഉറങ്ങൂ. കണ്ണൊന്നടച്ചോട്ടെ ഞാൻ. ഞങ്ങൾക്കു വളരെ വലിയ ഉപകാരമാണ് ഇന്നു നിങ്ങൾ ചെയ്തുതന്നത്. ഈ ഒരുപകാരം കൂടി—"

ശ്യാമളൻ ഒന്നു പരുങ്ങിപ്പോയി. "ശരി, ശരി അതു പറയാനു ണ്ടോ? എന്നാൽ മറക്കല്ലെ, മുഗൾസാരയിയിൽ എത്തുമ്പോൾ ഒന്നു മനസിരുത്തിയേക്കണേ! മറക്കല്ലേ ദയവു ചെയ്ത്."

"നിശ്ചയമായും. വിളിക്കാതിരിക്കില്ല" അതുലൻ റഗ് തലവരെ വലിച്ചിട്ടുകൊണ്ടു പറഞ്ഞു.

വണ്ടി ഇട്ടാവസ്റ്റേഷനിൽനിന്നും കാൻപൂരിലേക്ക് പാഞ്ഞു. രണ്ടുമ ണിക്കൂർ ഒരേ കിടപ്പുകിടന്നിട്ടു ശ്യാമളന് ഉറക്കം വന്നില്ല. ഈശ്വരൻ നിർദയനായാൽ എന്തുതന്നെ സംഭവിക്കില്ല. രാത്രി മുഴുവൻ തലയ്ക്കു മുകളിൽ വിളക്കുക്കത്തിക്കൊണ്ടിരിക്കും. താഴത്തെ ജനാല കൾ അടഞ്ഞിരിക്കും. ചെവിക്കു ചുറ്റും കൊതുകുകൾ പറന്നുനടക്കും.

കാൻപൂർസെൻട്രൽ-ഫതഹ്പൂർവരെ ഓരോ സ്റ്റേഷനിലും വണ്ടി നിൽക്കുന്നതും വിടുന്നതും മയക്കത്തിനിടയ്ക്ക് അയാൾ കഷ്ടിച്ച് അറിഞ്ഞു. അതിനുശേഷം വന്ന ഉറക്കത്തിനെ ഗാഢനിദ്ര എന്നുവിളി ച്ചാലേ മതിയാവൂ. താൻ എവിടെയാണ് കിടക്കുന്നതെന്നുപോലും അയാൾ മറന്നു.

ഉറക്കത്തിനിടയ്ക്ക് അയാൾക്കു സ്വപ്നം കാണുന്നതുപോലെ തോന്നി. എന്നാൽ ഉറക്കത്തിന്റെ ശക്തികാരണം അതു ചേതനയുടെ മുകൾത്തട്ടോളം എത്തിയിരുന്നില്ല. എത്ര നിമിഷങ്ങൾ അങ്ങനെ കഴിഞ്ഞു. ആരറിഞ്ഞു? ഏതൊരു അഗാധതലത്തിലേക്കാണു താണു പോകുന്നത്. ആവോ. അയാളുടെ തലയിൽ ആരോ പതുക്കെ കൈവ ച്ചപോലെ അതും സ്വപ്നത്തിന്റെ ഒരു ഭാഗമാകാം. എന്നാൽ ആ കൈ തല പിടിച്ചു പതുക്കെ കുലുക്കുന്നതുപോലെ പിന്നെയും തോന്നി. പെട്ടെന്ന് സ്വപ്നസമുദ്രത്തിൽ ചൈതന്യത്തിന്റെ വേലിയേറ്റം തുടങ്ങി.

"മുഗൾസരായി അടുത്തു. എഴുന്നേൽക്കൂ. ഇറങ്ങണ്ടെ അവിടെ?" കൈ എടുത്തിട്ടു രേണു ചോദിച്ചു. പ്രഭാതത്തിലെ പ്രഥമകളരവം പോലെ അവളുടെ സ്വരത്തിൽ ഭയവും ആലസ്യവും അസ്പഷ്ടതയും ഉണ്ടായിരുന്നു.

ശ്യാമളൻ കണ്ണുതുടച്ചു നോക്കി. രേണു, സ്വപ്നത്തിൽ കണ്ട രേണു, ഇന്നലെ രാത്രിയിലെ രേണു. അയാളുടെ കണ്ണുകളിൽ സ്വപ്ന ത്തിന്റെ നീഹാരം അപ്പോഴും തങ്ങിനിന്നിരുന്നു. അഥവാ ഇനിയും രാത്രി പുലർന്നുകഴിഞ്ഞില്ലെന്നുവരാം. ആശ്ചര്യം. രാത്രിയിൽ കണ്ട അതേ രേണു. അവളെക്കാൾ സുന്ദരി. നവപ്രഭാതത്തിൽ അവൾ ഒന്നു കൂടി പ്രായം കുറഞ്ഞവളായി തോന്നി. ഉറക്കത്തിൽ അങ്ങുമിങ്ങും ചുളിവീണ സാരി. മുഖത്തു പറ്റിപ്പിടിച്ചു കിടക്കുന്ന ചൂർണകുന്തള

ങ്ങൾ. രാത്രി ഉറങ്ങാൻ അവൾക്കു കഴിഞ്ഞിട്ടില്ലെന്നു മുഖത്തു കണ്ട കാർക്കശ്യം തെളിയിച്ചു. മുഗൾസരായിയിൽ വണ്ടിയെത്തിയാൽ ശ്യാമളനെ വിളിച്ചുണർത്തുന്നത് അവൾക്ക് രഹസ്യമായ ഒരു ഔത്സുക്യം ഉള്ളതുപോലെ, പ്രഭാതത്തിലെ ഒന്നാമത്തെ ധൂസരദിഗന്തരേഖപോലെ അവൾ കുറഞ്ഞൊന്നു കുണ്ഠിതയായി കാണപ്പെട്ടു.

"ഏ? ഓഹോ, മുഗൾസരായി എത്തിയോ" ശ്യാമളൻ തന്നോടെന്നപോലെ ചോദിച്ചു.

"എത്തിയില്ല. അടുത്തസ്റ്റേഷൻ മുഗൾസരായി ആണ്." സിൽക്കുസാരിപോലെതന്നെ നേർത്തു സ്വച്ഛമായ അന്ധകാരത്തിൽ രേണുവിന്റെ കണ്ഠസ്വരം അവളുടെ ശരീരത്തിന്റെ തന്നെ ശബ്ദരൂപം പൂണ്ട സൂക്ഷ്മരേഖയാണെന്നു തോന്നി.

ശ്യാമളൻ നിശ്ശബ്ദം തലതാഴ്ത്തി ബർത്തിൽ എഴുന്നേറ്റിരുന്നു. എന്നിട്ടു പറഞ്ഞു: "അടുത്ത സ്റ്റേഷൻ മുഗൾസരായി ആണെന്ന് എങ്ങനെ അറിഞ്ഞു?"

രേണു സങ്കോചമെന്യേ പറഞ്ഞു: "കിടന്നുറങ്ങുന്നവൻ ഏതാണ് മുഗൾസരായി സ്റ്റേഷൻ എന്ന് എങ്ങനെ അറിയും?"

"ആഹാ രാത്രി മുഴുവൻ നീ ഉറങ്ങിയിട്ടേയില്ലെന്നു തോന്നുന്നു?" ഏതാണ്ടു സ്വകാര്യം പറയുന്നത്ര പതുക്കെയാണ് ശ്യാമളൻ ഇതു ചോദിച്ചത്.

കൺപോളകൾ താഴ്ത്തിക്കൊണ്ട് രേണു പറഞ്ഞു: "ഉറക്കം വന്നില്ലെങ്കിൽ കണ്ണുകളെ ശാസിച്ചിട്ട് ഫലമെന്ത്?"

"അപ്പോൾ എന്താണു ചെയ്തിരുന്നത്? ഇരുട്ടത്തിരുന്ന് യു പിയുടെ പ്രകൃതിശോഭ ആസ്വദിച്ചോ?"

രേണു പതുക്കെ ചിരിച്ചിട്ടു പറഞ്ഞു: "പ്രകൃതിയെക്കാൾ ടൈംടേബിൾ, എത്രയും ഇന്ററസ്റ്റിങ് റീഡിങ്ങാണ്."

ഇംഗ്ലീഷ് കേട്ടപ്പോഴാണ് സ്വപ്നമല്ല ഇത് എന്ന് ശ്യാമളന് ബോധ്യമായത്. വണ്ടിയിൽ വിളക്കുകത്തുന്നുണ്ടായിരുന്നെങ്കിലും അതിന്റെ വിളർപ്പു പ്രഭാതത്തിന്റെ സാന്നിധ്യം വെളിപ്പെടുത്തിക്കൊണ്ടിരുന്നു.

ഇനിയും മൂടൽമഞ്ഞ് നീങ്ങിത്തുടങ്ങിയിരുന്നില്ല. തണുത്ത കാറ്റു പതുക്കെ വീശുന്നു. അതിൽനിന്നു പ്രഭാതം പതുക്കെ കണ്ണു തുറക്കാൻ തുടങ്ങിയെന്നു പൂർവസൂചന ലഭിച്ചു. തിരക്കിട്ട ജീവിതം നയിക്കുന്നതിനിടയ്ക്ക് ഒരിക്കലെങ്കിലും ഇത്രയ്ക്ക് പവിത്രവും നിർമലവുമായ ഒരുനിമിഷം അയാളുടെ കണ്ണിൽപ്പെട്ടിട്ടില്ല. കണ്ണുതുറന്നു നോക്കുന്നത് എരിയുന്ന വെയിലത്തേക്ക് രൂക്ഷവും നിർലജ്ജവുമായ സ്പഷ്ടതയിലേക്ക്. ഇന്നത്തെ ഈ കാഴ്ച തനിക്കു വളരെനാളായി പരിചയമുള്ള ഈ ഭൂമിയിലുള്ളതല്ല. ഏതോ അപരിചിതമായ ഒരു ഗ്രഹത്തിൽ താൻ ചെന്നുചേർന്നിരിക്കയാണ്. ആ നാട്ടിലെ ഭാഷയും നിറവും എല്ലാം പുതിയതാണ്.

ഇപ്പോൾ സ്വരം കഴിയുന്നതും മയപ്പെടുത്തി, സ്വകാര്യം പറയുന്നതുപോലെ സംഭാഷണം ചെയ്യേണ്ട സന്ദർഭമാണ്. യാതൊരു തരത്തിലുള്ള ശബ്ദവും തിരക്കും അനുവദിച്ചുകൂടാ. ഈ വണ്ടി ചുറ്റിത്തിരിയുന്ന ബ്രഹ്മാണ്ഡത്തിന്റെ ഒരു പ്രതീകം മാത്രം. വാസ്തവത്തിൽ താൻ അർഥസുപ്തമായ ഉപബോധത്തിന്റെ രാജ്യത്തിൽ എത്തിയിരിക്കയാണ്. ഇവിടെ എല്ലാം രഹസ്യാത്മകതകൊണ്ടു മധുരവും അജ്ഞേയത കൊണ്ടു പ്രച്ഛന്നവും അസ്പഷ്ടതകൊണ്ട് അനുസീമവുമത്രെ.

ശ്യാമളൻ അതിനാൽ ലേശമെങ്കിലും പരിഭ്രമം കാട്ടാതെ പതുക്കെക്കാലെടുത്തുവച്ചു താഴത്തേക്കിറങ്ങി. കയറിയപ്പോൾ കാണിച്ച പരാക്രമവും ബഹളവും ഒന്നും ഇപ്പോഴില്ല. വളരെ കൗശലത്തോടെയാണ് എല്ലാം. ഉറങ്ങുന്നതുവരെ ഉണർത്തുന്നതിനെക്കാൾ അവരെ ഉറക്കിക്കിടത്തുവാനുള്ള കഠിനപരിശ്രമമാണ് ഇപ്പോൾ അയാൾക്ക് ചെയ്യേണ്ടിയിരുന്നത്. അയാൾ ചുറ്റും ഒന്നുനോക്കി. എല്ലാവരും ഉറങ്ങുകയാണ്. ഉറക്കം അവരുടെ മുഖത്തെ വിരൂപമാക്കിക്കാട്ടി. ഉറക്കം മനുഷ്യനെ എത്ര വികൃതമാക്കുന്നുവെന്നും ഉറക്കമിളപ്പ് എത്ര സുന്ദരമാക്കുന്നുവെന്നും ഇന്നാണ് അയാൾ ആദ്യമായിക്കണ്ടത്. പരിചയമുള്ള ഈ ഭൂമിയുടെ നിയമമൊന്നുംതന്നെ ബാധകമല്ലാത്ത ഒരു സമയമാണ് ഇത്.

ശ്യാമളൻ താഴെയിറങ്ങിയപ്പോഴാണ് രേണുവിന് തന്റെ നിലയെപ്പറ്റി ബോധമുണ്ടായത്. അവൾ പിന്നിലേക്ക് രണ്ടടി മാറിനിന്നു. തന്റെ മുടി ക്രമം തെറ്റി മുഖത്തു വീണുകിടക്കുന്ന കഥ അപ്പോഴാണ് അവൾ അറിഞ്ഞത്. അവളുടെ കണ്ണുകളിൽ കൃതജ്ഞതയുടെ ഭാഷ, മുഖത്തു കുലീനമായ ഒരു ലജ്ജ.

ശ്യാമളൻ ചിരിച്ചുകൊണ്ട് ചിരപരിചിതനെപ്പോലെ പറഞ്ഞു: "എന്നെ തക്കസമയത്ത് ഉണർത്തിയതിന് എത്രയും നന്ദി. ഓവർ കാരീഡ് ആകുമായിരുന്നു ഇല്ലെങ്കിൽ" അയാൾ രേണുവിന്റെ അരികിലേക്കു ഒരടിവെച്ചിട്ട് വീണ്ടും പറഞ്ഞു: "നാം തമ്മിൽ കണ്ടുമുട്ടിയത് എത്രയും സുപ്രധാനമായ ഒരു ഘട്ടത്തിലാണ്." എങ്ങനെയാണ് പറഞ്ഞവസാനിപ്പിക്കേണ്ടതെന്ന് അറിയാതെ ശ്യാമളൻ ഒരു വിധം പറഞ്ഞ് ഒപ്പിച്ചു: "ഇനി ഇങ്ങനെ ഒരു ഘട്ടം ജീവിതത്തിൽ നേരിടുകയുണ്ടാവില്ല."

രേണു ചിബുകത്തിൽ ഒരു ചുളിവുവീഴുംവിധം ഒന്നിച്ചു ചിരിച്ചു. അവൾ പറഞ്ഞു: "നിങ്ങൾ സാമാനങ്ങൾ കെട്ടിത്തുടങ്ങിക്കോളൂ."

"എന്താണിത്ര തിരക്ക്?" വിഷണ്ണസ്വരത്തിൽ ശ്യാമളൻ പറഞ്ഞു: "ഒരിക്കൽ ഇറങ്ങിപ്പോകാതെ കഴിയില്ല." പെട്ടെന്ന് അയാളുടെ സ്വാഭാവികമായ ചിരി എവിടെനിന്നോ മുഖത്തു തിരിച്ചുവന്നു: "റാദർ, എന്നെ നിങ്ങൾ ഇറക്കിവിടുകതന്നെ ചെയ്യും. ഓവർകാരീഡ് ആവാൻ സമ്മതിക്കില്ല എന്നു പറഞ്ഞു കൊണ്ടാണല്ലോ ഉറങ്ങിക്കിടന്നിരുന്ന മനുഷ്യനോട് ഈ അതിക്രമം കാട്ടാൻ മുതിർന്നത്?"

കാറ്റിൽ പറന്ന വസ്ത്രാഞ്ചലം കൈകൊണ്ട് അമർത്തിപ്പിടിച്ചിട്ടു രേണു പറഞ്ഞു: "ദാ കണ്ടില്ലേ, വണ്ടി സ്ലോവായിത്തുടങ്ങി സ്റ്റേഷനടുത്തതുകൊണ്ട്."

"ഇതറിയാമെങ്കിൽ കുറെ നേരത്തെതന്നെ ഉണർത്താമായിരുന്നുവല്ലോ."

"നിങ്ങളുടെ ഉറക്കം തടസപ്പെടുത്തിയിട്ട് എന്തുവേണം?"

"എന്റെ ഉറക്കമിളപ്പ് തടസപ്പെടുത്തിയതുകൊണ്ടു നിങ്ങൾക്കെന്താണ് മുതലെടുക്കാൻ കഴിഞ്ഞത് അല്ലേ?" ശ്യാമളൻ ഉറക്കെത്തന്നെ പറഞ്ഞു: "എനിക്കാണ് ഉറക്കം വരാതിരിക്കുന്നതെങ്കിൽ ഒറ്റയ്ക്കു കമഴ്ന്നുകിടക്കുകയില്ല. ആരെയെങ്കിലും തട്ടിയുണർത്തി എഴുന്നേൽപ്പിച്ചിരുത്തും."

രേണു ചിരിച്ചുകൊണ്ടു പറഞ്ഞു: "ടുകുവിനെ ഉണർത്തിയാലോ എന്നു ഞാൻ ആലോചിക്കാതിരുന്നില്ല. കുറേനേരം രണ്ടുപേർക്കും ചീട്ടുകളിക്കാമെന്നുവച്ച്."

"അവനു സുഖമില്ലല്ലോ. അവനെ എന്തിനു വിളിക്കാൻ വിചാരിച്ചു?"

"വിളിക്കാതിരുന്നത് അതുകൊണ്ടുതന്നെയാണ്. അതുമല്ല" രേണു ഒരു ദീർഘനിശ്വാസത്തോടെ പറഞ്ഞു: "ഉറക്കം വന്നില്ലെങ്കിൽ കണ്ണുമടച്ച് അങ്ങനെ കിടക്കുന്നതും ഒരു രസമാണ്."

"ആയിരിക്കാം. സ്ത്രീകളുടെ കാര്യം എല്ലാം മറ്റുള്ളവരിൽനിന്നും വിഭിന്നമാണ്. അവർക്ക് ഉണർന്നാലും കണ്ണടച്ചു കിടക്കാനറിയാം."

അപ്പോഴേക്ക് വണ്ടി പ്ലാറ്റ്ഫോമിൽ വന്നു നിന്നു.

രേണു ജനാലയിൽക്കൂടെ പുറത്തേക്കു തലയിട്ടു നോക്കിയിട്ടു പറഞ്ഞു: "നോക്കൂ വന്ന്. മുഗൾസരായ് തന്നെ. ഞാൻ പറഞ്ഞത് ശരിയായോ?"

"നിൽക്കൂ, നിൽക്കൂ, ഉത്സാഹംകൊണ്ട് ഇങ്ങനെ തുള്ളണ്ട," ശ്യാമളൻഹോൾഡ് ആൾ തിറുത്തുകൊണ്ടു പറഞ്ഞു: "ഈ തണുപ്പത്ത് തണുത്തു വിറച്ചുകൊണ്ട് ഇറങ്ങിപ്പോകണം അതാണല്ലോ നിങ്ങളുടെ ഈ ഉത്സാഹത്തിനു കാരണം. ഇങ്ങനെ കിടന്നു തുള്ളിച്ചാടിയാൽ നിങ്ങളുടെ അച്ഛന്റെയും അമ്മയുടെയും ഉറക്കം എല്ലാം തകരാറാവുമെന്ന് ആലോചിച്ചുനോക്കിയോ?"

"കൊള്ളാം," രേണു അഭിമാനത്തോടെ പറഞ്ഞു: "മുഗൾസരായിയിൽ എത്തിയാൽ പിടിച്ചിറക്കണം. കാശിയിലേക്കു പോകാനുണ്ട് എന്നൊക്കെ നിങ്ങൾ പറഞ്ഞതുകൊണ്ടല്ലേ ഞാൻ ഇതൊക്കെ ചെയ്തത്?"

"അതെ, ഒരിക്കൽ അങ്ങനെ പറഞ്ഞസ്ഥിതിക്ക് ഇല്ലെന്നു പറയാൻ ഭാവമില്ല." ശ്യാമളൻ സ്റ്റ്റാപ്പ് ഇട്ടുകൊണ്ടു പറഞ്ഞു: "കാശിയിലേക്കു പോകാതെ തരമില്ല — ഇന്നുതന്നെ, ഈ നിമിഷംതന്നെ കാശീവിശ്വനാഥൻ അങ്ങോട്ടു ക്ഷണിച്ചിട്ടുണ്ട്."

"നിങ്ങൾതന്നെയല്ലേ ഓവർ കാരീഡ് ആവാതെ നോക്കിയതിന് എനിക്ക് നന്ദി പറഞ്ഞത്?"

"നിങ്ങൾക്കു നന്ദി പറയാൻ അങ്ങനെയൊരു കാരണം കണ്ടുപിടിച്ചുവെന്നുമാത്രം." ഡ്രസിങ് എല്ലാം കഴിച്ച് ശ്യാമളൻ പറഞ്ഞു: "ഒന്നു നീങ്ങിനിൽക്കൂ, ഹോൾഡ് ആൾ ഇറക്കിവെക്കട്ടെ."

രേണു മാറിനിന്നിട്ടു ചോദിച്ചു: "അപ്പോൾ കാശിക്കു പോകാൻതന്നെ തീരുമാനിച്ചു?"

"ഇനി പോകാതെ എന്താണു നിവൃത്തി?" ഹോൾഡ് ആൾ കൈയിലെടുത്തുകൊണ്ടു ശ്യാമളൻ പറഞ്ഞു: "ഇത്രയ്ക്കു കഷ്ടപ്പെട്ടു നിങ്ങൾ എന്നെ വിളിച്ചുണർത്തിയ സ്ഥിതിക്കു നിങ്ങളെ ബഹുമാനിച്ച് പോകാതെ വയ്യല്ലോ. കാശിക്കു പോയാലും ഇല്ലെങ്കിലും മുഗൾസരായിയിൽ ഹോൾഡ് ആൾ ഇറക്കാതെ തരമില്ല." ഹോൾഡ് ആൾ ബഞ്ചിൽ വെച്ചിട്ട് അയാൾ പറഞ്ഞു: "പുരുഷന്മാരുടെ വാക്കിന് ഇതാണ് വില."

"സാമാനങ്ങൾ ഇറക്കിവെയ്ക്കുന്നതിനു കാണിക്കുന്ന ഉത്സാഹം കണ്ടിട്ട് വാക്കിനേക്കാൾ പ്രവൃത്തിയാണ് വില എന്നു തോന്നുന്നു:" രേണു ചിരിച്ചുകൊണ്ടു പറഞ്ഞു: "കാശിയിൽ എന്തോ അത്യാവശ്യമായ പണി കാണും."

പെട്ടെന്നു തീവണ്ടിമുറിയിൽ ഒരു ശബ്ദം കേട്ട് രണ്ടുപേരും ഒന്നു ഞെട്ടി. പക്ഷേ, ഒന്നും പേടിക്കാനുണ്ടായിരുന്നില്ല. ഉറക്കത്തിന്റെ ശക്തികൊണ്ട് അതുലാനന്ദ് മൂക്കുകൊണ്ട് എന്തോ ഒരു ശബ്ദം പുറപ്പെടുവിച്ചതാണ്.

എന്നാലും രണ്ടുപേരുടെയും ശബ്ദം ഒന്നുകൂടി പതുക്കെയായി. രേണുചോദിച്ചു: "കാശിക്ക് ഇപ്പോൾ വണ്ടി കിട്ടുമോ?"

"എത്രവേണമെങ്കിലും. കുറച്ചുനേരം പ്ലാറ്റ്ഫോമിൽ കാത്തുനിൽക്കേണ്ടി വരും അത്രതന്നെ. ഇല്ലെങ്കിൽ ബസുണ്ട്."

"ഓഹോ, ബസുണ്ടോ? എന്തുദൂരമുണ്ട് കാശിക്ക്?" തലയിൽ കുത്തിയിരുന്ന ഹെയർപിൻ ഒന്നുകൂടി മുറുകെ കുത്തിക്കൊണ്ടു രേണു ചോദിച്ചു.

"അത്ര ദൂരമൊന്നുമില്ല, പത്തുപന്ത്രണ്ട് മൈൽ കാണും. ഇടയ്ക്ക് ഒരു സ്റ്റേഷൻ — കാശി, അതു കടന്നാൽ ബനാറസ് കന്റോൺമെന്റ്. അവിടെയിറങ്ങുന്നതാണ് സൗകര്യം." ഒറ്റശ്വാസത്തിൽ ശ്യാമളൻ ആവശ്യമുള്ള പലതും പറഞ്ഞു. പിന്നെ ചോദിച്ചു: "കാശിയിൽ വന്നിട്ടില്ലേ?"

"ഇല്ല. കാശി നല്ല സ്ഥലമാണോ?"

"ഇതുവരെ നല്ല സ്ഥലമാണെന്നാണു തോന്നിയിട്ടുള്ളത്. ഇനി എന്താ തോന്നുകയെന്നു നിശ്ചയമില്ല." ശ്യാമളൻ സതൃഷ്ണം നോക്കിക്കൊണ്ടു ചേദിച്ചു: "കാശി കാണണമെന്നു തോന്നിയിട്ടില്ലേ? എത്ര വലിയൊരു പുണ്യസ്ഥലം! ഗംഗാനദി — അവിടെ നിങ്ങൾക്കു ബന്ധുക്കളാരും ഇല്ലേ?"

"ഉണ്ട്. ചിറ്റമ്മയുണ്ട്. എത്ര തവണയായി ചെല്ലാൻ പറഞ്ഞു എഴു

തുന്നുവെന്നോ! അവിടെ ചെന്നാൽ താമസത്തിനു സ്ഥലസൗകര്യമില്ലായെന്നു പറഞ്ഞ് അച്ഛൻ വിടാറില്ല."

"നിങ്ങൾ ഒരാളു ചെന്നാലാണോ സ്ഥലം പോരാതെ വരിക? ചിറ്റമ്മ എവിടെയാണ് പാർക്കുന്നത്?"

"അവിടെ ഗോധൂലിയാ എന്നോ മറ്റോ ഒരു സ്ഥലമുണ്ടത്രെ, അവിടെയാണ്. നമ്പറും ഒന്നും എനിക്കറിഞ്ഞുകൂടാ."

"അതൊക്കെ ഞാൻ ശരിക്ക് അന്വേഷിച്ചു കണ്ടുപിടിക്കും, നോക്കിക്കോളൂ. കാശിയിൽ ഞാൻ കണ്ണടച്ചു നടക്കാം." ഒരു വികൃതിച്ചിരിയോടെ ശ്യാമളൻ പറഞ്ഞു: "ഇന്നു പുലർച്ചയ്ക്ക് എഴുന്നേൽക്കുമ്പോൾ തന്നെ ചിറ്റമ്മ നിങ്ങളെ കണി കാണുകയാണെങ്കിൽ അവർക്കെത്ര സന്തോഷം തോന്നുമെന്ന് ആലോചിച്ചു നോക്കൂ."

"അതുശരി തന്നെ" രേണുവും കള്ളച്ചിരിയോടെ പറഞ്ഞു: "അപ്പോൾ നിങ്ങൾക്ക് ഒരു കൂലിക്കാരൻ വേണ്ടിവരില്ലേ?"

പെട്ടെന്ന് അയാൾ രേണുവിന്റെ കൈ ഒന്നു തോണ്ടിയിട്ട് ആംഗ്യം കാണിച്ചു: "മിണ്ടാതിരിക്കൂ."

ശ്യാമളൻ നോക്കിക്കൊണ്ടിരുന്നിടത്തേക്ക് രേണുവും നോക്കി. അവളുടെ അമ്മ ഒന്നു തിരിഞ്ഞുകിടന്നതാണ് അപ്പോൾ അവൾ കണ്ടത്. വിഘ്നമൊന്നും കൂടാതെ തിരിഞ്ഞു കിടന്നപ്പോൾ ശ്യാമളൻ പതുക്കെ പറഞ്ഞു: "വേണ്ടാ, എന്തിനാണ് കൂലിക്കാരൻ? ഒരു സൂട്ട്കേസും ഹോൾഡ് ആളും. ഇപ്പോൾ കൂലിക്കാരനെ വിളിക്കാൻ പുറപ്പെട്ടാൽ ആ ലഹള കേട്ട് ഇവർ ഉണരും."

സൂട്ട്കേസ് ഇറക്കി താഴെവെയ്ക്കണം.

ശ്യാമളൻ പെട്ടിയിൽനിന്നു പെട്ടെന്നു കൈ എടുത്തിട്ട് പറഞ്ഞു: "പെട്ടി എടുത്തപ്പോൾ കൈ ഇടയിൽപ്പെട്ടു ചതഞ്ഞു. ഒരറ്റം ഒന്നു പിടിച്ചു തരാമോ?"

രേണു ചിരിച്ചുകൊണ്ടു ചോദിച്ചു: "എനിക്ക് അത്രയ്ക്കു ശക്തിയുണ്ടോ?"

"ശക്തിയൊന്നും എടുക്കണ്ട. ഒരു സപ്പോർട്ട്. സൂട്ട്കേസിനു വല്ലാത്ത കനം. ഒറ്റയ്ക്കു പൊക്കുക വിഷമം. വരൂ. സൂക്ഷിച്ചിറക്കണം."

രേണു പെട്ടിപിടിച്ചുകൊണ്ടു പറഞ്ഞു: "എനിക്കു ഭാരം ചുമക്കുക ഇഷ്ടമല്ല."

"പ്രാന്തി! ഭാരം ചുമന്നില്ലെങ്കിൽ ഈ ലോകത്തിൽ എങ്ങനെ ജീവിക്കും?"

ബഞ്ചിൽ പെട്ടിവെച്ചപ്പോഴേക്ക് രേണു കൈവിട്ടു. ശ്യാമളൻ നാവു കടിച്ചുകൊണ്ടു പറഞ്ഞു: "ശ്! പതുക്കെ. അവരൊക്ക ഇപ്പോ ഉണരും. ശ്! നിങ്ങളുടെ അച്ഛൻ കോട്ടുവാ ഇടുന്നു. ഇല്ല. ഉറങ്ങി."

രേണു പരിഭ്രമത്തോടെ ചോദിച്ചു: "വണ്ടി ഇവിടെ എത്രനേരം നിൽക്കും?"

"ഇനി എത്രനേരം നിൽക്കും? നിൽക്കാൻ നിങ്ങൾ സമ്മതിച്ചാലല്ലേയുള്ളൂ?" ശ്യാമളൻ രേണുവിനെ സൂക്ഷിച്ചുനോക്കിക്കൊണ്ടു പറഞ്ഞു: "ദൈവത്തിന്റെ കൃപണതയ്ക്ക് ഒരവസാനമില്ല."

"നിങ്ങളുടെ വാച്ച് എന്തു പറയുന്നു? വിടാൻ എത്രനേരമുണ്ട്?"

"വാച്ച് പറയുന്നതു മറ്റൊരു സംഗതിയാണ്. വാച്ചു പറയുന്നു— സൂര്യൻ അസ്തമിക്കുന്നതുവരെ കൊയ്തെടുക്കൂ." ശ്യാമളൻ ചിരിച്ചു കൊണ്ടു പറഞ്ഞു: "അതു കഴിഞ്ഞാൽ ഇരുട്ടാവും. ഇന്നലെ രാത്രി കടന്നുപോയ ഇരുട്ട്. ഇനി നിങ്ങളെ കാണുകയെന്നത് ഉണ്ടാവില്ല. അതിനാൽ പിരിയുന്നതിനുമുമ്പ് കുറച്ചുനേരംകൂടി വർത്തമാനം പറയാം. മണിയടി കേൾക്കുമ്പോൾ പെട്ടിയിറക്കിയാൽ മതിയല്ലോ."

രേണു സലജ്ജം പറഞ്ഞു: "ഞാൻ അതുകൊണ്ടു പറഞ്ഞതല്ല. ഒടുവിൽ മണിയടികേട്ട് ഇറങ്ങാൻ പുറപ്പെട്ടാൽ വല്ലതും സംഭവിച്ചുവെങ്കിലോ എന്നു വിചാരിച്ചു. നല്ല കനമുണ്ടല്ലോ പെട്ടിക്ക്. അതാ ഒരു കൂലിക്കാരൻ പോകുന്നു കൈകാട്ടി വിളിക്കൂ."

ശ്യാമളൻ പിടിയിൽ കൈവെച്ചു തിരിച്ച് വാതിൽ അകത്തേക്കു തുറന്നുകൊണ്ടു പറഞ്ഞു: "കൂലിക്കാരൻ എന്നെപ്പോലെ പിരിയാനുള്ള സമയം കഴിയുന്നതും നീട്ടിക്കൊണ്ടു പോകേണ്ട കാര്യമില്ല. കൂലിക്കാരനെ വിളിച്ചാൽ ഒന്നല്ല ഒരു പത്തുപേർ ഓടിയെത്തും. അതോടെ എല്ലാം തീർന്നു." അയാൾ പ്ലാറ്റ്ഫാറത്തിലിറങ്ങാൻ ചവിട്ടുപടിയിൽ കാൽ വെച്ചു.

രേണു കഴിയുന്നതും പതുക്കെ വിവർണഭാവത്തിൽ പറഞ്ഞു: "കൊള്ളാം. ഇത്രവേഗം ഇറങ്ങണതെന്തിന്? ഇനിയുമുണ്ടല്ലോ മൂന്നു നാലുമിനിട്ട്. മണിയടിച്ചിട്ടില്ല ഇനിയും."

ശ്യാമളൻ രേണുവിനു പുറംതിരിഞ്ഞു നിൽക്കുകയായിരുന്നു. മുഖം തിരിക്കാതെതന്നെ ഗൗരവത്തിൽ പറഞ്ഞു: "ഇല്ല, മണിയടികേട്ട് ഇറങ്ങാൻ തുടങ്ങിയാൽ ഒടുവിൽ വല്ലതും സംഭവിച്ചാലോ?"

രേണു കുറെക്കൂടി അരികിലേക്കു ചെന്നു. അവൾ ചിരിച്ചുകൊണ്ടു പറഞ്ഞു: "ഇല്ല, ഒന്നും സംഭവിക്കുകയില്ല. ഞാൻ ഇവിടെനിന്ന് എല്ലാം പുറത്തേക്ക് എടുത്തുതരാം."

ശ്യാമളൻ പ്ലാറ്റ്ഫോമിലേക്ക് ഇറങ്ങാൻ ഭാവിച്ചുകൊണ്ടു പറഞ്ഞു: "വേണ്ട, എന്താണിതിന്റെ ആവശ്യം. ഇനി ഒരിക്കലും നമ്മൾ കണ്ടുമുട്ടുകയില്ലാത്ത സ്ഥിതിക്ക്."

"അങ്ങനെ ഞാൻ പറഞ്ഞിട്ടില്ല." രേണു പറഞ്ഞു: "ജീവിതത്തെ സംബന്ധിച്ചു നിങ്ങൾ വിശേഷജ്ഞനൊന്നുമല്ലല്ലോ." അവൾ കണ്ണിലേക്കു വീണ ഒരു കുറുനിര കൈകൊണ്ട് നീക്കിയിട്ടു തുടർന്നു: "അതുകൊണ്ടെന്ത് ഇനി ഒരിക്കൽ കണ്ടാലെന്ത്, കണ്ടില്ലെങ്കിലെന്ത്? അവൾ സാരിത്തുമ്പുകൊണ്ടു ദേഹം നല്ലപോലെ പുതച്ചിട്ടു വീണ്ടും പറഞ്ഞു: "ഹൗ. എന്തൊരു തണുപ്പ്! നിങ്ങൾ കമ്പിളി ഹോൾഡ് ആളിൽ കെട്ടിവെച്ചല്ലോ. ഒരു നേർത്ത സിൽക്കു ഷർട്ടുമാത്രമേയിട്ടി

ട്ടുള്ളൂ. ഈ തണുപ്പ് എങ്ങനെ സഹിക്കും?"

"അതെയതെ, ചർമ ചക്ഷുസുകൊണ്ടു പുറംചട്ടമാത്രമേ നിങ്ങൾക്കു കാണാൻ കഴിയൂ." ശ്യാമളൻ തിരിഞ്ഞുനിന്നിട്ടു പറഞ്ഞു: "വേറെ വല്ലതും കാണാൻ അതിനു കഴിവുണ്ടോ?"

"ഇല്ലെന്നുതന്നെ സമ്മതിക്കാം. പക്ഷേ മുഗൾസരായിയിൽ നിശ്ച യമായും നല്ല റിഫ്രഷ്മെന്റ്റൂം കാണും." നല്ലപോലെ ചിരിച്ചു കൊണ്ടു രേണു പറഞ്ഞു: "കാശിയിലേക്കുപോകാൻ താമസമുണ്ടെ ങ്കിൽ അവിടെച്ചെന്നു ചായ കുടിക്കാതെ പോകരുത്. ഈ സമയം ചായകുടിക്കാൻ എന്തു രസമുണ്ടാകും!"

"നിങ്ങൾ ഇനി തീവണ്ടിമുറിയിൽത്തന്നെ തുറക്കില്ലേ ചായക്കട? ഞാൻ ഒപ്പം ഉണ്ടായിരുന്നെങ്കിൽ എനിക്കും ഒരു കപ്പ് ഇത്തവണ കിട്ടാതെ വരില്ലായിരുന്നു. നിങ്ങൾക്കെങ്കിലും ഒരു കരുണ എന്നോടു തോന്നുമായിരുന്നു."

"എന്റെ കയ്യിൽ കുറച്ച് 'മുറുക്ക്' ഉണ്ട്. എടുത്തുതരട്ടെ കുറച്ച്? ചായയുടെ കൂടെ തിന്നാൻ ഈ സമയത്തു ബഹുരസമായിരിക്കും."

"നാശം, ഗാർഡ് വിസിൽ വിളിച്ചുതുടങ്ങി." ശ്യാമളൻ വേഗം പ്ലാറ്റ് ഫോമിലേക്കു ചാടിയിറങ്ങി. "തരൂ, തരൂ, വേഗം എടുത്തു തരൂ അതു രണ്ടു കിക്ക്!"

അയാൾ അവിടെനിന്നു കസർത്തു കാണിക്കുന്നതു കണ്ടു ഒരു പോർട്ടർ ഓടിയെത്തി. ഭാരം തീർന്നു.

കുനിഞ്ഞു പെട്ടി പൊക്കിക്കൊടുക്കുന്നതിനിടയ്ക്ക് രേണുവിന്റെ കഹരി അഴിഞ്ഞുപോയി. സാരിത്തുമ്പു ബഞ്ചിൽ വീണു. മുഖത്ത് ശ്രമത്തിന്റെ ചുകപ്പു വ്യാപിച്ചു. അവൾ വേഗം നിവർന്നുനിന്നു മുടിയും സാരിയും ഒതുക്കുവാൻ തുടങ്ങി, ശ്യാമളൻ അതു നോക്കി നിന്നടുത്തുതന്നെ നിന്നു.

പെട്ടെന്ന് അതുലാനന്ദ് കിടന്ന കിടപ്പിൽതന്നെ ഒന്നു പുളഞ്ഞ് ഉറക്കെ ചോദിച്ചു: "ഏയ്! എവിടെ ആ മുഗൾസരായിക്കു പോകേണ്ട ആൾ? വേഗം ഇറങ്ങിക്കോളൂ. നേരം വെളുക്കാറായല്ലോ." അതിനു ശേഷം കണ്ണുതിരുമ്മിക്കൊണ്ട് അയാൾ ചാടിയെഴുന്നേറ്റു. അയാളുടെ വായിൽനിന്ന് ആശ്ചര്യസൂചകമായ ഒരു ശബ്ദം ഉതിർന്നു.

ഗാർഡ് പച്ചക്കൊടികാട്ടി. എഞ്ചിനിൽനിന്നു ചൂളം വിളി മുഴങ്ങി.

ശ്യാമളൻ മുറിയുടെ അടുക്കലേക്കു നീങ്ങിനിന്നു. അയാൾ കൈ മുറിയിലേക്കു നീട്ടി അസ്ഫുടസ്വരത്തിൽ പറഞ്ഞു. "ജീവിതത്തിൽ ഇനി ഒരിക്കലും കാണാൻ കഴിയാത്ത സ്ഥിതിക്ക്-"

ഒരുവശത്ത് ശ്യാമളൻ സൗഹാർദഹസ്തം നീട്ടിനിൽക്കുന്നു. മറു വശത്ത് അച്ഛൻ ഉണർന്നുവശായിരിക്കുന്നു. രേണുവിനെ പെട്ടെന്ന്, ഇതിനു മുമ്പെങ്ങുമുണ്ടാകാത്തവിധത്തിലുള്ള ലജ്ജ ബാധിച്ചു. അവൾ അങ്ങനെതന്നെ എന്തുവേണ്ടുവെന്നറിയാതെ നിൽക്കുമായിരു ന്നു. എന്നാൽ അപ്പോഴേക്ക് വണ്ടി ഇളകിത്തുടങ്ങിയതു കണ്ട് അവൾ

വേഗം ശ്യാമളന്റെ കൈപിടിച്ച് അമർത്തി.

ഒരുക്ഷണം — കാലത്തിന്റെ സമുദ്രത്തിൽ എവിടെനിന്നെന്നറിഞ്ഞില്ല ഒരു ദ്വീപ് ഉയർന്നുവന്നു.

ശ്യാമളൻ രേണുവിനെ താഴത്തേക്കു പിടിച്ചുവലിച്ചുവോ അതോ രേണു ശ്യാമളനെ മുകളിലേക്കു വലിച്ചുവോ? പറയാൻ ഞെരുക്കം.

വണ്ടി ഓടിത്തുടങ്ങിയപ്പോൾ പിടിവിട്ടു.

ശ്യാമളൻ മുറിയിലേക്കു നോക്കി. രേണു വാതിലടയ്ക്കാതെ അവിടെത്തന്നെ ശൂന്യദൃഷ്ടിയോടെ പുറത്തേക്കു നോക്കി നിൽക്കുന്നതാണ് അപ്പോൾ അയാൾ കണ്ടത്. പിന്നിൽ നിന്ന അവളുടെ അച്ഛൻ അവിടന്ന് നീങ്ങിനിൽക്കാൻ നിർബന്ധിക്കുന്നത് അവൾ ശ്രദ്ധിച്ചതേയില്ല. അവളുടെ കണ്ണുകൾ അതേ ചോദ്യം ആവർത്തിക്കുന്നതുപോലെ തോന്നി: "ഇനി ജീവിതത്തിൽ ഒരിക്കലും കണ്ടുമുട്ടാത്ത സ്ഥിതിക്ക്-"

തന്റെ ദേഹത്തിലെ സകല സന്ധിബന്ധങ്ങളും അഴിയുന്നപോലെ ശ്യാമളനു തോന്നി. നിൽക്കുന്നിടം കുഴിഞ്ഞുപോകുന്നതുപോലെ. തന്നോട് ആർക്കുമില്ല സഹതാപം.

ട്രെയിൻ അപ്പോഴും പ്ലാറ്റ്ഫോമിനു പുറത്ത് എത്തിയിരുന്നില്ല. ശ്യാമളൻ ട്രെയിനിനൊപ്പം ഓടി. ട്രെയിൻ വിട്ടുപോയതുകൊണ്ട് ആരോ അതിൽ ചാടിക്കയറുവാൻ പോവുകയാണെന്നേ കാണുന്നവർ വിചാരിക്കയുള്ളൂ. ആരോ അയാളെ പിടിച്ചുകയറ്റാൻ കൈ നീട്ടി. ആരോ ചോദിച്ചു: "എന്താണ് വണ്ടിയിൽവെച്ചു മറന്നത് സർ?"

ഒരിടത്തേക്കും ശ്രദ്ധിക്കാതെ ശ്യാമളൻ നേരെ കുതിച്ചു പായുകയാണ്. രേണു വാതിൽക്കൽത്തന്നെ നിൽക്കുന്നത് അയാൾ കണ്ടു. അവളുടെ വസ്ത്രാഞ്ചലം കാറ്റിൽ പറന്നുകൊണ്ടിരുന്നു.

അയാൾ മിക്കവാറും രേണുവിന്റെ മുറിയിൽ അരികിൽ എത്തി.

വേഗം, വേഗം, വേഗം പറയൂ, കൽക്കത്തയിൽ എവിടെയാണു വീട്? ഞാൻ എന്തൊരു ഇഡിയറ്റ്! ഇതുവരെ വേണ്ടതുമാത്രം ചോദിച്ചറിഞ്ഞില്ല." വണ്ടിയുടെ ഒപ്പം പ്ലാറ്റ്ഫോമിൽക്കൂടെ ഓടിക്കൊണ്ട് അയാൾ അലറി: "വല്ലാത്ത കാറ്റ്! ഉറക്കെ, ഒന്നുകൂടി ഉറക്കെ പറയൂ. ഞാൻ നാളെത്തന്നെ കൽക്കത്തയ്ക്കു വരുന്നുണ്ട്. എത്രാംനമ്പർ? ഉറക്കെ പറയൂ, കേട്ടുകൂടാ. പതിനേഴ് ഒന്ന്? പതിനേഴ്-? റോഡ്? റോഡേതാണ്? റോഡിന്റെ പേര്......"